വിഷഹാരി

vishahari
novel

•

bakkalam damodaran

•

first edition
april 2012

•

typesetting & published
chintha publishers, thiruvananthapuram

•

cover
sudheer p y

വിതരണം
ദേശാഭിമാനി ബുക്ക് ഹൗസ്
H O തിരുവനന്തപുരം-695 035
www.chinthapublishers.com
chinthapublishers@gmail.com

ബ്രാഞ്ചുകൾ
ഹെഡ്ഡാഫീസ് കുന്നുകുഴി • ഓവർബ്രിഡ്ജ് തിരുവനന്തപുരം • കെ എസ് ആർ ടി സി ബസ് സ്റ്റേഷൻ ആലപ്പുഴ • കെ എസ് ആർ ടി സി ബസ് സ്റ്റേഷൻ എറണാകുളം • മച്ചിങ്ങൽ ലെയ്ൻ തൃശൂർ • ഐ ജി റോഡ് കോഴിക്കോട് • കെ എസ് ആർ ടി സി ബസ് സ്റ്റേഷൻ കോഴിക്കോട് • എൻ ജി ഒ യൂണിയൻ ബിൽഡിങ് കണ്ണൂർ • സെൻട്രൽ ബസ് ടെർമിനൽ കോംപ്ലക്സ് താവക്കര കണ്ണൂർ

CO - 1728 / 2891
ISBN - 978-93-82167-03-7

വിഷഹാരി
(നോവൽ)

ബക്കളം ദാമോദരൻ

ചിന്ത പബ്ലിഷേഴ്സ്
തിരുവനന്തപുരം-695 035

ബക്കളം ദാമോദരൻ

കണ്ണൂർ ജില്ലയിലെ ബക്കളം എന്ന സ്ഥലത്ത് ജനിച്ചു. വിദ്യാർഥിയായിരിക്കുമ്പോൾത്തന്നെ എഴുതിത്തുടങ്ങി. തളിപ്പറമ്പു മൂത്തേടത്ത് ഹൈസ്കൂളിലും സർസയ്യദ് കോളേജിലും തലശ്ശേരി ബ്രണ്ണൻ കോളേജിലും ഒറ്റപ്പാലം ട്രെയിനിങ് കോളേജിലും വിദ്യാഭ്യാസം. *സഹജീവികളുടെ ദുരന്തം, പാണ്ടിമേളം* (കഥാസമാഹാരങ്ങൾ) എന്നിവ മുഖ്യ കൃതികൾ. *വിഷഹാരി* അബുദാബി ശക്തി അവാർഡ് നേടിയ കൃതിയാണ്.

ഭാര്യ : പ്രേമലത
മക്കൾ : ദിലീപ്, അനുശ്രീ
വിലാസം : പി ഒ കാനൂൽ
കണ്ണൂർ – 670562

ഉള്ളടക്കം

നാട്ടുപെരുമ 7

കൈവിത്ത് 12

ഞാറ്റുവേല 18

ആടിമാസം 23

നിറോലം 27

എഴുത്തോലക്കാറ്റ് 31

ഹരിശ്രീ 37

പാൽക്കാവടി 42

ദേവനാഗരി 46

കുലത്തൊഴിൽ 50

ഇരുവരുള്ളം 54

ഉച്ചാര 59

മങ്ങലം മുടക്കികൾ 64

നൂറ് ആയിരത്തിന്റെ ഫലം ചെയ്യും 67

ദായപ്പെരുവഴി 73

പെണ്ണരശുകുലം 77

നൊമ്പലം 81

കേളിപാത്രം 86

കാമപ്പൂങ്കുല 92
കൊതിച്ചതും പാല്; വിധിച്ചതും പാല് 98
ഗുരുപ്രസാദം 104
മരുന്നും മന്ത്രവും 107
കുറുന്തിനിപ്പാട്ട് 113
ഏറിയോരു കുളിർമ 119
പുരപുത 123
ദൂതലക്ഷണം 129
പുനർന്നവ 135
പ്രതിഫലം ആതുരസന്തോഷം 140
വീണ്ടും ആൺപിറ 146
അകം അശാന്തം 152
ഭസ്മരൂപം 155

1

നാട്ടുപെരുമ

ഓലച്ചേരി ദേശത്തിന്റെ മൂന്നുഭാഗം കുന്നും ഒരുഭാഗം പുഴയുമാണ്. പുഴയ്ക്കപ്പുറവും ഇപ്പുറവുമൊക്കെ വയലാണ്. വയലിന്റെ അതിരായി കുന്നുകൾ. വയലവസാനിക്കുന്നത് കുന്നുകളുടെ താഴ്‌വരകളിലാണ്. മണ്ണിന്റെ മുക്കാൽപ്പങ്കും വയലും ശേഷിപ്പുള്ളത് കരപ്പറമ്പും കുന്നിൻ ചെരിവുകളുമാണ്.

ദേശങ്ങൾക്കെന്നപോലെ, പുഴകൾക്കും തോടുകൾക്കും എന്നപോലെ കുന്നുകൾക്കും പൂർവികർ പേരുവിളിച്ചിട്ടുണ്ട്. കിഴക്ക് കോട്ടൂർക്കുന്ന്, പാച്ചോറ്റിക്കുന്ന് വടക്ക്. പടിഞ്ഞാറ് ഭാഗത്തുള്ളത് ഏച്ചിൽക്കുന്നും.

ഏറ്റു[1] തീയന്മാർ കുലയ്ക്ക് ഉരയ്ക്കാനുള്ള കുരുന്നില പറിക്കുന്നത് ഏച്ചിൽക്കുന്നിൽ നിന്നാണ്. ഏച്ചിൽക്കുരുന്ന് ധാരാളമുള്ളതുകൊണ്ടായിരിക്കണം കുന്നിന് ആ പേര് വിളിച്ചിട്ടുണ്ടാവുക.

ദൂരെദിക്കിൽ നിന്നുപോലും പച്ചമരുന്നുകൾ ശേഖരിക്കുന്നവർ ഈ കുന്നിൻപുറങ്ങളിൽ എത്താറുണ്ട്. അകിൽപ്പൊരി, ചിറ്റമൃത്, കുന്നിനന്നാറി, പാടക്കിഴങ്ങ്, ഓരില, മൂവില, ഉറിതൂക്കി, കുറുന്തോട്ടി എന്നു വേണ്ട മൃതസഞ്ജീവനിപോലും കുന്നുകളിലുണ്ടെന്നാണ് ആളുകൾ പറയുന്നത്. വേരും ഇലയും തോലും ചുമടായി കെട്ടിക്കൊണ്ടുപോകുന്നത് കാണാറുണ്ട്.

കളിയാട്ടക്കാലമായാൽ വണ്ണാന്മാരും മലയന്മാരും ചെക്കിപ്പൂക്കൾ പറിക്കാനെത്തും. തെയ്യംകെട്ടിന് ചെക്കിപ്പൂ കൂടിയേ തീരൂ.

ഓലച്ചേരിയിലെ തീയന്മാർക്ക് കൊല്ലത്തിലൊരിക്കൽ ഒരു ചടങ്ങെന്ന നിലയിൽ നായാട്ടുണ്ട്. കൂരനും കാട്ടുപന്നിയും മുയലും നായാട്ടിനിരയാവാറുണ്ട്. പാച്ചോറ്റിക്കുന്നിൽ മയിലിന്റെ താവളമുണ്ട്.

---

1. കള്ള് ചെത്ത്.

നരിമടയുള്ളത് കോട്ടൂർക്കുന്നിലാണ്. നരിയിറങ്ങിവന്ന് ആല തകർത്ത് കാലികളെ കടിച്ചു വലിച്ചുപോവാറുണ്ട്.

ഓലച്ചേരിയിലെ കന്നുകാലികളുടെ മേച്ചിൽസ്ഥലങ്ങളും ഇവിടെയൊക്കെത്തന്നെ. ആല തുറന്നുവിടുകയേ വേണ്ടൂ; അവ കുന്നിൻപുറങ്ങളിലെത്തിക്കൊള്ളും. പശുക്കൾക്ക് കാളപിടിക്കുന്നതും കുന്നിൻപള്ളയിലെവിടെയെങ്കിലും പെറുന്നതും സാധാരണയാണ്. ചിലവ കന്നിനെയും കൂട്ടി ആലയ്ക്കൽ വന്ന് അമറിക്കൊണ്ട് നിൽക്കും. അല്ലാത്തവയെ ഉടമസ്ഥർ തേടിച്ചെന്നുകൊള്ളും.

കാലികളെ നോക്കുന്നവരുടെ ആശ്രയവും ഈ കുന്നുകൾ തന്നെ. ഓലച്ചേരിയിൽ കാലികളെ നോക്കുന്നത് പോച്ചപ്പനാണ്. അവൻ അൽപ്പം മന്ദബുദ്ധിയാണ്. നോക്കാനേൽപ്പിച്ച കാലികളെ പോച്ചപ്പൻ ആലയ്ക്കൽ വന്ന് തെളിച്ചിറക്കിക്കൊണ്ടുപൊയ്ക്കൊള്ളും. പതിറ്റടി വിരിയുന്നതോടെ അവൻ കാലികളെ ആലയ്ക്കലെത്തിച്ചുകൊള്ളും. ഒരുമാസമോ രണ്ടു മാസമോ കഴിയുമ്പോൾ അവന് കൂലി നെല്ലായിട്ട് കൊടുക്കണം.

കുന്നുകളുടെ താഴ്‌വരയും കരപ്പറമ്പുകളുമെല്ലാം തെങ്ങും കവുങ്ങും വാഴയും നിറഞ്ഞ തോപ്പുകളാണ്. അവയ്ക്കിടയിലൂടെ ആൾസഞ്ചാരം കുറഞ്ഞ പൊതുവഴിയുണ്ടാകും. ആർക്കും ആരുടെ വളപ്പിൽക്കൂടിയും മുറ്റത്തുകൂടിയും അടുക്കളപ്പുറത്തുകൂടിയും വഴിപോകുന്നതിന് യാതൊരു തടസവുമില്ല. നടന്നേടമൊക്കെ വഴികൾ തന്നെ. വഴികൾ നിമിത്തം ചിലർക്ക് അപവാദങ്ങൾ കേൾക്കേണ്ടിവരാറുണ്ട്.

കുന്നുകളുടെ മുകൾഭാഗം വിശാലമായ തരിശാണ്. ഇടയ്ക്കിടെ പാറക്കെട്ടുകളും കുറ്റിക്കാടുകളും കാണും. കണ്ണെത്താത്ത ദൂരത്തിൽ നെയ്പ്പുല്ലുകൾ പരന്നു കിടക്കും. ധനുമാസമാകുമ്പോഴേക്ക് നരച്ച് വെഞ്ചാമരം പോലെയാകും. ഈ പുല്ലുകൊണ്ടാണ് ഓലച്ചേരിക്കാരും അയൽദേശക്കാരും പുരപുതയ്ക്കുന്നത്.

ഓലകെട്ടി പുല്ലുമേഞ്ഞ പുരകളേ ഓലച്ചേരിയിലുള്ളൂ. മഴക്കാലത്തിനുമുമ്പ് എല്ലാക്കൊല്ലവും പുരപുതയ്ക്കണം, ഇല്ലെങ്കിൽ ചോർന്നൊലിക്കും. വിറകു ശേഖരണവും പുരപുതയുമായാൽ 'വർഷം ഉറച്ചു' എന്ന് ഓലച്ചേരിക്കാർ പറയും. ഓലയും മടലുമാണ് വർഷകാലത്ത് അടുപ്പുകളെ ഉണർത്തുക. മഴക്കാലം കഴിഞ്ഞുകിട്ടാനാണ് പാട്. അടുക്കളമുറ്റത്ത് സ്ഥാപിച്ച അടുപ്പിലാണ് വേനൽക്കാലത്ത് പാചകം.

ഓലച്ചേരിയിൽ ഓടും മരവും കല്ലും കുമ്മായവും ഉപയോഗിച്ച് പണിത ഒരേയൊരു കെട്ടിടമേയുള്ളൂ: അത് തളിവാരത്ത് ഇല്ലമാണ്. പടിപ്പുരയും നാലുകെട്ടും കുളപ്പുരയുമൊക്കെ ഉള്ളത്. ചില നായർവീടുകൾ ഞാലിപ്പുല്ലുമേഞ്ഞതും മേൽപ്പുര ഓടുമേഞ്ഞതുമാണ്.

ഒരു വണ്ണാന്റെയും മലയന്റെയും കുപ്പാടു[1]കളും നാലഞ്ച് നായർ വീടുകളുമൊഴിച്ചാൽ ബാക്കിയുള്ളതിൽ ഭൂരിഭാഗവും തീയപ്പുരകളാണ്.

---

1. വണ്ണാന്റെയും മലയന്റെയും വാസസ്ഥലം.

ആശാരിയും വാണിയനും തട്ടാനുമുണ്ട്. വയലിലെ തറകളിൽ അടിയാക്കൂട്ടങ്ങളുടെ ചാളകളുമുണ്ട്. കുമിൾമൊട്ടുകളുടെ ആകൃതിയാണവയ്ക്ക്.

താഴ്ന്നജാതിക്കാരുടെ പുരയും പുരത്തറയുമൊക്കെ മണ്ണുകൊണ്ടാണ്. മണ്ണു കുഴച്ച് പുളിപ്പിച്ച് മുറിച്ചെടുക്കുന്ന പെട്ടിക്കട്ടകൾ കൊണ്ടാണ് ചുമരുപണിയുന്നത്. ഉരുട്ടുകട്ടകളെക്കൊണ്ടും പണിയാറുണ്ട്. മഴക്കാലത്ത് ചാറ്റലടിച്ച് കട്ട പൊതിർന്നു പോകാതിരിക്കാൻ ചുമര് കൊത്തോല കൊണ്ട് മറയ്ക്കും. ചാറ്റലടിക്കാതിരിക്കാൻ ചിലർ ഇറയവും മറയ്ക്കും. വെടിപ്പ് വേണമെന്ന് നിർബന്ധമുള്ളവർ മെടഞ്ഞ ഓല ഉപയോഗിക്കും. കുപ്പാടും ഓല കുത്തിമറച്ചവയാണ്.

ചില പരിഷ്കാരങ്ങളൊക്കെ വരുത്താൻ തുടങ്ങിയിട്ടുണ്ട്. ചിലർ തറ കല്ലാക്കുന്നുണ്ട്. വേറെ ചിലർ ചുമരിന്റെ മൂല നിർമിക്കുന്നതും കല്ലു കൊണ്ടാണ്.

തീയരുടെ പുരമ്പറമ്പിന്റെ ഒരു മൂലയ്ക്ക് ആലയുണ്ടാകാതിരിക്കില്ല. ആല ആരാധനാലയം പോലെയാണ്. കൃഷിക്കാരുടെ ആലകൾ രണ്ടു ഭാഗമാക്കിത്തിരിച്ചിട്ടുണ്ടാകും. ഒരുഭാഗം എര്ത്തുകൾക്കുള്ളതാണ്; മറ്റേ ഭാഗം പശുക്കൾക്കുള്ളതും. പുല്ലിട്ടുകൊടുക്കാൻ നീണ്ട വല്ലക്കള്ളികളുണ്ടാകും. കാലികളുടെ കഴുത്തും മുഖവും ഉരസിയിട്ട് വല്ലക്കള്ളികളുടെ വായ്ഭാഗം മിനുസമാകും. ആലയുടെ ഒരുവശത്ത് വളക്കുണ്ട് കാണാം.

ചാണകം തേച്ച ഇറയവും കുളവും ഉയർന്ന തുമ്പും ഒന്നോ രണ്ടോ പുല്ലുകൂനയും ഓലച്ചേരിയിലെ തീയപ്പുരകളിലുണ്ട്; എല്ലാറ്റിലുമില്ലെങ്കിലും. പണിയായുധങ്ങൾ എവിടെയൊക്കെ വെക്കണമെന്ന് ഓരോ പുരയിലും ചില ചിട്ടകളൊക്കെയുണ്ട്. കത്തിയും കത്ത്യാളും ഇന്ന ദിക്കിൽ. പത്തായം അകത്തോ പുറത്തോ ആവാം. കുങ്കോട്ട്, കൈക്കോട്ട്, കട്ടക്കോയി[1] എന്നിവ വെണ്ണീറുംകൂടയ്ക്കരികിൽ. ഞേങ്ങോലും[2] മരവും ആലയുടെ ചേതിയിലോ തട്ടിൻപുറത്തോ. കളക്കുട, തൊപ്പിക്കുട, കൂട്ട എന്നിവ അടുപ്പിനുമുകളിൽ. എര്ത്തുകൾക്ക് മുതിര അരയ്ക്കുന്ന കുണ്ടയും കോലും പത്തായത്തിന് അടിയിൽ...

ഏറ്റും കൃഷിയുമാണ് തീയന്റെ കാര്യപ്പെട്ട പണികൾ. ഏറ്റ് തീയന്റെ കുലത്തൊഴിലാണ്.

ഓലച്ചേരിയിലെ കരപ്പറമ്പുകളിൽ ഏറ്റുതെങ്ങുകളുണ്ട്. അവയെ ഒറ്റനോട്ടത്തിൽ തിരിച്ചറിയാനാകും. തെങ്ങിന്റെ ചുവട്ടിലും ഓലയ്ക്കും നൂറ്[3] തെറിച്ചിട്ടുണ്ടാകും എന്നതാണ് ഏറ്റുതെങ്ങുകളുടെ ലക്ഷണം. ചക്കരക്കള്ള് ഉൽപ്പാദിപ്പിക്കാനാണ് അനുമതി. മാട്ടിൽ നൂറിട്ടാൽ ചക്കരക്കള്ളായി. നൂറിട്ടില്ലെങ്കിൽ കയ്പ് കള്ളായി. കയ്പ് കള്ളെടുത്ത് സ്വകാര്യമായി വിൽക്കുന്നവർ ഓലച്ചേരിയിലുണ്ട്. അതൊരു പരസ്യമായ രഹസ്യമാണ്. വിൽക്കാൻ തരപ്പെടുന്നില്ലെങ്കിൽ 'വാഷാ'ക്കി റാക്ക് കാച്ചാം.

1. കട്ടയുടയ്ക്കാനുള്ള ഉപകരണം.
2. കലപ്പ.
3. ചുണ്ണാമ്പ്.

ഓലച്ചേരിയിൽ നിരപ്പായ മണ്ണിന്റെ മുക്കാൽ പങ്കും വയലാണെന്ന് പറഞ്ഞുവല്ലോ. പാടശേഖരം മുഴുവൻ ഒരു ജന്മിയുടേതാണ്; തളിവാരത്ത് തമ്പുരാന്റെ. കുടിയായ്മ നടപ്പാണ്. ഓരോ കുടിയാനും വാരം നിശ്ചയിച്ചിട്ടുണ്ട്. എല്ലാ കൊല്ലവും കന്നിമാസത്തിൽ കൃത്യമായി വാരമളക്കണം. ഇല്ലെങ്കിൽ നിലം ഒഴിപ്പിക്കും. തന്റെ കൺമുന്നിൽ വെച്ച് മറ്റൊരു കുടിയാൻ നിലം നടത്തുന്നതു കാണേണ്ടിവരും. ജീവിതം വഴിമുട്ടി ഭ്രാന്ത് പിടിച്ചവരുണ്ട്. ജന്മിയെയും കാര്യസ്ഥനെയും വഴിവിട്ടു തൃപ്തിപ്പെടുത്തിയാൽ പരിഹാരം കണ്ടേക്കും. എല്ലാവരും അഭിമാനം പണയംവെക്കുന്നവരല്ലല്ലോ.

ഓണം, വിഷു തുടങ്ങിയ വിശേഷദിവസങ്ങളിലെല്ലാം ഇല്ലത്ത് കാഴ്ച കൊണ്ടുപോകണം. മങ്ങലം നിശ്ചയിക്കുന്നതിന് മുമ്പ് അനുവാദം വാങ്ങണം. പേര് വിളിക്കുന്നതിനും വേണം. മുട്ടിറക്കി മുണ്ടുടുത്തുകൂടാ. ഓച്ഛാനിച്ചു നിൽക്കണം. റാൻ, അടിയൻ എന്നീ ആചാരവാക്കുകൾ പറയണം. മങ്ങലം കഴിച്ചുകൊണ്ടുവരുന്ന പെണ്ണിനെ ഇല്ലത്ത് കാഴ്ചവെക്കണം. കുടിയാന്മാർ വല്ല അനുസരണക്കേട് കാണിച്ചാൽ അതിന് തക്ക ശിക്ഷ ലഭിക്കും. കാര്യസ്ഥന്മാരെ വിട്ട് കുടിയൊഴിപ്പിക്കുക, മർദിക്കുക, നിലയറയിലിട്ടടയ്ക്കുക...

ഓലച്ചേരി വയലിനെ രണ്ടായിപ്പകുത്ത് വീതിയുള്ള ഒരു നടവരമ്പുണ്ട്. അതു കിഴക്കു പടിഞ്ഞാറായി കിടക്കുന്നു. കിഴക്കോട്ടുള്ളത് കോട്ടൂർക്കുന്നും കയറിമറിഞ്ഞ് ദേശങ്ങൾ കടന്നുപോകുന്നു. പടിഞ്ഞാറോട്ടുള്ളത് അവസാനിക്കുന്നത് തളിവാരത്തില്ലത്താണ്. കൂടാതെ കരപ്പറമ്പിലെ പുരയിടങ്ങളിലേക്ക് കയറിപ്പോകുന്ന ചെറുവരമ്പുകളുമുണ്ട്. ഏതു കൊടുംവേനലിലും വരമ്പുകളുടെ വശങ്ങളിൽ വെച്ചുപിടിപ്പിച്ചതുപോലെ പുൽച്ചെണ്ടുകൾ ഉണ്ടാകും. ഇരുഭാഗത്തും മുണ്ടക്കാടു[1]കൾ വളർന്നു നിൽക്കുന്ന ഒരു തോടും വയലിലൂടെ വളഞ്ഞു പുളഞ്ഞൊഴുകുന്നുണ്ട്. വേനൽക്കാലത്ത് അതിൽ നിറയെ പൂത്താലികൾ വിരിഞ്ഞു നിൽക്കും. കുന്നുകളുടെ പാർശ്വങ്ങളിൽനിന്നുള്ള ഉറവകൾ തോടായിത്തീർന്നതാണ്. ഓലച്ചേരിക്കാർക്ക് ഇത് മുണ്ടത്തോടാണ്. മഞ്ഞച്ചൂട്ടാച്ചിയും പൊടിച്ചെമ്മീനും ധാരാളമുണ്ടാകും.

വയൽത്തറകളിലെ തെങ്ങോലത്തുമ്പുകളിൽ ഊഞ്ഞാലാടുന്ന ഏളപ്പക്ഷികളുടെ കൂടുകളുണ്ട്. എന്തൊരു ശിൽപ്പഭംഗി! ഓലനാരുകൾ കൊണ്ടാണത്രേ കൂടൊരുക്കുന്നത്. കൂടിന്നുള്ളിൽ കമനീയമായ അറകളുണ്ട്. വെളിച്ചത്തിനുവേണ്ടി മിന്നാമിനുങ്ങിനെ കൊത്തിക്കൊണ്ടുവന്ന് കൂട്ടിനുള്ളിൽ വെക്കുമത്രേ ഏളപ്പക്ഷികൾ.

കരപ്പറമ്പിൽ ഉച്ചത്തിൽ വിളിച്ചാൽ വിളികേൾക്കുന്നിടത്ത് പുരകളുണ്ട്. അങ്ങനെയുള്ള പുരകളിലൊന്നിലാണ് ചിറമ്മൽ ഒതേനൻ എന്നൊരാൾ കുടുംബസമേതം താമസിക്കുന്നത്. ചിറമ്മൽ എന്നത് പുരപ്പേ

1. കൈതക്കാട്.

രാണ്. പുരപ്പേരും പേരും തമ്മിൽച്ചേർത്ത് ‘ചെറമ്മലൊതേനൻ’ എന്നാണ് ദേശക്കാർ അയാളെ വിളിക്കാറുള്ളത്. തളിവാരത്തില്ലത്തെ കുടിയാന്മാരിലൊരാളാണയാൾ. കൂടാതെ ഏറ്റും.

തെങ്ങിന്റെ മണ്ടയിലും കണ്ടത്തിലുമായി ജീവിതം തള്ളിയ അധ്വാനിയാണ് ഒതേനൻ. ഒതേനന്റെ ഓള്[1] കുഞ്ചോറു അയാൾക്ക് ഒത്ത പെണ്ണാണെന്ന് ദേശക്കാർ പറയും. കാരണം പണിയെടുക്കാൻ യാതൊരു മടിയുമില്ലാത്ത പെണ്ണ്! നാട്ടിയുടെ സമയത്ത് നാട്ടി, മൂർച്ച[2]യുടെ സമയത്ത് മൂർച്ച, കട്ടപൊളിയാകുമ്പോൾ കട്ട പൊളി, പൈക്കൾ, ആല, നട്ടി[3].... കോഴികൂവുമ്പോൾ തുടങ്ങിയാൽ അന്തിവരെ...

ഇതിനിടയിൽ മൂന്ന് മക്കളെയും പെറ്റു കുഞ്ചോറു. മൂത്തത് ആണ്. കീഴെ രണ്ടു പെണ്ണ്. ചിരോണ്ടൻ, കുഞ്ഞാതി, മാണിക്കം.

ചിരോണ്ടന് ‘ഗോപാലൻ’ എന്നു പേർ വിളിക്കണമെന്നായിരുന്നു ഒതേനനും കുഞ്ചോറുവും ആശിച്ചിരുന്നത്. പക്ഷേ, തളിവാരത്തുനിന്ന് സമ്മതം കിട്ടിയില്ല. അനുവാദമില്ലാത്ത പേര് വിളിക്കുന്നതു പോലും ശിക്ഷാർഹമാണ്.

1. ഭാര്യ.
2. കൊയ്ത്ത്.
3. പച്ചക്കറി കൃഷി.

2

കൈവിത്ത്

"**പൂ**വാൻ പൊറപ്പെട്ടു... പൂവാൻ പൊറപ്പെട്ടു."

ദേശത്തെ ഏതോ ഉയർന്ന മരത്തിന്റെ ഇലച്ചാർത്തിനുള്ളിൽനിന്ന് വിഷുപ്പക്ഷിയുടെ അറിയിപ്പ് കേട്ടു. ഓലച്ചേരിയിലെ കുഞ്ഞുങ്ങൾ ചെകി ടോർത്തു. കുഞ്ഞുങ്ങൾ വിഷുപ്പക്ഷിയെ അനുകരിച്ചു. അനുകരണം പക്ഷിയെ കൂടുതൽ ഉച്ചത്തിൽ വിളിച്ചുകൂവാനുള്ള പ്രകോപനം സൃഷ്ടിക്കും എന്നാണ് വിശ്വാസം.

ഇടവപ്പാതിയോടെ വിഷുപ്പക്ഷിയുടെ അറിയിപ്പ് നിലയ്ക്കും... വീണ്ടും അറിയിപ്പിന് ഒരുകൊല്ലം കാത്തിരിക്കണം. ഏതോ നാട്ടിൽനിന്ന് വരുന്ന പക്ഷിയാണത്. അല്ലെങ്കിൽ എന്നും അതിന്റെ പാട്ട് കേൾക്കില്ലെ?

കൊട്ടിയൂർ തീർഥാടകർ ഇളനീർപ്പടികളിൽ വ്രതനിഷ്ഠയുമായി യാത്രയ്ക്ക് തയാറെടുക്കുന്ന ദിനങ്ങൾക്ക് മുമ്പാണ് വിഷുപ്പക്ഷിയുടെ പാട്ടുകേൾക്കുക. അതുകൊണ്ട് പൂർവികർ ആ പക്ഷിക്ക് പേരു വിളിച്ചു 'പൂവാൻ പൊറപ്പെട്ടു'.

ദക്ഷയാഗം നടന്ന സ്ഥലമാണത്രെ കൊട്ടിയൂർ. യാഗശാല തകർ ത്തിട്ടും ദക്ഷനെ ഗളച്ഛേദം ചെയ്തിട്ടും കോപം ശമിക്കാതെ ഉറഞ്ഞു തുള്ളിയ ശിവനെ സമചിത്തനാക്കിയത് ഇളനീർ അഭിഷേകം ചെയ്തി ട്ടാണ്. ഇതിന്റെ അനുസ്മരണമായാണ് ഇളനീർത്തണ്ടുകളും പേറി ഇളനീർ സംഘങ്ങൾ വ്രതാനുഷ്ഠരായി കൊട്ടിയൂരിലേക്ക് കാൽനടയായി പുറപ്പെടുന്നത്. ഓരോ താവളങ്ങളിൽ പാകംചെയ്തും അന്തിയുറങ്ങി യുമാണ് അവർ സന്നിധാനത്തിലെത്തിച്ചേരുക. മുറതെറ്റാതെ കൊട്ടിയൂർ പെരുമാൾക്ക് ഇളനീർ അർപ്പിക്കുന്ന ഓലച്ചേരിക്കാരിൽ ഒരാളാണ് ഒതേനൻ.

കൊട്ടിയൂര് തൊഴാൻ പോകുന്നവർ അവിടേക്കാണ് പോകുന്നതെന്ന് ആരോടും വാ തുറന്ന് പറയില്ല. 'കെഴക്കോട്ട് പോന്ന്' അല്ലെങ്കിൽ 'തൊവ്വാൻ[1] പോന്ന്' എന്നേ പറയൂ. കാരണം കൊട്ടിയൂർ പെരുമാളുടെ സന്നിധാനം ഘോരവനത്തിനുള്ളിലാണ്. എത്തിയാൽ എത്തി; വന്നാൽ വന്നു. പോയാൽ തിരിച്ചുവരും എന്നതിന് യാതൊരുറപ്പുമില്ല. കൊടുങ്കാട് താണ്ടി കാൽനടയായിട്ടാണ് അവിടെ ചെല്ലേണ്ടത്. മുമ്പേ പോകുന്നവർ കാട് തെളിച്ച് പോകാനൊരു വഴിയുണ്ടാക്കും. ഇരുവശത്തും ഇടതൂർന്ന ഓടക്കാടുകളാണ്. ഇടവപ്പാതിയിൽ കാട്ടുചോലകൾ നിറഞ്ഞൊഴുകും. വന്യമൃഗങ്ങളുടെ വിഹാരരംഗമാണ് കൊട്ടിയൂർ വനം. ആപത്ത് മറന്ന് ഒരു ഉൾവിളിയുമായാണ് തീർഥാടനം. വ്രതശുദ്ധി നഷ്ടപ്പെട്ടവർക്ക് ജീവൻ നഷ്ടപ്പെടുമെന്നാണ് വിശ്വാസം. അതുകൊണ്ട് പുറപ്പെട്ടവർ തിരിച്ചു വരുമെന്ന് ഉറപ്പിക്കാനാവില്ല. തിരിച്ചെത്തിയില്ലെങ്കിൽ വന്യമൃഗങ്ങൾക്ക് ഭക്ഷണമായിത്തീർന്നെന്ന് വിശ്വസിച്ചുകൊള്ളുക. അല്ലെങ്കിൽ കാട്ടുചോല മുറിച്ചുകടക്കുമ്പോൾ കുത്തൊഴുക്കിൽപ്പെട്ടുവെന്ന് കരുതിക്കൊള്ളുക. ശേഷിച്ചവർ സങ്കടപ്പെടാതെ അത് ഭക്തിപെട്ട ഓർമയായി സൂക്ഷിച്ചു കൊള്ളുക. തീർഥാടന വഴിയിലാണല്ലോ ദേഹം വെടിഞ്ഞത്!

തിരിച്ചുവരുമ്പോൾ ഓട മുറിച്ച് ചതച്ച് പൂവാക്കും. അത് ഓടത്തണ്ടിന്റെ അറ്റത്ത് കെട്ടിയിടും. അതും കുത്തിപ്പിടിച്ചാണ് നനഞ്ഞൊലിച്ചു കൊണ്ട് മടക്കയാത്ര. പടിഞ്ഞാറ്റയിലെ തുലാത്തിൽ തീർഥാടന സ്മരണയുമായി ഓടപ്പൂവ് തൂങ്ങിക്കിടക്കും; അടുത്ത കൊല്ലംവരെ.

സൂര്യൻ മീനം രാശിയിൽനിന്ന് മേടം രാശിയിലേക്ക് കടക്കുന്ന ദിവസമാണ് വിഷു സംക്രാന്തി. രാവും പകലും തുല്യം. അന്നുതന്നെ അശ്വതി ഞാറ്റുവേല തുടങ്ങും.

ഒതേനൻ തളിവാരത്തില്ലത്ത് കാഴ്ചയുമായി ചെന്നു. വാഴക്കുല, മത്തൻ, ഇളവൻ, വെള്ളരിക്ക എന്നിവ വലിയ കുട്ടയിലാക്കിയാണ് കൊണ്ടുപോയത്. എല്ലാം അവനവൻ നട്ടുനനച്ചു വളർത്തിയവ.

ഒരു കോടി മുണ്ട് വിഷുക്കൈനീട്ടമായി കിട്ടി. അന്തിക്കേറ്റിന്റെ സമയത്ത് തിരിച്ചെത്തി.

മക്കൾ ഉറങ്ങിയതിനുശേഷമാണ് കുഞ്ചോറു കണിയൊരുക്കിയത്. കാരയപ്പം ചുട്ട് പുതുക്കലത്തിൽ നിറച്ചു.

ദിവസങ്ങൾക്കുമുമ്പുതന്നെ നാരച്ചൻ[2] പുതുക്കലങ്ങൾ എല്ലാ പുരകളിലും എത്തിച്ചിരുന്നു.

അരിമാവ് കൊണ്ട് കണിക്കളം വരഞ്ഞു. തേങ്ങയും മാങ്ങയും ചക്കയും വെള്ളരിക്കയും നിരത്തി. അതിനെല്ലാം അരിമാവുകൊണ്ട് കുറി വരഞ്ഞു. കൊന്നപ്പൂങ്കുലകൾ വെച്ചു. ചെറിയകിണ്ണത്തിൽ പഞ്ചധാന്യങ്ങൾ നിറച്ചു. കാരയപ്പം നിറച്ച പുതുക്കലം കണിക്കളത്തിന്റെ മധ്യത്തിൽ

---

1. തൊഴാൻ.
2. കുശവൻ.

പ്രതിഷ്ഠിച്ചു. കലത്തിന് മുകളിൽ ഉണങ്ങലരി നിറച്ച കിണ്ണം വെച്ചു; അതിൽ ഒരു മിന്നു സ്വർണവും. കണിക്ക് മുതിർത്തപ്പോൾ പാതിരയായി. ഒന്നു കണ്ണുപൂട്ടിത്തുറന്നപ്പോഴേക്കും കണികാണാനുള്ള നേരവുമായി.

ഉമി കൂട്ടിത്തുടച്ച് വെടിപ്പാക്കിയ നിലവിളക്കിന്റെ തിരികൾ കത്തിയതോടെ കണിക്കളം തെളിഞ്ഞു.

“പിള്ളറേ, കണികാണാൻ നേരായി എണീക്ക്.” കുഞ്ചോറു മക്കളെ വലിച്ചെഴുന്നേൽപ്പിച്ച് കണിക്കളത്തിന്റെ മുന്നിലിരുത്തി. അവർ ആ അത്ഭുത ലോകത്തിലേക്ക് ഉറ്റുനോക്കി. ഒരവിശ്വസനീയത അവരുടെ കണ്ണുകളിൽ നിഴലിച്ചു. ഉറങ്ങാൻ പോകുന്നതിനുമുമ്പ് തങ്ങളിത് കണ്ടിരുന്നില്ലല്ലോ. കുറിതൊട്ട പുതുക്കലവും തേങ്ങയും മാങ്ങയും ചക്കയും വെള്ളരിക്കയും! വെളിച്ചം തട്ടി ഒന്നുകൂടി പൊൻ നിറമായ കൊന്നപ്പൂങ്കുല!

“അല്ലാ, നിങ്ങ ഒറങ്ങ്വാ?” കുഞ്ചോറുവിന്റെ ആ ചോദ്യത്തിന്റെ അർഥം ഒതേനന് കണികാണേണ്ട ഊഴമായി എന്നാണ്.

ഒതേനൻ കണികണ്ടശേഷം കിണ്ണത്തിൽനിന്ന് ഒരു നുള്ള് ഉണങ്ങലരിയും നുള്ളി മുറ്റത്തിറങ്ങി. കിഴക്കോട്ട് അരിയെറിഞ്ഞ് തൊഴുതു; ഉദയ ഭഗവാനെ. സർവൈശ്വര്യങ്ങൾക്കും കാരണഭൂതൻ!

കണി മനുഷ്യൻ മാത്രം കണ്ടാൽ പോര. കാലികളെയും കാണിക്കണം. അതും ഒരു ചടങ്ങാണ്.

നിലവിളക്കും കണിവസ്തുക്കൾ നിറച്ച തളികയുമായി കുഞ്ചോറു ആലക്കൽ ചെന്നു. ചിരോണ്ടനും അമ്മയുടെ പിന്നാലെ കൂടി.

പതിവില്ലാത്തതു കണ്ട് കാലികൾ ഞെട്ടിപ്പിടഞ്ഞെഴുന്നേറ്റ് അമറാൻ തുടങ്ങി. അവരുടെ കണ്ണുകൾ പച്ച നിറത്തിൽ പ്രകാശിച്ചു. നെറ്റിയിലും കഴുത്തിലും തലോടിയും പേര് വിളിച്ചും സാന്ത്വനിപ്പിച്ചു. എന്നിട്ടും അവിശ്വാസത്തോടെ മണത്തും നക്കിയും അമറിയും വെപ്രാളം കാണിച്ചു. കൊത്തി നുറുക്കിയ ചക്കയും വെള്ളരിക്കയും തിന്നാനിട്ടുകൊടുത്തതിനു ശേഷമേ അവർ ശാന്തരായുള്ളൂ. ജീവികൾ ആഹാരത്തിനുമുന്നിൽ സ്വസ്ഥചിത്തരാണ്.

ഈ നേരത്ത് വയലിൽ കൈവിത്തിടാൻ ചെല്ലേണ്ട ഒരുക്കം നടത്തുകയാണ് ഒതേനൻ. മണ്ണിൽ ആദ്യത്തെ വിത്തു വീഴേണ്ടത് വിഷുപ്പുലരിയിലാണ്.

മുറത്തിൽ അൽപ്പം കഴമ നെൽവിത്തെടുത്തു. ചകിരി കളഞ്ഞ് വൃത്തിയാക്കിയ ഇളനീര് മുറത്തിൽ വെച്ചു; കൂടെ കത്ത്യാളും. കുങ്കോട്ട് ചുമലിൽ തൂക്കിയിട്ടു. കണിക്കളത്തിലെ നിലവിളക്കിൽനിന്നു കത്തിച്ച ചൂട്ടും വീശി ഒതേനൻ മുറ്റത്തിറങ്ങി.

“ചിരോണ്ടാ നീയും പോട് അച്ചന്റൊപ്പരം കൈവിത്തിടാൻ. ദാ, നോക്ക് നിങ്ങ ഇവനീം കൂട്ടിക്കോ” കുഞ്ചോറു മകനെ മുന്നോട്ട് തള്ളി. അവനാണല്ലോ ആൺതരി!

ഒതേനൻ പിൻഗാമിയെ കാത്തുനിന്നു. കുഞ്ഞുമുണ്ട് അരയിൽ ചുറ്റി ചിരോണ്ടൻ അച്ഛന്റെ കൂടെ ചെന്നു. ചുറ്റിയത് കോടിമുണ്ടാണ്.

ചിരോണ്ടൻ കോണകപ്രായമൊക്കെ കഴിഞ്ഞു. ചെറുപ്പത്തിൽ കുമ്പാളക്കോണകം. പിന്നെ പട്ടു കോണകം. അതു കഴിഞ്ഞ് ചാലിയ ത്തോർത്ത്.

ഓണത്തിനും വിഷുവിനുമാണ് കോടി വാങ്ങുക.

ഒതേനൻ കോടിവാങ്ങാറുള്ളത് ചാലിയച്ചെട്ട്യാനോടാണ്. ചെട്ട്യാൻ കൊല്ലത്തിൽ രണ്ടു തവണ തോർത്തുകെട്ടുമായി ഓലച്ചേരിയിൽ വരും. കുഴിത്തറിയിൽ നെയ്യുന്ന തോർത്താണ്. വില നെല്ലായിട്ടാണ് കൊടു ക്കുന്നതും വാങ്ങുന്നതും. നാണിഭത്തന്റെ കൈമാറ്റം ദുർലഭമാണ്.

വയലിൽ അവിടവിടെ ചൂട്ടുകൾ മിന്നുന്നതും തെളിയുന്നതും അവർ കണ്ടു. കൈവിത്തിടുന്നവരാണ്.

ഒതേനൻ തന്റെ ഒടി[1]യുടെ അടുത്തെത്തി. കണ്ടത്തിന്റെ കന്നിമൂല യ്ക്ക്. കുങ്കോട്ടുകൊണ്ട് തലക്കട വട്ടം കിളച്ചിട്ടു. ചൂട്ട് തല്ലിക്കെടുത്തി വെണ്ണീറുണ്ടാക്കി. അത് വളപ്രയോഗം. അയാൾ കിഴക്കനാകാശം നോക്കി. കോട്ടൂർ കുന്നിനപ്പുറം മറഞ്ഞു നിൽക്കുന്ന പകലോനെ ധ്യാനിച്ച് വിത്തു വിതച്ചു. ഇളനീരിന്റെ മൂട് ചെത്തി മണ്ണ് നനച്ചു. അത് ജലസേചനം.

ഭൂമി തൊട്ട് നെറുകയിൽ വെച്ച് അവർ മടങ്ങി.

ഒരാഴ്ച കഴിയുന്നതോടെ ഓലച്ചേരി വയലിൽ അവിടവിടെ ചെറിയ ചെറിയ പച്ചത്തുരുത്തുകൾ പ്രത്യക്ഷപ്പെട്ടു. കൈവിത്ത് പൊടിച്ചതാണ് ആ പച്ചത്തുരുത്തുകൾ.

ഇനിയാരും വയലിലേക്ക് കാലികളെ മേയാൻ തുറന്നുവിട്ടുകൂടാ. എത്ര അടുപ്പമുള്ളവരായാലും ശരി കൈവിത്ത് കാലി തിന്നാൽ ക്ഷമിക്കില്ല. വായ്പ്പോര് തുടങ്ങും. തോന്നിയതൊക്കെ വിളിച്ചുകൂവും. മിക്കതും പുല യാട്ടുകഥകളാവും. മിത്രങ്ങൾ ശത്രുക്കളാകും.

പല്ലുതേച്ച്, കൈകാൽ മുഖം കഴുകി, ഒതേനൻ കുളുത്തിനുവേണ്ടി അടുക്കളയിൽ ചെന്ന് ഇരുന്നു.

"ഈ ഒന്നാംന്തി വെള്ക്കുമ്പം കുള്ത്ത്[2] കുടിക്കണൊ? കാരയപ്പം തിന്നൂടേ നിങ്ങക്ക്?" കുഞ്ചോറു പറഞ്ഞു.

കുഞ്ഞുങ്ങൾ കാരയപ്പം തിന്നുന്നത് അയാൾ ശ്രദ്ധിച്ചു.

"നീ കുള്ത്ത് വെളമ്പ് കുഞ്ചോറു. കുള്ത്ത് കുടിച്ചിറ്റില്ലെങ്കിൽ തെങ്ങ് മ്മക്കേറാൻ പൊതം[3] കിട്ടൂല്ല."

ഒതേനൻ പറഞ്ഞത് വാസ്തവമാണ്. കുളുത്താണ് കർഷകന്റെ കരുത്ത്. എത്ര വെയിൽ കൊണ്ടാലും ക്ഷീണം ഉണ്ടാവില്ല. നട്ടുച്ചയ്ക്ക് പോലും വിയർപ്പ് പൊടിയില്ല. അകവുംപുറവും ശീതളം.

തമ്മിലൊട്ടിപ്പിടിക്കാത്ത വറ്റുള്ള കുളുത്ത് തലേന്ന് തേങ്ങയരച്ചു വെച്ച മീനോ, വെള്ളരിക്കപ്പുളിങ്കറിയോ ഉണ്ടെങ്കിൽ കുളുത്തു കുടി ഗംഭീര മാകും. ഓർത്തപ്പോൾ ഒതേനന് ഉമിനീരിളകി.

---

1. പാടശേഖരം.
2. പഴയ ചോറ്.
3. ബലം.

കുളുത്തും കുടിച്ച് ഒതേനൻ രാവിലത്തെ ഏറ്റ് കഴിഞ്ഞ് വന്നു. ഏറ്റ സമ്മാനങ്ങൾ ഞാലിയുടെ മൂലയ്ക്കും ഇറയിലുമായി വെച്ചു. ചെന്ന് നട്ടിക്കും കൊടിക്കും വെള്ളം വീഴ്ത്തി. കാലികളെ അഴിച്ചു കെട്ടി. എര്തുകൾക്ക് പുല്ലിട്ടു. കുഞ്ഞോറുവിനെ വിളിച്ച് ആലയിലെ ചാണകം വാരാൻ പറഞ്ഞു.

വളക്കുഴി മിക്കവാറും നിറഞ്ഞുകഴിഞ്ഞു. വളം കടത്തി കണ്ടത്തിൽ കൊണ്ടിടണം. കുട്ടകളൊക്കെ പഴയതായി. പുതിയവയ്ക്ക് ഏൽപ്പിച്ചിട്ടുണ്ട്.

ഉച്ചക്കേറ്റ് കഴിഞ്ഞു വന്നിട്ടാണ് ഒതേനൻ വിഷുസദ്യയുണ്ടത്. അന്തിക്കേറ്റിനുള്ള നേരമാകും വരെ ഒന്നു മയങ്ങി. അന്തിക്കേറ്റ് കഴിഞ്ഞു വന്ന് കുളിച്ച് ഭസ്മം തൊടലിനും ക്ഷണനേരത്തെ പ്രാർഥനയ്ക്കും ശേഷം ഭക്ഷണത്തിനിരുന്നു. ഒതേനൻ ഉണ്ടിട്ടു വേണം കുഞ്ഞോറുവിന് കഴിക്കാൻ.

മക്കൾ നേരത്തെ കഴിച്ച് ഉറങ്ങിയിരുന്നു. ഉച്ചയ്ക്ക് പാചകം ചെയ്തതിൽ മിച്ചം കൊണ്ട് രാത്രിയും കഴിക്കുന്നത് വിശേഷദിവസങ്ങളിൽ പതിവാണ്. ഈ മിച്ച വിഭവങ്ങൾക്കാണ് രുചി കൂടുതൽ. ഉറുമ്പ് കേറാതിരിക്കാനും പൂച്ച കക്കാതിരിക്കാനും എല്ലാം കുഞ്ഞോറു ഉറിയിലാക്കിവെക്കും.

എല്ലാം വെച്ചടച്ച് കുഞ്ഞോറു നിലവിളക്കിന്റെ വെളിച്ചത്തിൽ വന്നിരുന്ന് തുമ്മാൻ പാത്രം[1] വലിച്ചടുപ്പിച്ചു. തളിർവെറ്റിലയ്ക്ക് നൂറ് തേച്ചു. കുഞ്ഞോറുവിന് ചവ നിർബന്ധമില്ല; ആവാമെന്നേയുള്ളു. അടയ്ക്ക ചുണങ്ങി വെടിപ്പാക്കി കഷ്ണിച്ച് തുമ്മാൻ പാത്രത്തിലിടേണ്ട കടമ കുഞ്ഞോറുവിന്റേതാണ്.

ഒതേനൻ ഒരു കഷ്ണം പുകയില ഞെരിച്ച് മുറിച്ച് സ്വൽപ്പം നൂറ് പുരട്ടി വിരലുകൾകൊണ്ട് ഞെരടി സാവകാശം അണയിൽ തിരുകി വെച്ചു. താംബൂലചർവണവും ഒരു അനുഷ്ഠാനമാണ്.

കുഞ്ഞോറു യാന്ത്രികമായി അടയ്ക്ക ചുണങ്ങിക്കൊണ്ട് നിലവിളക്കും നോക്കിയിരുപ്പാണ്.

"മതി കുഞ്ഞോറൂ അടയ്ക്ക ചൊണങ്ങ്യത്" കുഞ്ഞോറുവിന്റെ ശ്രദ്ധ തിരിക്കാൻ ഒതേനൻ പറഞ്ഞു.

കുഞ്ഞോറു ചുണങ്ങൽ മതിയാക്കി. പക്ഷെ നോട്ടം നിലവിളക്കിൽ തന്നെ.

"നീയെന്താ കുഞ്ഞോറൂ; ഒര് പ്റേതം കൂട്യമാതിരി?"ഒതേനൻ ചോദിച്ചു.

"നിങ്ങ്യോട് ഞാനൊന്ന് ചോയ്ക്കട്ടെ?"കുഞ്ഞോറു ഒതേനനെ സൂക്ഷിച്ച് നോക്കി.

"ഒന്നാക്കണ്ട കുഞ്ഞോറു. കൊറേ ചോയ്ച്ചോ" അയാൾ കളി പറഞ്ഞു.

"അല്ലെങ്കില് ചോയ്ക്ക്ന്നില്ല."

"അതെന്താ കുഞ്ഞോറു അങ്ങന, എന്ത് വേണമെങ്കിലും ചോയ്ച്ചോ" ഒതേനൻ പ്രോത്സാഹിപ്പിച്ചു.

---

1. വെറ്റിലച്ചെല്ലം.

"ചോയ്ച്ചാൽ നിങ്ങക്ക് ദേശ്യം വര്വോ?"

"എനക്കെന്തിനാ ദേശ്യം വെര്ന്ന്!" അയാൾ പാവമായി.

"നിങ്ങ ചിരോണ്ടനെ ഏറാനും കാലി പൂട്ടാനും ആക്കാനാ പോന്ന്?" കുഞ്ചോറു ചോദിച്ചു.

ഒതേനൻ ഇരുന്നിടത്തുനിന്ന് പുകയിലച്ചാറ് നീട്ടിത്തുപ്പിയിട്ട് പറഞ്ഞു: "ഇതെന്ത് ചോദ്യാ കുഞ്ചോറു നിന്റത്? ഓനെ ഞാൻ എന്താ ആക്കണ്ട്? തുക്ക്ടിസായ്പാക്കണാ നീ പറ!"

എവിടെയും നോട്ടമുറപ്പിക്കാതെ കുഞ്ചോറു പറഞ്ഞു:

"ഓനെ നിങ്ങ ഒരു സായ്പും ആക്കണ്ട. ഓനെ അളോറ എയ്ശ്ശന്റെ എയ്ത്ത് പള്ളീലിര്ത്തണം."

"നീ കാര്യായിറ്റ് പറഞ്ഞതെന്യാ?" വിശ്വാസം വരാതെ ഒതേനൻ ചോദിച്ചു.

"പിന്നല്ലാണ്ട്" കൂസലില്ലാതെ കുഞ്ചോറു പറഞ്ഞു.

"നിനിക്കെങ്ങന്യാ ഇത് പറയാൻ തോന്ന്യത്?"

"ഇന്നാളൊര് ദെവസം ഞാൻ കിനാക്കണ്ട്; ചിരോണ്ടൻ എയ്ത്ത് പള്ളീല് ഇരിക്ക്ന്നത്."

കുഞ്ചോറു സ്വപ്നം കണ്ടത് മർദിച്ചൊതുക്കി വെച്ച തന്റെ ആഗ്രഹം തന്നെയല്ലേ? ഒതേനൻ അയാളോട് തന്നെ സംശയനിവാരണം ചെയ്തു.

3

ഞാറ്റുവേല

ഓലച്ചേരിക്കാർ കണ്ടം കീറിമുറിച്ചു. കട്ട പൊളിച്ചു. ചാലെടുത്തു. വെണ്ണീറും വളവും ചപ്പും കൊണ്ടിട്ടു. കാര്യമായി വേനൽമഴയൊന്നും ലഭിച്ചില്ല. മഴ പെയ്ത് പൂലാ[1]യിട്ട് വിത്തിറക്കാൻ കാത്തുനിന്നാൽ അതൊരു ഭാഗ്യ പരീക്ഷണമായിരിക്കുമോ എന്ന സംശയവും ഒരുവശത്തുണ്ട്. മഴ കൂടി പെയ്താൽ വിത്ത് മുളയ്ക്കില്ല. പിന്നെ കരപ്പറമ്പിൽ ഞാറിട്ട് കണ്ടത്തിലേക്ക് പറിച്ച് നടേണ്ടി വരും. അത് വേണ്ടത്ര ഗുണം ചെയ്യില്ല. അതുകൊണ്ട് പൊടിമണ്ണിൽ വാളുന്നവർ വാളി[2]. ഞാറിടുന്നവർ ഞാറിട്ടു. മേടം ആദിയിൽ വിത്തിടൽ കഴിയണമെന്നാണ് പ്രമാണം.

നാട്ടിവെച്ചില്ലെങ്കിൽ കൃഷിപ്പണിയെടുത്തു എന്ന തോന്നലുണ്ടാവില്ല ഒതേനന്. നാട്ടിക്കണ്ടത്തിന്റെ വരമ്പിൽ ചെന്നു നിൽക്കുന്നത് മനം കുളിർപ്പിക്കും. നെൽക്കാലുകൾ തെഴുത്ത് കൊഴുത്ത് വളരുന്നത് കണ്ടാൽ മതി! ഇടയ്ക്കൊന്നു ചാണകമെറിഞ്ഞു കൊടുത്താൽ കറുത്തിരുണ്ട് കരിമ്പിൻ കാടുപോലെയാകും.

കുഞ്ചോറുവിനും നാട്ടിയോടാണ് താൽപ്പര്യം. വിളവ് കൂടുതൽ നാട്ടിക്കാണ്. വാളലിൽ കള കൂടും. പൊടിക്കള ആദ്യം തന്നെ പറിച്ചു കളഞ്ഞാൽ കുറച്ചെങ്കിലും രക്ഷപ്പെടാം. വള്ളിപ്പുല്ലും വട്ടിപ്പുല്ലും നെല്ലിനെ നിവർന്നു നിൽക്കാൻ സമ്മതിക്കില്ല. ചുവന്ന മീശക്കാരൻ വരിനെല്ലിനെ തക്ക സമയത്ത് നശിപ്പില്ലെങ്കിൽ പാടശേഖരം മുഴുവൻ അവൻ ആധിപത്യം സ്ഥാപിച്ചു കളയും. നെല്ലിനെ അടിച്ചമർത്തുന്ന ഭയങ്കരനാണവൻ.

മറ്റു കൃഷിക്കാരെ അപേക്ഷിച്ച് ഒതേനന് മറ്റൊരു സൗകര്യമുണ്ട്. മേടം ആദിക്ക് മഴ കിട്ടിയില്ലെങ്കിൽപ്പോലും മണ്ണടരിനുള്ളിൽ പൂല് തങ്ങി

1. ഈർപ്പം.
2. വിതക്കൽ.

നിൽക്കുന്ന ഞാറ്റുകണ്ടങ്ങളുണ്ടയാൾക്ക്. കൂടിപ്പെയ്ത്വെള്ളം കയറി ഞാറ് ചീഞ്ഞു പോകുമെന്നോ, മഴ കിട്ടാതെ കരിഞ്ഞുപോകുമെന്നോ ഭയപ്പെടേണ്ടതില്ല. ഇടവപ്പാതി തകർക്കുന്നതിന് മുമ്പ് പറിച്ച് നടുകയും ചെയ്യാം.

മേടം മുക്കാലും കത്തിക്കരിഞ്ഞു. ഉച്ചതിരിഞ്ഞനേരത്ത് മുണ്ട ക്കാട്ടിൽ നിന്ന് മുണ്ടക്കോഴികൾ കരയാൻ തുടങ്ങിയിട്ട് ദിവസങ്ങളായി. വിത്തു പൊതികൾ അട്ടിവെച്ച അകത്തിറയത്തിന്റെ മൂലയ്ക്കിരുന്ന് മണാട്ടിത്തവളകൾ കൊട്-കൊട്-കൊട് എന്നു പറയാൻ തുടങ്ങിയിട്ടും ദിവസങ്ങളായി. അപ്പോൾ വെള്ളരിക്കുണ്ടിന്റെ നനഞ്ഞ മാളത്തിനുള്ളി ലിരുന്ന് പേക്കൻ തവളകൾ തറാം-തറാം-തറാം എന്ന് വാഗ്ദാനം നൽ കാൻ തുടങ്ങിയിട്ടും നാളുകളായി.

മഴക്കാലം സമാഗതമാകുന്നതിന്റെ ലക്ഷണങ്ങളാണിതെല്ലാം. ഋതു ഭേദങ്ങൾക്ക് പ്രകൃതി ഒരുങ്ങുമ്പോൾ ജീവികൾ ഉൾവിളികൾക്ക് വഴങ്ങി ത്തുടങ്ങുകയായി.

കൂവാച്ചിമാതൻ[1] ഓലച്ചേരിയിലെ ഏറ്റവും ഉയരം കൂടിയ വൃക്ഷ ത്തലപ്പിൽ പറന്നിരുന്ന് ഉച്ചത്തിൽ കരഞ്ഞു. ചിരോണ്ടനും കുഞ്ഞാതിയും മാണിക്കവും കൂവാച്ചിമാതനെക്കാണാൻ വളപ്പിലേക്കോടി.

മഴക്കാലമടുക്കുമ്പോൾ അന്യദേശത്തുനിന്ന് പറന്നുവരുന്ന ഒരു പക്ഷിയാണത്.

"കൂവാച്ചിമാതന് കൊക്കോണ്ട് വെള്ളം കുടിക്കാൻ പറ്റൂല. അയിന്റെ തലേല് ഒര് മരീ[2]ണ്ട് . വെള്ത്ത നെറത്തില് ആ മരി കാണാ. മയ പെയ്താ ല് ആ മരീല് വെള്ളം നെറേം ആ വെള്ളാ കൂവാച്ചിമാതൻ കുടിക്കാ." കൂവാച്ചിമാതനെപ്പറ്റി നിലനിൽക്കുന്ന ഒരു വിശ്വാസം കുഞ്ചോറു മക്കൾക്ക് പറഞ്ഞു കൊടുത്തു.

അവർ വീണ്ടും പുറത്തേക്കോടി, വൃക്ഷത്തലപ്പിൽ ചിറകിട്ടടിച്ച്, മരി ഉയർത്തിപ്പിടിച്ച്, ദാഹജലത്തിന് വേണ്ടി കൂവാച്ചിമാതൻ കരയുന്നു! അവർക്ക് കൂവാച്ചിമാതനോട് വല്ലാത്ത സഹതാപം തോന്നി.

കുറച്ചു ദിവസങ്ങളായി ഓലച്ചേരിയെ ഒരു മങ്ങൂഴം ബാധിച്ചിട്ട്. വർഷാരംഭത്തിന്റെ ലക്ഷണമാണിത്.

നാളുകൾ അധികം വേണ്ടിവന്നില്ല; പടിഞ്ഞാറനാകാശത്തിന്റെ മട്ടുമാറാൻ. പുലർച്ചെ കടലിൽനിന്ന് ഇടി മുഴങ്ങി. തുടർന്ന് തണുത്ത കാറ്റ് വീശി. കാർമേഘം അന്തരീക്ഷത്തിൽ അതിവേഗം വ്യാപിച്ചു.

ഇങ്ങനെയിരിക്കെ കണിയാട്ടിക്കല്ല്യാണി കളക്കുടയും തൊപ്പി ക്കുടയും പേറി ഓലച്ചേരിയിലിറങ്ങി. ഈ ദേശത്തെല്ലാം ഓലക്കുടകൾ എത്തിച്ചുകൊടുക്കുന്നത് കണിയാൻ കുടുംബത്തിന്റെ അവകാശമാണ്. അവരുടെ പറമ്പിൽ അഞ്ചാറ് കൂറ്റൻ കുടപ്പനകളുണ്ട്. സ്വന്തമായി

---

2. വേഴാമ്പൽ.

3. പാത്രം.

കുടകൾ വാങ്ങാൻ ശേഷിയില്ലാത്തവർ വാഴയിലയും ചേമ്പിലയും കുടകളാക്കി മഴയിൽനിന്ന് രക്ഷ നേടും.

വടക്കുപടിഞ്ഞാറ് കാറ് പിടിച്ചാൽ മഴയുണ്ടാകുമെന്ന് ഓലച്ചേരിക്കാർക്ക് ഉറപ്പാണ്. ആ ലക്ഷണം ഇന്നേവരെ പിഴച്ചിട്ടില്ല.

ഉച്ച തിരിഞ്ഞ് ഇടിയും മഴയും തുടങ്ങി. ഉച്ചയ്ക്കുശേഷം വന്ന വിരുന്നുകാരനും മഴയ്യും പോവില്ല എന്നാണ് ചൊല്ല്. പഴഞ്ചൊല്ലിൽ പതിരില്ല എന്നല്ലെ പറയുന്നത്.

സന്ധ്യയോടെ മഴപ്പാറ്റകൾ വിളക്കിൽ വന്നടിഞ്ഞു. ഒന്നു രണ്ടു തവണ അവ വിളക്ക് കെടുത്തി.

രാത്രിയിൽ ശക്തമായ കാറ്റ് വീശി. അതിന്റെ ഫലം പിറ്റേന്ന് വാഴത്തോട്ടത്തിൽ കണ്ടു. മിക്ക വാഴകളും തണ്ടൊടിഞ്ഞ് കിടക്കുന്നു! മഴക്ക് തൊട്ടുമുമ്പ് വാഴകൾക്ക് ഊന്നുകൊടുക്കാറുണ്ട്. ഇത്തവണ അമാന്തം കാണിച്ചു. അതിന്റെ ഫലമാണ് തോട്ടത്തിൽ കാണുന്നത്. ചതിയൻ കാറ്റ്.

ഒന്നു രണ്ടു മഴകൊണ്ടുതന്നെ പറമ്പുകളിൽ പച്ചത്തെഴുപ്പുകൾ ഉയർന്നു. ഞാറ്റടികൾ കൊഴുത്തു.

"ഞാറിന് എനീം ഒരായ്ചത്തെ മൂപ്പ് വേണം. കർത്ത് വേണെങ്കില് കൊർച്ച് വെണ്ണീര് പാറ്റണം." കുഞ്ചോറു കേൾക്കാൻ പാകത്തിൽ ഒതേനൻ പറഞ്ഞു.

"പിള്ളറേ, വെള്ളത്തില് കളിക്കണ്ട. പനീം തൊരളേം[1] വര്ം. കേറിപ്പോ ചളീന്ന്" കുഞ്ചോറു മക്കളെ ശാസിച്ചു. ശാസനയൊന്നും അവർ വക വെച്ചില്ല. കാരണം മഴവെള്ളം കുഞ്ഞുങ്ങൾക്ക് ആഹ്ലാദമാണ്.

ഒരാഴ്ച ഇടക്കിടെ മഴ പെയ്തു. കണ്ടങ്ങളിൽ ചെരിപ്പടി മുങ്ങുന്ന പാകത്തിൽ വെള്ളം കെട്ടി നിന്നു. രാത്രിയിൽ ചൂട്ടും കത്ത്യാളുമായി വാല്യക്കാർ വയലിലിറങ്ങി. പുതുവെള്ളത്തിൽ മീൻ കയറും. കൊത്തിപ്പിടിക്കാനാണ് വാല്യക്കാരുടെ ഒരുമ്പാട്.

നാട്ടിപ്പണിക്ക് ഇനി വൈകേണ്ടതില്ലെന്ന് ഒതേനൻ തീരുമാനിച്ചു. വെള്ളത്തിന് വെള്ളമായി. പറിച്ചുനടാൻ പാകത്തിൽ ഞാറിന്ന് മൂപ്പുമായി.

"എടോ, നമ്മക്ക് നാട്ടിപ്പണി തൊടങ്ങിക്കൂടെ?"അയാൾ കുഞ്ചോറുവിന്റെ അഭിപ്രായമാരാഞ്ഞു. പണിക്കാരത്തികളോട് പറയാൻ ഓളെ ചുമതലപ്പെടുത്തി.

ഇരുട്ടിലൂടെ വഴിപോകുന്ന ഒരാൾ വിളിച്ചു ചോദിച്ചു:

"ഒതേനൻ മൂപ്പറേ, നാള നാട്ടി തൊടങ്ങ്ന്നാ?"

"തൊടങ്ങിക്കളയാടോ. ഞാറും മൂത്തു. വെള്ളോം ആയി. എനിയെന്തിനാ താമസിക്ക്ന്ന്" ഒതേനൻ മറുപടി പറഞ്ഞു.

"ഒട്ടും താമസിക്കണ്ട." വഴിപോക്കൻ പിന്തുണ നൽകി.

ഓലച്ചേരി വയലിൽ നാട്ടിപ്പണി തുടങ്ങി. സന്ദേശം കൈമാറുന്ന കൂക്കിവിളികൾ. അതിന്റെ പ്രതിധ്വനികൾ. മറുകൂക്കികൾ. ആരുടേയോ

1. ജലദോഷം.

ശാസന. അതിന്ന് എതിർകക്ഷിയുടെ പ്രതിവചനം. ആണുങ്ങളും എര്തുകളും കണ്ടത്തിലിറങ്ങി. കളക്കുടയെടുത്ത പെണ്ണുങ്ങളുടെ പുറപ്പാട്. തൊപ്പിക്കുടക്കിരീടങ്ങളുമായി കാലിപൂട്ടുന്നവർ. എര്ത്തുകളെ ഉണർത്താനുള്ള വായ്ത്താരികൾ. ചളിയിൽ എര്തുകളുടെയും പൂട്ടുന്നവരുടെയും കാലുകൾ താഴുമ്പോഴുള്ള ചള പളകൾ. വരമ്പ് മുറിഞ്ഞു ചാടുന്ന നീരൊഴിക്കിന്റെ ഗുളുഗുളു. ഒഴുക്കിനെതിരെ നീന്തിക്കയറുന്ന മീനുകൾ. ഉഴുതുമറിഞ്ഞ ചളിമണ്ണിന്റെ മണം. മുണ്ടത്തോട്ടിലെ തെളിവെള്ളത്തിൽ ചായം കലക്കുന്ന വയലിലെ ചളിവെള്ളം...

നാട്ടിപ്പണിക്ക് ഒതേനന് ഒരു സഹായിയുണ്ട്: ഉറുവാടൻ. തിരിച്ച് ഒതേനൻ അയാളെയും സഹായിക്കും. ഉറുവാടനും ഒരു പാട്ടക്കൃഷിക്കാരനാണ്. അയാളുടെ ഞാറ് മൂപ്പെത്തിയിട്ടില്ല.

കൂട്ടായ്മയുടെ സംസ്കാരമാണ് കൃഷിപ്പണി. ഉഴവുതൊട്ട് മെതിവരെയുള്ള പണികൾ ഒറ്റയാൾക്ക് ചെയ്തുതീർക്കാനാവില്ല. അങ്ങനെ വരുമ്പോഴാണ് കൃഷി ഭാരമാകുന്നതും നഷ്ടത്തിൽ കലാശിക്കുന്നതും.

പെണ്ണുങ്ങൾ ഞാറ്റുകണ്ടത്തിൽനിന്ന് ഞാറുകൾ പൊരിച്ച് പിടികളാക്കി കെട്ടിയിട്ടു. ഉറുവാടൻ പിടിഞാറിന്റെ കൊടിയരിഞ്ഞ് ഒലുമ്പിക്കൂട്ടി. കണ്ടത്തിന്റെ അരികും മൂലയും കൊത്തി മുറിഞ്ഞവരമ്പുകൾ അടച്ചു. ചിലത് തുറന്നു.

വയൽത്തറയിലെ ചാളകളിൽ താമസിക്കുന്ന അടിയാക്കൂട്ടത്തെയും നാട്ടിക്ക് വിളിച്ചിട്ടുണ്ട്. അവർ നടുന്ന കണ്ടങ്ങളിൽ മറ്റുള്ളവർ പ്രവേശിക്കില്ല. തീണ്ടിപ്പോകും.

പെണ്ണുങ്ങൾ ഒതേനൻ പൂട്ടിമറിച്ചിട്ട കണ്ടം ചവിട്ടിക്കുഴച്ചു. പുല്ലും കളയും പെറുക്കി. അതിനുശേഷം മരംകെട്ടി നിലം നിരപ്പാക്കി.

മരത്തിന്മേൽ കയറി എര്ത്കളെ തെളിക്കുമ്പോൾ എര്തുകൾ അതിവേഗത്തിലോടും. ശ്രദ്ധിച്ചില്ലെങ്കിൽ തെളിക്കുന്ന ആൾ തെറിച്ചു വീഴും, തെളിക്കുന്ന ആൾ വീണാലും അവ മരവും വലിച്ചോടും.

മരംകെട്ടി നിരപ്പാക്കിയ കണ്ടങ്ങളിൽ ഉറുവാടൻ ഞാറ്റുപിടികൾ നിരത്തി.

പെണ്ണുങ്ങൾ ഞാറ്റുപിടികളുമായി നിരപിടിച്ചു. നാട്ടി വിരലിന്റെ വിരുതാണ്. ഇടതുകൈയിലെ തള്ളവിരലുകൊണ്ട് രണ്ടോ മൂന്നോ ഞാറുകൾ നിരക്കിയെടുക്കണം. വലതുകൈയുടെ തള്ളവിരലും ചൂണ്ടുവിരലും നടുവിരലും ഉപയോഗിച്ച് ഒരു നിമിഷാർധം കൊണ്ട് ചളിയിൽ താഴ്ത്തണം.

വേഗത കുറഞ്ഞവർക്ക് നിരയൊക്കില്ല. നിരയൊക്കാത്തതിന് പെണ്ണുങ്ങൾ പരസ്പരം പഴിപറയും. അപ്പോൾ വേഗത കുറഞ്ഞവർ ഉത്സാഹിക്കും.

ഇങ്ങനെ നിരയൊപ്പിച്ച് അതിവേഗം നട്ടുനീങ്ങുമ്പോൾ മഴ കോരിപ്പെയ്തു. ഓലച്ചേരി വയലിലെങ്ങും കളക്കുടത്തുരുത്തുകൾ രൂപം കൊണ്ടു. കുടയ്ക്കുള്ളിൽ നിന്ന് നാട്ടിപ്പാട്ടുകൾ പുറത്തുവന്നു. കൂട്ടത്തിൽ

ചെവിപൊത്തിപ്പോകുന്ന തെറിപ്പാട്ടും വന്നു. തെറിപ്പാട്ട് പാടുന്നതിൽ സമർഥയാണ് പാട്ടിയമ്മ. ഉറുവാടൻ പാട്ടിയമ്മയെ പ്രോത്സാഹിപ്പിച്ചുകൊണ്ടിരിക്കും. അയാൾക്ക് അതൊരു വിനോദമാണ്. ചെറുപ്പക്കാരികൾ തെറിപ്പാട്ടുകേട്ട് കളക്കുടയ്ക്കുള്ളിൽനിന്ന് നാണിച്ച് ചിരിച്ചുകൊണ്ടിരിക്കും.

പറയാമല്ലോ; നിഷ്കളങ്കയായ ഒരു ഗ്രാമീണ കന്യക പുരുഷസംസർഗത്തിനുള്ള സൈദ്ധാന്തിക ജ്ഞാനം നാട്ടിത്തെറിപ്പാട്ടിലൂടെയാണ് വശമാക്കുന്നത്.

വയൽ ഒരു വിദ്യാലയംകൂടിയാണ്. സംശയമില്ല.

ആവിപറക്കുന്ന കഞ്ഞിയും ചക്കപ്പുഴുക്കും വരമ്പത്തുതന്നെ. വരമ്പത്തിരുന്ന് കഴിക്കുന്ന ആഹാരത്തിന്റെ രുചി ഒന്നു പ്രത്യേകമാണ്. എത്ര രുചികെട്ടവനും രുചിയുള്ളവനാകും. വരമ്പത്ത് വിശപ്പുകൂടുമെന്ന് ചൊല്ലുണ്ട്.

അടിയാക്കൂട്ടം കള്ളക്കണ്ണിട്ടുനോക്കി. അതൊന്ന് കിട്ടിയാൽ മതി എന്ന നിലപാടിലാണവർ. അതിരാവിലെ കുള്ത്തിന്റെ വെള്ളം ഉപ്പിട്ട് കോരിക്കുടിച്ച് ഇറങ്ങുന്നവരാണവർ. അവർക്ക് വിശപ്പ് മാത്രമല്ല ആർത്തിയും കാണും.

മകീര്യം ഞാറ്റുവേലയോടെ ഓലച്ചേരി വയലിലെ നാട്ടിപ്പണിതീർന്നു. അവനവന്റെ ഒടിയിലെ വരമ്പിൽ കൊടിയോല കുത്തിനിർത്തി. നാട്ടിപ്പണികഴിഞ്ഞു എന്നതിന്റെ അടയാളമാണത്.

ഓലച്ചേരി വയലിൽ നിന്ന് ആളും ആരവവും ഒഴിഞ്ഞു.

നാട്ടികഴിഞ്ഞാൽ പണിക്കാർമാത്രമേ കണ്ടത്തിൽനിന്ന് ഒഴിഞ്ഞുപോകുന്നുള്ളൂ. കൃഷിയോട് താൽപ്പര്യമുള്ളവരും, കൃഷി ജീവിതമാർഗവുമായ ഉടമസ്ഥർ നേരം കിട്ടുമ്പോഴെല്ലാം കൃഷിയിടം സന്ദർശിക്കും. ചിറമ്മലൊതേനനും ഇക്കൂട്ടത്തിൽപ്പെട്ട കൃഷിക്കാരനാണ്. അയാൾ നാട്ടിക്കണ്ടത്തിന്റെ വരമ്പിൽനിന്ന് കണ്ടമാകെ നിരീക്ഷിക്കും. നെല്ലോലയ്ക്ക് മഞ്ഞനിറം വ്യാപിക്കുന്നുണ്ടോ? തണ്ടുകൾ ചീയുന്നുണ്ടോ? ഓലകൾ ചുരുളുന്നുണ്ടോ? ചമ്മിവന്നടിഞ്ഞിട്ടുണ്ടെങ്കിൽ വാരിക്കളയും.

ഉടമയുടെ ദൃഷ്ടി ഒന്നാന്തരം വളമാണെന്നാണല്ലോ പറയുന്നത്. ദൃഷ്ടിയുടെ അഭാവമുണ്ടാകുമ്പോൾ ആ കർമം മനസ്സ് നിറവേറ്റിക്കൊള്ളും.

4

ആടിമാസം

തല മുറിഞ്ഞ്, മുറിഞ്ഞ തല ചെരിഞ്ഞ് മാറോളം വെള്ളത്തിൽ ഇറങ്ങി നിൽക്കുന്ന നെൽക്കാലുകൾക്ക് ഒരാഴ്ച കൊണ്ട് തിരിയെടുത്തു. ആ തിരികളിൽ തിരുവാതിര ഞാറ്റുവേല ധാരമുറിയാതെ പെയ്തു. തിരുവാതിരയിൽ തിരിവരാത്തതൊന്നുമില്ല. കരിങ്കല്ലിനു പോലും തിരി വരുമത്രെ! പ്രകൃതി തന്റെ ഉർവ്വര ശക്തിയുടെ തൽസ്വരൂപം പുറത്തു കാട്ടും.

വരമ്പുകളുടെ പാർശ്വങ്ങളിൽ നെയ്ച്ചിങ്ങകൾ മുട്ടയിട്ടു. വെളുത്ത മുന്തിരിക്കുലകൾപോലെ മുട്ടകൾ തൂങ്ങിക്കിടന്നു. ചിരോണ്ടൻ നെയ്ച്ചി ങ്ങ പെറുക്കിക്കൊണ്ടുവന്നു. കുഞ്ഞാതിയും മാണിക്കവും വെള്ളം നിറച്ച കലത്തിലിട്ട് അവ വായ്തുറക്കുന്നതും നീന്തുന്നതും നോക്കി രസിച്ചു. അവയെ ചുട്ടും വേവിച്ചും തിന്നുന്ന സ്വഭാവം ചിലർക്കുണ്ട്. മക്കളുടെ അത്തരം പ്രവൃത്തികൾക്ക് അരുനിൽക്കാറില്ല ഒതേനനും കുഞ്ചോറുവും.

കർക്കിടകം ഏഴാം നാള് കഴിഞ്ഞ് പതിനാറാം നാള് അടുത്തതോടെ അഹോരാത്രം മഴയായി.

സന്ധ്യയോടെ ഓലച്ചേരിപ്പുഴ കരകവിഞ്ഞ് വയലിലേക്ക് വഴിതി രിഞ്ഞു. അടിയാക്കൂട്ടത്തിന്റെ ചാളകളിൽ നിന്ന് സഹായാഭ്യർഥനകൾ ഉയർന്നുകേട്ടു. ഇടക്കിടെ വീശിത്തെളിയുന്ന മിന്നൽ വെളിച്ചത്തിൽ മലവെള്ളം കരപ്പറമ്പുകളിലേക്ക് കയറാൻ ആരുടെയോ അനുമതിക്ക് കാത്തുനിൽക്കുന്നതുപോലെ അറച്ചുനിൽക്കുന്നുണ്ട്.

നനഞ്ഞുപുകയുന്ന ചൂട്ടുകൾ, കെട്ടും ചട്ടിക്കലങ്ങളും പഴമ്പായകളു മായി ചാളകൾ ഉപേക്ഷിച്ച് അടിയാക്കൂട്ടം കരതേടിവന്നു. നടക്കുകയാ ണോ നീന്തുകയാണോ എന്ന് സംശയം ജനിപ്പിക്കുന്ന പ്രയാണം. മുഖം പൊക്കിപ്പിടിച്ചാണ് കന്നുകാലികളുടെ സഞ്ചാരം. അവയെ നേർവഴിക്ക് നയിക്കാൻ പാടുപെടുന്ന ഉടമസ്ഥരുടെ ആക്രോശങ്ങൾ...

ഓലച്ചേരിയിലെ ചിലരുടെ ആലകളിലാണ് അടിയാക്കൂട്ടം അഭയം തേടിയത്. അവർക്ക് ആഹാരവുമില്ല; ഉറക്കവുമില്ല. ഉടുതുണിയും പുതുക്കാനുള്ള പഴന്തുണികളും മുഴുവൻ നനഞ്ഞുപോയി. ചാണകവും മൂത്രവും മണക്കുന്ന ആലയിൽ ശീതം കടിച്ചുപിടിച്ച് അവർ നേരം വെളുപ്പിച്ചു. അടിയാക്കുഞ്ഞുങ്ങൾ ആ തണുപ്പിലും ഈർപ്പത്തിലും വിശപ്പിലും ചിലർ പനിയിലും തളർന്നുറങ്ങി.

പുലർച്ചെ വയൽ കാണേണ്ട കാഴ്ചതന്നെ. കാവിനിറമുള്ള ജലപ്പരപ്പിൽ ഒരു പച്ചപ്പ് പോലും കാണാനില്ല. പൂർണമായി വിരിയാത്ത കുമിളുകൾപോലെ ചാളകളുടെ മോന്തായം വെള്ളത്തിൽ നിന്ന് ഉയർന്നു കാണുന്നുണ്ട്.

മലവെള്ളത്തിൽ നീന്തി ഉറുവാടൻ ഒതേനന്റെ പുരയിലെത്തി. ഉറുവാടന് പറയാൻ വെള്ളപ്പൊക്ക വിശേഷങ്ങളുണ്ട്; ഇന്നത്തെയും പണ്ടത്തെയും.

"ഇല്ലത്തെ പടിപ്പൊര വരെ വെള്ളം കേറീന്ന് പറഞ്ഞാ വെല്യ വെള്ളം തന്ന്യാ. പണ്ടിരുപത്താറിലെ വെള്ളത്തില് പടിപ്പൊര മുങ്ങീര്ന്ന് പോലും! അതേ വെള്ളത്തിലാ കാട്ടില് തളച്ച ആന മരത്തോടെ പൊരിഞ്ഞ് ഒലിച്ച് വന്നത്!"

ചിരോണ്ടൻ അതീവ താൽപ്പര്യത്തോടെ ഉറുവാടന്റെ ശ്രോതാവായി. കുഞ്ഞോറുവും ഒതേനനും പലതവണ കേട്ടതാണിത്. ഇതു മനസിലാക്കിയ ഉറുവാടൻ വിവരണം ചിരോണ്ടന് മാത്രമായി പരിമിതപ്പെടുത്തി.

"പണ്ടൊര് മലവെള്ളത്തില് ഞാനീ വയല് മുറിച്ച് നീന്ത്വാ. കാല് വാര്ന്ന ഒലിപ്പ്! അപ്പോല്ലെ ഒര് ഇല്ലിക്കെട്ട് ഒലിച്ച് വെര്ന്ന കണ്ടത്! ഞാനത് കാര്യാക്കീല്ലപ്പാ. അട്ത്തെത്ത്യപ്പോല്ലെ മൻസിലാവ്ന്ന്; അത് ഇല്ലിക്കെട്ടാല്ലാന്ന്! ഒര് മൊളക്കൂട്ടം കുണ്ടയോടെ പൊരിഞ്ഞ് ഒലിച്ച് വെര്ന്നതാ! എനക്ക് ആയ്സ്സിന് നീളോണ്ടെന്ന് കൂട്ടിക്കോ."

ചിരോണ്ടൻ ദീർഘമായി നെടുവീർപ്പിട്ടു. ഇനിയും വിശേഷങ്ങളുണ്ടാകുമെന്ന പ്രതീക്ഷയോടെ അവൻ ഉറുവാടന്റെ മുഖത്ത് കണ്ണും നട്ടിരുന്നു. ചിരോണ്ടന്റെ കണ്ണിൽ ഉറുവാടൻ സാധാരണക്കാരനല്ല.

ഒതേനൻ താടിക്ക് കൈയും കൊടുത്ത് ഇറച്ചാലിൽ വീഴുന്ന മഴവെള്ളം നോക്കിയിരിപ്പാണ്.

മഴയിൽ പതിറ്റടി വിരിഞ്ഞു.

"പതിറ്റടി വിരിഞ്ഞല്ലാ ചോറ്റിന് വെള്ളം വെക്കാനായി" കുഞ്ഞോറു പറയുന്നതു കേട്ടു.

കുറച്ചു കഴിഞ്ഞ് കുഞ്ഞോറു പുഴുങ്ങിയ ചക്കക്കുരുവും തേങ്ങാപ്പൂളും കൊണ്ട് വന്ന് ഒതേനന്റെയും ഉറുവാടന്റെയും മധ്യത്തിൽ വെച്ചു.

"ഓ, വളിക്കായി! മയ പെയ്യ്മ്പോ തിന്നാൻ പറ്റ്യതാ.. പക്കേങ്കില് വളീടും."

എന്തു പറയാനും ഉറുവാടന് മടിയില്ല.

അതു കേട്ട് കുഞ്ചോറു നാണിച്ചു. കുഞ്ഞാതിയും മാണിക്കവും വാപൊത്തിച്ചിരിച്ചു. ചിരോണ്ടൻ ചിരിക്കാതിരുന്നത് കേൾക്കാത്തതുകൊണ്ടായിരിക്കുമോ? മലവെള്ളം കണ്ടിട്ട് വരാമെന്നു പറഞ്ഞ് ഒതേനൻ തൊപ്പിക്കുടയെടുത്ത് തലയിൽ താഴ്ത്തി. ഉറുവാടനും കൂടെയിറങ്ങി. ഓലക്കുടയെടുത്ത് ചിരോണ്ടനും പിറകെകൂടി. കുഞ്ഞാതിയും മാണിക്കവും അമ്മയുടെ കളക്കുടയിൽ കൂടി എല്ലാവരുടെയും പിന്നാലെ.

വെള്ളമിറങ്ങാനുള്ള ഭാവമില്ല എന്നുമാത്രമല്ല, ഏത് സമയത്തും കരപ്പറമ്പിലേക്ക് ചാടിക്കയറും എന്ന സ്ഥിതിയാണ്. ചിലേടത്ത് കയറിയിട്ടുമുണ്ട്. തേങ്ങ, മടൽ, കുലച്ചിൽ, ചകിരി, തൊണ്ട്, ചുള്ളിക്കാടുകൾ, മരക്കൊമ്പുകൾ എന്നിവയെല്ലാം കൺമുന്നിലൂടെ ഒഴുകിപ്പോകുന്നുണ്ട്.

ഒരു മാടിന്റെ ഒഴുകിവരവാണ് രസകരം. വലതുവശത്തോട്ട് അൽപ്പം ചെരിഞ്ഞ്, ഓളങ്ങളിൽ താളം തുള്ളി, ചുഴികളിൽ വട്ടം കറങ്ങി അങ്ങനെ... താമസിയാതെ മാട് ഒരു കുത്തൊഴുക്കിൽ അകപ്പെട്ടു. പിന്നെ അതിനെ കാണാതായി. എങ്ങുനിന്നോ വന്നു; എങ്ങോ പോകുന്നു.

ഒഴുകിവരുന്ന മരക്കൂട്ടങ്ങളുടെ ചില ഭാഗങ്ങൾ കത്തിക്കരിഞ്ഞ നിലയിലാണ്. വേനലിൽ കാടിന് തീപിടിച്ചപ്പോൾ കത്തിക്കരിഞ്ഞ അവശിഷ്ടങ്ങളാണവ.

മഴ തിമർത്ത് പെയ്യുകയാണ്. ഒന്ന് ശ്വാസം വിട്ട് വീണ്ടും ശ്വാസം മുട്ടിപ്പെയ്യും. താഴ്ന്ന സ്ഥലങ്ങളെല്ലാം വെള്ളക്കെട്ടിലായി. ഒരാഴ്ചയിലധികം മലവെള്ളം കെട്ടിക്കിടന്നു.

അടിയാക്കൂട്ടം ആലകളിൽ പനിതുള്ളിക്കിടന്നു. കുഞ്ചോറു അവർക്ക് കഞ്ഞിയും വെള്ളവും കൊണ്ടുക്കൊടുത്തു. അതിന്റെ കൃതജ്ഞത അവരുടെ വരണ്ട കണ്ണുകളിൽ തെളിഞ്ഞു.

വെള്ളമിറങ്ങി പുഴയ്ക്കടങ്ങിയപ്പോഴാണ് വയൽ മറ്റൊരു കാഴ്ചയായത്. പച്ചയും ചുകപ്പും നിറമുള്ള ദ്രാവകം പരന്നു കിടക്കുന്നു! നെൽക്കാലുകളിൽ ചിലതെല്ലാം ചീഞ്ഞു പോയിട്ടുണ്ടാവണം. ശേഷിച്ചത് കരുത്തോടെ വളരും. മലവെള്ളം കൊണ്ടുവന്ന വളപ്പറ്റ് നെൽക്കാലുകളെ പുഷ്ടിപ്പെടുത്തും. ഇപ്പോൾ ചരൽവാരിയെറിയുന്നതു പോലുള്ള മഴവേണം. എന്നാലേ നെല്ലോലകളിൽ പറ്റിപ്പിടിച്ചിരിക്കുന്ന മണ്ണും ചളിയും അലിഞ്ഞുപോവുകയുള്ളൂ.

ആ വിധത്തിലുള്ള മഴ ഒന്നുരണ്ടെണ്ണം പെയ്തു. അത് നെൽക്കാലുകളെ കുളിപ്പിച്ച് വൃത്തിയാക്കി.

ദൂരെ നിന്ന് ചെണ്ടമുട്ട് കേട്ടു. ചിരോണ്ടൻ ഓടി വന്ന് പറഞ്ഞു: "ദാ, വേടൻ വെര്ന്ന്!"

ആടിവേടന്റെ വരവാണ്. ചേട്ടയെ പുറത്താക്കി ശ്രീപോതിയെ അകത്താക്കാൻ.

മുഖത്ത് ചായില്യവും മനയോലയും തേച്ച്, മഷികൊണ്ട് കണ്ണെഴുതി, അരയിൽ പട്ടുടുത്ത്, കൈയിൽ മണിയുമായി ആടിവേടൻ.

അർജ്ജുനൻ പാശുപതാസ്ത്രം നേടാൻ കൈലാസത്തിൽ തപസ്സു ചെയ്യാനാരംഭിച്ചപ്പോൾ പരീക്ഷിക്കാൻ ശിവൻ വേടരൂപം പൂണ്ടുവരുന്നതായാണ് സങ്കൽപ്പം.

മലയൻ കിട്ടന്റെ മകൻ കേളുവാണ് വേടൻ കെട്ടിയിരിക്കുന്നത്.

കോണികയറുമ്പോൾ കിട്ടൻ ചെണ്ടയുടെ ഇടന്തലയിൽ രണ്ട് മുട്ട് മുട്ടി.

"വെളക്ക് വെച്ചോ കുഞ്ചോറു തീത്ത്മ്മേ[1]"

കിട്ടൻ സവിനയം അകത്തേക്ക് ചോദിച്ചു.

കുഞ്ചോറു നേരത്തേ നിലവിളക്ക് കൊളുത്തിയിരുന്നു.

"അടിയൻ വേടൻ പാടട്ടെ ഒതേൻച്ചാ" മലയൻ കിട്ടൻ സമ്മതത്തിനായി കാത്തുനിന്നു. ഒതേനൻ തല കുലുക്കി: "ഓ, പാടിക്കോളൂ."

"ആദി ശിവൻ പാർഥൻ തപം കാണ്മാൻ എഴുന്നള്ളുമ്പോൾ വേഷം പകർന്നു വേടരൂപമായ് ചമഞ്ഞു മുന്നം.."

മലയൻ കിട്ടൻ കഴുത്തിലെ ഞരമ്പ് വെളിവാകുമാറ് തൊണ്ടതുറന്ന് പാടുകയാണ്.

കേളു മുഖം കുനിച്ച് നടുമുറ്റത്ത് മുന്നോട്ടും പിന്നോട്ടും നടക്കുകയാണ്. കുഞ്ഞാതിയും മാണിക്കവും വേടന്റെ ചമയങ്ങളും ചലനങ്ങളും കൗതുകത്തോടെ വീക്ഷിച്ചു. മുഖത്തെഴുത്തും ചമയങ്ങളും അവനെ ദൈവക്കരുവായി മാറ്റിയിരിക്കുകയാണ്. സാക്ഷാൽ പരമശിവന്റെ വേടരൂപം!

കേളു അവന്റെ അമ്മയുടെ കൂടെ തന്റെ പുരയിൽ വരാറുണ്ടല്ലോ എന്ന് ചിരോണ്ടൻ ഓർത്തു. അവർ കോലായിലൊന്നും കയറാതെ മുറ്റത്തിരിക്കുകയേ ഉള്ളു. ഇപ്പോൾ ചിരോണ്ടന് അവനോട് ഒന്ന് ചിരിക്കണമെന്നുണ്ട്. പക്ഷെ അവൻ മുഖമുയർത്തിയിട്ട് വേണ്ടേ?

"കർക്കിട മാസം പതിനാറാം നാളുമായി ആനക്കരിവേടൻ പൂവേടൻവന്ന് കഴിച്ചാലോ ജ്യേഷ്ടാ ഭാഗവതി പോയി ശ്രീഭഗവതി വന്ന് വിളയാടുക...." ചെണ്ട മുട്ട് അവസാനിപ്പിച്ചു.

"കുഞ്ചോറു തീത്ത്മ്മേ ആ ഗുർസി ഉഴിഞ്ഞ് മറിക്കാ."

നൂറും മഞ്ഞളും കലക്കി ഒരുക്കി വെച്ചിരിക്കുന്ന കുരുസി കുഞ്ചോറു മുറ്റത്തിന് പുറത്തുമറിച്ചു: ചേട്ട പുറത്ത്; ശീപോതി അകത്ത്.

കൊങ്ങാഴി അരി അളന്ന് മുറത്തിലിട്ട് കിട്ടന്റെ മുന്നിൽ വെച്ച് കുഞ്ചോറു മാറി നിന്നു. അതയാൾ ചുമലിൽ തൂക്കിയിട്ട പൊക്കണത്തിലേക്ക് ചെരിഞ്ഞു. ഒതേനനെ ഒന്നു വണങ്ങി പിൻവാങ്ങി.

ഇപ്പോൾ കൊട്ടും പാട്ടും കേൾക്കുന്നത് ഉറുവാടന്റെ പുരയിൽ നിന്നാണ്.

ചിരോണ്ടൻ അങ്ങോട്ടോടി. പിന്നാലെ ഓടാൻ പെൺമക്കളെ കുഞ്ചോറു അനുവദിച്ചില്ല.

---

1. തീയത്തിയമ്മ.

5

നിറോലം

ചിങ്ങത്തിലെ ചിനുങ്ങിച്ചിനുങ്ങിയുള്ള മഴയും മറഞ്ഞു. ഓലച്ചേരി വയലിൽ നെല്ലിപ്പൂക്കൾ വിരിഞ്ഞു. കരപ്പറമ്പുകളിൽ അരിപ്പൂവും വട്ടപ്പിരിയനും തുമ്പയും വിരിഞ്ഞു. കുന്നിൻപുറത്തെ പാറക്കൂട്ടങ്ങൾക്കിടയിലെ ഊറിക്കൂടിയ തടങ്ങളിൽ കാക്കപ്പൂവുകൾ മെത്തവിരിച്ചു.

ചിരോണ്ടനും പെങ്ങന്മാരും ഓണപ്പൂവുകൾ തേടിനടന്നു. ജാതിയില കൊണ്ട് കുമ്പിളുണ്ടാക്കി പൂക്കൾ ശേഖരിച്ചു. ചിരോണ്ടന്റെ ഭാവനക്കനുസരിച്ച് പെങ്ങന്മാർ ഒരു കുഞ്ഞ് പൂക്കളം നിർമിച്ചു.

കുട്ടികളെ കൂടുതൽ സന്തോഷിപ്പിച്ചത് കോടിമുണ്ടാണ്. ഓണത്തിനും വിഷുവിനുമാണ് കോടിമുണ്ട് കിട്ടുക. ചുവന്ന കരയുള്ള, ഉടുത്താൽ മുട്ടുമറയാത്ത മുണ്ട്. കുഞ്ചോറുവിനും ഒരെണ്ണം വാങ്ങിയിട്ടുണ്ട്.

ഇല്ലത്ത് കാഴ്ചകൊണ്ടുപോയവകയിൽ ഒതേനന് ഓണക്കോടി കിട്ടിയിട്ടുണ്ട്.

തിരുവോണം കഴിഞ്ഞ് അവിട്ടം തുടങ്ങി മകം വരെ മുറ്റത്ത് ചേദിപ്പൂക്കളിടണം. ചേദിപ്പൂക്കൾ യഥാർഥത്തിൽ ഇലകളാണ്, പൂക്കളല്ല. തുമ്പിന് പുറത്തും മൺകിളയുടെ വശങ്ങളിലും ഇടതൂർന്ന് വളരുന്ന ഒരു സസ്യമാണ് ചേദിപ്പൂ. ഇഞ്ചിക്കിഴങ്ങിന്റെ ആകൃതിയാണ് ചേദിപ്പൂവിന്. അത്തരം കാലടികളുള്ളവരെ അപൂർവമായി കാണാം.

ചേദിയമ്മയെ വരവേൽക്കാനാണ് ചേദിപ്പൂക്കളിടുന്നത്. ചേദിയമ്മ അഥവാ ശ്രീദേവി. സാക്ഷാൽ മഹാലക്ഷ്മി.

മകം നാളിന്റെ തലേരാത്രിൽ എല്ലാവരും ഉറങ്ങിക്കിടക്കുമ്പോഴാണ് ചേദിയമ്മവിളയാടുക. ചാണകം മെഴുതിയ ഇറയത്തും അകത്തിറയത്തും കൊട്ടിലകത്തിന്റെ പടിമേലും പടിഞ്ഞാറ്റയിലും അടുപ്പിന്റടുത്തും

അമ്മിക്കരികിലും കോഴിക്കൂടിന്റെ സമീപത്തും എന്നുവേണ്ട സർവദിക്കിലും ചേദിയമ്മയുടെ കാലടിപ്പാടുകൾ കാണും.

ചേദിപ്പൂവിന്റെ ആകൃതിയിലാണ് ചേദിയമ്മയുടെ കാലുകളും.

സംഭവിക്കുന്നതെന്താണെന്നോ? തലേന്ന് രാത്രി കുഞ്ഞുങ്ങളെല്ലാം ഉറങ്ങിയാൽ കുടുംബത്തിലെ തലമൂത്ത പെണ്ണുങ്ങളാണ് ചേദിയമ്മയുടെ കാലടിയടയാളങ്ങൾ സൃഷ്ടിക്കുക. അരിമാവ് കലക്കി അതിൽ വലതു കൈമുക്കി നിലത്തുപതിക്കും. ഒപ്പം ആനയുടെ ചുവടുവെപ്പുകളും കാണാം. ചെറിയ മന്താളത്തിന്റെ വായ്വട്ടം അരിമാവിൽ കമിഴ്ത്തി നിലത്തു പതിക്കും. അങ്ങനെ ആനച്ചുവടും സൃഷ്ടിക്കും.

കുഞ്ചോറു നല്ലവണ്ണം മഞ്ഞളിട്ട് മകക്കഞ്ഞിവെച്ച് ചേദിയമ്മക്ക് നിവേദിച്ചു. ഔഷധഗുണങ്ങളുള്ളതാണ് മകക്കഞ്ഞി.

മഴ മാറി. വെയിലായി. വയലിന്റെ തത്തപ്പച്ചനിറം പതുക്കെ മാഞ്ഞു. അതിൽ മഞ്ഞ കലർന്നു. നെൽക്കതിരുകൾ വിളഞ്ഞുതുടങ്ങുന്നതിന്റെ സൂചനയാണത്. രണ്ടുമൂന്നാഴ്ചയ്ക്കകം തീർത്തും പൊൻനിറമാകും. കതിരിന്റെ ഭാരം താങ്ങാനാവാതെ വീഴാൻ തുടങ്ങുന്നതിന് മുമ്പേ മൂർച്ച തുടങ്ങണം.

മൂർച്ചയുടെ മുന്നോടിയായി ഓലച്ചേരിയിൽ കളംപണിതുടങ്ങി. തുമ്പിന്റെ പണിയാണ് ആദ്യം തീർക്കുക. അടുത്തും അകലെ നിന്നുമായി കളം തല്ലുന്നതിന്റെ ഒച്ച കേൾക്കാൻ തുടങ്ങിയിട്ടുണ്ട്. കന്നിമാസത്തിന്റെ താളമാണത്.

ചിലർ നിലാവത്താണ് കളം പണിയുക. ക്ഷീണമറിയില്ല.

കളം പണിക്ക് ആരും കൂലി വാങ്ങാറില്ല. പരസ്പര സഹായമാണ്. മൃഷ്ടാന്നം കഞ്ഞിയും പുഴുക്കും കൊടുക്കണം. പിന്നെ മുറുക്കാനും. പണികഴിഞ്ഞ് പോകുമ്പോൾ ഒരു തൊട് കള്ള് കൊടുത്താൽ ബഹു തൃപ്തിയായി.

മണ്ണ് പതം വരുത്താൻ തലേന്നുരാത്രി കുളുർക്കെ നനയ്ക്കും. അതിരാവിലെ കിളച്ചിട്ട് മണ്ണ് കുറഞ്ഞിടത്ത് കൊണ്ടിടണം. ഏറ്റക്കുറച്ചിലില്ലാതെ നിരത്തണം. ആദ്യത്തെ പൊളിതല്ലിയതിന് ശേഷം ചാണകം കുടഞ്ഞ് ചാണകപ്പൊളി തല്ലും. പിന്നെ ഒരു വട്ടം മുറുക്കിത്തല്ലും. അതിന് ശേഷം മിനുക്കുപണി നടത്തും. കന്നിമാസത്തിൽ ഓർക്കാപ്പുറത്ത് മഴ പെയ്യും. ഇറവെള്ളം വീണ് കുഴികൾ രൂപപ്പെടാതിരിക്കാൻ ഇറച്ചാല് മടഞ്ഞ ഓലയോ വാഴയിലയോ നീളത്തിൽ വിരിക്കും.

പുതുക്കളത്തിൽ ചാണകം തേയ്ക്കുമ്പോഴാണ് കുഞ്ചോറു 'നിറ' യുടെ കാര്യം ഒതേനനെ ഓർമിപ്പിച്ചത്.

പുതുനെൽക്കതിരുകൾ ഏറ്റസമയം നോക്കി കളത്തിൽ കയറ്റണം. പൊലിമയാണ് ലക്ഷ്യം. നിറ നിറ; പൊലി പൊലി.

നിറഞ്ഞ മണികളുള്ള വിളഞ്ഞ നെല്ല് ഒരു പിടി കത്തിയുടെ സഹായം കൂടാതെ ഊരിക്കൊണ്ടുവന്ന് ഇരുമ്പാണി തറയ്ക്കാത്ത പലകമേൽ വെക്കണം.

കൂടാതെ 'നിറ' ദിവസം മോലോത്ത്[1] ചെന്ന് നിറോലവും കതിരും വാങ്ങണം. വട്ടപ്പിരിയൻ, മുള, നെല്ലി, പൊലുവള്ളി, അരയാൽ, കാഞ്ഞിരം, മാവ് തുടങ്ങിയവയുടെ ഇലകളോടൊപ്പം നാലഞ്ച് നെൽക്കതിരും.

തീണ്ടാപ്പാടില്ലാത്ത സ്ഥാനത്ത് എമ്പ്രാശൻ നിറോലം വെച്ചിട്ടുണ്ടാകും. വട്ടപ്പിരിയന്റെ ഇലയിൽ കുറച്ച് ഉണക്കലരിയും ഒരുതുടം തേനും നിറോലത്തോടൊപ്പം കിട്ടും. അതെല്ലാം പൊതിഞ്ഞെടുത്ത് പുരയിൽ വന്ന് നിറോലവും കതിരും ഞാലിയുടെ കഴുക്കോലിൽ പാന്തം കൊണ്ട് കെട്ടിവെക്കും. അടുത്ത കൊല്ലത്തെ നിറവരെ അതവിടെ കിടക്കും; വിളവെടുപ്പിന്റെ സ്മരണയുമായി. നിറയ്ക്ക് അപ്പിച്ചി[2] വെക്കും.

മൂരുന്ന ദിവസം മൂർച്ചക്കാരത്തിപ്പെണ്ണുങ്ങളെ അറിയിച്ചു. മൂർച്ചക്കത്തിയും കറ്റക്കയറും കറ്റപ്പായും പെണ്ണുങ്ങൾ സൂക്ഷിച്ചുവെക്കും കറ്റപ്പായിലാണ് കറ്റകൾ വെച്ചു കെട്ടുക.

മൂർച്ചസമയത്ത് പെണ്ണുങ്ങൾ തലയിൽ തോർത്തുകെട്ടും. കന്നിമാസത്തെ വെയിൽ പാറപൊളിക്കുമെന്ന് ചൊല്ലുണ്ട്.

മൂർച്ച കൃഷിക്കാരുടെ ഉള്ളുണർത്തുന്ന ഉത്സവമാണ്.

വരമ്പത്തിരുന്ന് പുള്ളുവൻ വീണ വായിക്കുന്നുണ്ട്. വിളവിൽ ഒരവകാശം അവർക്കുമുണ്ട്.

പെണ്ണുങ്ങൾ മൂർന്ന് കെട്ടി തലച്ചുമടായി വരമ്പിലൂടെ, തോട്ടിൻ കരയിലൂടെ, കരപ്പറമ്പിലൂടെ ചാണകം മെഴുകിയ കളത്തിലെത്തിച്ചു.

കറ്റയുടെ എണ്ണത്തിനനുസരിച്ച് 'പതക്കറ്റ' കൂലിയായി കിട്ടും. കളത്തിൽ കൊണ്ടിട്ട കറ്റകൾ മെതിച്ച് മണിയാക്കിയാൽ പത്തിനൊന്ന് 'പതം' കിട്ടും. അതായത് പത്തുസേറിന് ഒരു സേർ കൂലി.

മൂർച്ചപ്പണിയെടുക്കുമ്പോൾ ശ്രദ്ധിക്കണം. നെന്മണിയോ 'ഓക്ക[3]'യോ കണ്ണിൽ കൊള്ളാതെ നോക്കണം. പാട്ടിയമ്മക്ക് ഒരു കണ്ണിന് കാഴ്ചയില്ലാത്തത് ഓക്ക കൊണ്ടിട്ടാണ്.

തൂറ്റലും പാറ്റലും ചേറലും അളവുമൊക്കെ കഴിയുമ്പോഴേക്കും വിളക്ക് വെക്കും. പിന്നെ പതം വാങ്ങിയ മുറവും തലയിൽ വെച്ച്, കത്തിച്ചുയർത്തിപ്പിടിച്ച ചൂട്ടുകറ്റയുമായിട്ടാണ് പെണ്ണുങ്ങൾ പുരയിലേക്ക് മടങ്ങുക.

മൂർച്ച കഴിഞ്ഞ കണ്ടങ്ങളിൽ പിള്ളേർ കാലിപ്പറിക്കാനിറങ്ങും[4]. കാലിപ്പറിച്ച നെല്ലുകൊണ്ട് അവിലുണ്ടാക്കും.

മെതിച്ച കറ്റകൾ അട്ടിവെക്കാൻ ഒതേനൻ പെണ്ണുങ്ങളെ ഏൽപ്പിക്കാറില്ല. അതയാൾ തന്നെ ചെയ്യും. പുൽക്കൂനയുടെ മോന്തായം ശരിയായില്ലെങ്കിൽ തൂലാമഴയിറങ്ങി പുല്ലുമുഴുവൻ ചീഞ്ഞുപോകും. എരുതുകളും പശുക്കളും ഗതികെട്ടാലേ അത്തരത്തിലുള്ള പുല്ല് തിന്നുകയുള്ളു. ഇല്ലെങ്കിൽ വളക്കുണ്ടിൽ തള്ളേണ്ടിവരും.

---

1. മതിലകം.
2. പായസം.
3. നെന്മണിയുടെ അഗ്രത്തിലുള്ള സൂചി.
4. കൊയ്ത്ത് കഴിഞ്ഞ വയലിൽ നിന്ന് കതിരുകൾ ശേഖരിക്കുന്നത്.

പുല്ലു ചീയുന്നത് കുഞ്ഞുങ്ങൾക്ക് സന്തോഷമാണ്. ചീഞ്ഞപുൽക്കൂനയുടെ അടിഭാഗത്ത് നിരക്കെ കുമിളുകൾ പൊന്തിവരും. പുൽക്കുമിൾ ഉപ്പും പറങ്കിയും പുരട്ടി വാഴയിലയിൽ പൊതിഞ്ഞ് വേവിച്ചു തിന്നാൽ ബഹുരുചിയുണ്ടാകും.

ഇനിയുള്ള പണി തുടങ്ങാൻ പുത്തരി കഴിയണം. പുതുനെല്ലിന്റെ ചോറുണ്ണുന്നതാണ് പുത്തരി. പുന്നെല്ലുകൊണ്ട് ചക്കരച്ചോറ് വെക്കും.

നല്ല വെയിലുള്ള ദിവസം നോക്കി നെല്ല് ഉണക്കണം. വിത്തിന് പത്തൊണക്കം വേണം. വിത്ത് പൊതികെട്ടി വെക്കണം. മത്തന്റെ ആകൃതിലാണ് പൊതികെട്ടുക. ബാക്കിയുള്ളത് പത്തായത്തിലിടണം. ഓലച്ചേരിയിൽ പൊതികെട്ടുന്നതിൽ വിദഗ്ധൻ ഒണക്കൻ മൂപ്പറാണ്. ഒരു പൊതികെട്ടിയാൽ ഇത്ര സേറ് നെല്ല് കൂലിയെന്ന് കണക്കുണ്ട്.

അങ്ങനെയിരിക്കെ തുലാപ്പത്തായി. പത്താമുദയം. ഓലച്ചേരിയിലെ കൃഷിക്കാരുടെ പുരയിൽ പത്താമുദയത്തിന് ചില ചടങ്ങുകളുണ്ട്.

കൊറ്റിയുദിക്കുന്നതിന് മുമ്പുതന്നെ ഒരു മുറം നെല്ല് പുഴുങ്ങും.

പുഴുങ്ങിയ നെല്ല് മുറം നിറച്ച് ഉദയസൂര്യന്നഭിമുഖമായി കോലായിൽ കൊണ്ടുവെക്കണം. നിലവിളക്ക് കൊളുത്തണം. മുറത്തിന് മുന്നിൽ കൊടിയിലകൾ വെച്ച് അതിൽ അവില് വിളമ്പണം.

അന്ന് പുലർച്ചെ ഓലച്ചേരിയിലെ ഉരലുകളെല്ലാം ഉണർന്ന് ശബ്ദിക്കും. അവിലിടി എന്നാണ് അതിന് പറയുക.

തലേന്ന് സന്ധ്യക്ക് മൂന്നാല് സേർ നെല്ല് വെള്ളത്തിൽ കുതിർത്തുവെക്കും. അത് വറുത്ത് ഉരലിലിട്ട് ഇടിച്ചാണ് അവിലുണ്ടാക്കുക.

കുഞ്ഞാതിയും മാണിക്കവും നെല്ലു വറുക്കാൻ അമ്മയെ സഹായിച്ചു. കുഞ്ചോറു നെല്ലിടിച്ച് ഉമി പാറ്റിക്കളഞ്ഞ് അവിൽ വേർതിരിച്ചെടുത്തു.

അന്ന് എല്ലാവർക്കും കാലത്തെയുള്ള ഭക്ഷണം അവിലാണ്.

എവിടെയും വണ്ണാൻതുമ്പികളാണ്. വയലിന് മീതെയും പുല്ലിൻകൂനക്ക് മുകളിലും അവയുടെ തിമർപ്പാണ്. നിലം തൊട്ടുതൊട്ടില്ല എന്ന മട്ടിൽ പറക്കാൻ തുടങ്ങിയിട്ട് ദിവസങ്ങളായി. തുമ്പി താണു പറന്നാൽ തുലാവർഷമടുത്തു എന്നാണ് നാട്ടറിവ്. വൈകുന്നേരങ്ങളിൽ കനത്ത ഇടിയോടെ മഴവന്നു. ഇനി ഓലച്ചേരി വയലിൽ പുഞ്ചപ്പണി തുടങ്ങും. വെള്ളം കെട്ടിനിൽക്കുന്ന കണ്ടങ്ങളിലും കയറാൻ സാധ്യതയുള്ളവയിലും പുഞ്ചയെടുക്കും. നല്ല വെള്ളക്കെട്ടുള്ള സ്ഥലത്ത് നേരത്തെ മുണ്ടകൻ വിതച്ചിരുന്നു.

കരപ്പറമ്പിൽ ഞാറിട്ട് പൊരിച്ച് നടുന്നവരുണ്ട്. വിത്ത് മുളവരുത്തി വിതക്കുന്നവരുണ്ട്. ഒതേനന്റെ പുഞ്ചക്കൃഷി രണ്ടാമത്തെ രീതിയിലാണ്.

6

എഴുത്തോലക്കാറ്റ്

ഓലച്ചേരി വയൽ പുഞ്ചക്കൃഷിയുടെ ഒരുക്കത്തിലാണ്. ഒടു[1] ചെത്തി വൃത്തിയാക്കണം. വരമ്പുവെച്ച് കണ്ടമൊരുക്കണം.

ഒതേനൻ കുഞ്ചോറുമായി കൃഷിയെപ്പറ്റി ചർച്ചചെയ്യുക രാത്രിയിലാണ്. പ്രത്യേകിച്ച് ചോറുണ്ട് കിടക്കാൻ പോകുന്നതിന് മുമ്പുള്ള ചവ നേരത്ത്. അതൊരു ശാന്തവും സ്വസ്ഥവുമായ സമയമാണ്.

സംസാരത്തിന് ഒരിടവേളകിട്ടിയപ്പോൾ കുഞ്ചോറു കൃഷിവിട്ട് വിദ്യാഭ്യാസത്തിലേക്ക് കടന്നു.

"ഞാനിന്നാള് പറഞ്ഞകാര്യം നിങ്ങക്ക് ഓർമീണ്ടോ?" കുഞ്ചോറു ചോദിച്ചു.

"ഏതുകാര്യം?"

"ചിരോണ്ടനെ എയ്ത്ത് പള്ളീലിര്ത്ത്ന്ന കാര്യം?"

"തീയച്ചെക്കനെ ആരാ എയ്ത്ത് പടിപ്പിക്കാ? അങ്ങനെയൊന്ന് നീ കേട്ടിട്ടുണ്ടോ?"

അതിന് കുഞ്ചോറുവിന് മറുപടിയില്ല.

ചാതുർവർണ്യ വ്യവസ്ഥയിൽ ബ്രാഹ്മണർക്കും ക്ഷത്രിയർക്കും വൈശ്യർക്കും മാത്രമേ അക്ഷരാഭ്യാസത്തിൽ അവകാശമുള്ളൂ. മേൽപ്പറഞ്ഞവരുടെ സമ്പർക്കം കൊണ്ട് ശൂദ്രരിൽ ചിലർ അക്ഷരവിദ്യ വശമാക്കിയിട്ടുണ്ട്. താഴ്ന്ന ജാതികളെല്ലാം വർണവ്യവസ്ഥയ്ക്ക് പുറത്താണ്. അവർ അക്ഷരം സ്വപ്നം കാണുകകൂടി ചെയ്യേണ്ടതില്ല.

"ഞാനൊന്ന് പറയട്ടാ നിങ്ങ്യോട്! നിങ്ങ അളോറ എയ്ശ്ശനെ ചെന്ന് കാണ്വാ, എയ്ശ്ശനോട് പറഞ്ഞുനോക്ക." കുഞ്ചോറുവിന്റെ ഉപദേശം ഈ വഴിക്കായി.

---

1. വൈക്കോൽക്കുറ്റി.

“നീ എന്ത് പ്രാന്താ ഈ പറയ്ന്ന്! ചിരോണ്ടനെ എയ്ത്ത് പടിപ്പിക്കണംന്ന്. എയ്ശ്ശനോട് പറയാനോ!”

“ഓ, എയ്ശ്ശനെന്താ പിശാശാ, മന്ശ്ശനല്ലേ?”

“നിന്നോട് വർത്തമാനം പറഞ്ഞാ പൊലരും. എടോ നീ വെളക്കൂത്. എനക്കൊറക്കം വെര്ന്ന്.” ഒതേനൻ പത്തായത്തിന് മുകളിൽ കയറി.

കുഞ്ചോറു വിളക്കൂതി.

പത്തായത്തിന് പുറത്താണ് ഒതേനന്റെ കിടപ്പ്. കുഞ്ചോറു താഴത്ത് പായിലും. കുഞ്ഞുങ്ങൾ അകത്തിറയത്തും.

വാസ്തവത്തിൽ ഒതേനന് ഉറക്കം വരുന്നുണ്ടായിരുന്നില്ല. ചിന്തിക്കാൻ അയാൾക്ക് അൽപ്പം ഇരുട്ട് വേണമായിരുന്നു.

താഴ്ന്നജാതിക്കാരൻ അക്ഷരജ്ഞാനം നേടുന്നത് കുറ്റമാണോ? ആരാണത് ശിക്ഷാർഹമാക്കിയത്? അക്ഷരത്തിന് ജാതിഭേദമുണ്ടോ? ധനിക ദരിദ്ര ഭേദമുണ്ടോ? എഴുത്തശ്ശന്റെ മുന്നിൽ ഒരെളിയ അപേക്ഷ സമർപ്പിച്ചാൽ എന്താണ്? അദ്ദേഹം സാത്വികനാണ്. ദയാവായ്പുള്ളവനാണ്. അതുകൊണ്ട് ഈ അപേക്ഷ സ്വീകരിക്കണമെന്നില്ല.

ഓരോന്ന് ചിന്തിച്ച് എപ്പഴോ ഒതേനൻ ഉറങ്ങി. അതിനടുപ്പിച്ചായിരിക്കണം കുഞ്ചോറുവും ഉറങ്ങിയത്.

രാവിലെയുള്ള ഏറ്റ് പതിവിലും നേരത്തേ തീർക്കാൻ തീരുമാനിച്ചു കഴിഞ്ഞിരുന്നു. ഇനി ആ തീരുമാനം മാറ്റേണ്ടതില്ല. എഴുത്തച്ഛനെ സന്ദർശിക്കാനുള്ള തീരുമാനവും മാറ്റേണ്ടില്ല. ഭവിഷ്യത്ത് എന്താണെന്ന് വെച്ചാൽ അനുഭവിക്കാം. ജീവിതത്തിൽ ഓരോ അനുഭവങ്ങളല്ലേ? എല്ലാം നല്ല അനുഭവങ്ങളായിക്കൊള്ളേണമെന്ന് ശഠിക്കേണ്ട ആവശ്യമെന്ത്? താഴ്ന്നജാതിക്കാരന്റെ ജീവിതാനുഭവങ്ങൾ അങ്ങനെയല്ലല്ലോ!

ഒരുവകയുള്ള മനസിലിരിപ്പെല്ലാം കഴിവതും ഒതേനൻ ഉറുവാടനുമായി പങ്കുവെക്കാറുണ്ട്. എന്നാലിത് അയാളോടുപോലും വെളിപ്പെടുത്താനുള്ള മാനസികാവസ്ഥ ഒതേനനില്ല. ഇത് കടന്ന കൈയായിപ്പോയി എന്ന് ഉറുവാടൻ പറഞ്ഞേക്കാം. ശരിയല്ലാതില്ല.

ഒണ്ടയും കത്തിയും കുറ്റിയും ഞാലിയുടെ മൂലക്ക് വെച്ചു. തള ഇറവക്കിൽ തിരുകിവെച്ചു.

കുഞ്ചോറു ചിരോണ്ടനെ കിണറ്റിൻ കരയിൽ കൊണ്ടു ചെന്ന് നിർത്തി. പാളയിൽ വെള്ളം കോരി തലയിലൊഴിച്ചു ഇതൊക്കെ അവൻ സ്വയം ചെയ്യാറുണ്ടെങ്കിലും.

തലതോർത്തി കൊടുക്കുമ്പോഴാണ് വിദ്യാരംഭത്തെപറ്റി അമ്മ അവനോട് പറഞ്ഞത്. തോർത്തിനുള്ളിൽ നിന്ന് അവൻ പറഞ്ഞത് കുഞ്ചോറുവിന് ഒട്ട് മനസിലായതുമില്ല.

പട്ടുകോണകം മറച്ച് ഓണത്തിന് വാങ്ങിയ കോടിമുണ്ടുടുത്തു. വയറിന് മീതെ മുണ്ടുടുത്ത ചിരോണ്ടൻ ഒരു കുട്ടിത്തമ്പുരാനെപ്പോലെയുണ്ട്.

ഒതേനൻ ഇതിനകം തോട്ടിൽ മുങ്ങിവന്നു. മുട്ടുമറയാത്ത വെള്ള മുണ്ടുടുത്തു. ഒരു തോർത്തുമുണ്ട് ചുമലിലിട്ടു. മുണ്ടിനടിയിൽ കോണക വാൽ തെളിഞ്ഞുകാണാമായിരുന്നു.

മത്തൻ, ഇളവൻ, വെള്ളരിക്ക, വാഴക്കുല എന്നിവ ഒരു കുട്ടയിലടു ക്കുന്ന ബദ്ധപ്പാടിലണ് കുഞ്ചോറു.

ഒതേനൻ കുട്ട ചുമലിലേറ്റി

"ഞാങ്ങ പോയിറ്റ് വെരാ" ഇറങ്ങുമ്പോൾ അയാൾ പറഞ്ഞു.

കുഞ്ചോറു നെഞ്ചിൽ കൈവെച്ച് പ്രാർഥിച്ചു: എന്റ മുത്തപ്പാ!

കോണിയിറങ്ങുമ്പോൾ ചിരോണ്ടൻ ഒന്ന് തിരിഞ്ഞുനോക്കി. അതു കണ്ട് കുഞ്ചോറുവിന്റെ കണ്ണ് നിറഞ്ഞു.

വാതിൽക്കൽ നിൽക്കുന്ന പെങ്ങന്മാരുടെ കണ്ണുകൾ ആങ്ങളെയെ പിന്തുടർന്നു.

നടവരമ്പിലെത്തിയപ്പോൾ അച്ഛൻ മകനോട് ചോദിച്ചു: "കൊർച്ച് നടക്കാന്ണ്ട്. നീ ശീണിക്ക്വോ ചിരോണ്ടാ?"

ഇല്ലെന്ന് അവൻ തലയാട്ടി. നടക്കാനും ഓടാനും ചാടാനുമൊക്കെ അവനുത്സാഹമാണ്. നല്ല ചുറുചുറുക്കുള്ള കുട്ടിയാണവൻ.

ആൾ സഞ്ചാരം കുറഞ്ഞ വഴിയാണ് ഒതേനൻ തിരഞ്ഞെടുത്തത്. യാത്രാമ്പേഷണങ്ങളിൽ നിന്ന് രക്ഷപ്പെടാമല്ലോ. ഭാഗ്യത്തിന് അങ്ങനെ യൊരാളും മുന്നിൽ ചാടി വീണില്ല.

ചിരോണ്ടൻ സന്തോഷവാനാണ്. അവൻ വഴിയോരക്കാഴ്ചകൾ കണ്ടു നടന്നു. നീർച്ചാലുകൾ ചാടിക്കടന്നു. മുണ്ടക്കോഴികളുടെ കൂടുകാ ണാൻ മുണ്ടക്കാട്ടിലേക്ക് ഏന്തിവലിഞ്ഞുനോക്കി. മുണ്ട പൂത്ത മണം അവനെ ഉന്മത്തനാക്കി.

ഒന്നുകിൽ അവൻ അച്ഛനേക്കാൾ ഏറെ മുന്നിൽ, അല്ലെങ്കിൽ ഏറെ പുറകിൽ. അവർ ഒപ്പം സഞ്ചരിച്ച ദൂരം നന്നേ കുറവാണ്.

അളോറ രാമനെഴുത്തച്ഛന്റെ എഴുത്തുപള്ളിയിലേക്കാണ് ഞങ്ങൾ ചെല്ലുന്നതെന്നും അക്ഷരാഭ്യാസം നേടാനാണ് അവിടേക്ക് പോകുന്ന തെന്നും അതൊരു ഗുരുകുലമാണെന്നും ഒതേനൻ സമാസം വിസ്തരിച്ച് മകനോട് പറഞ്ഞു.

കോട്ടൂർകുന്നിന്റെ ചെരുവിലെ വളഞ്ഞുപുളഞ്ഞ ഒറ്റയടിപ്പാത യിലൂടെ അവർ വിസ്തൃതമായ പുൽപ്പരപ്പിലേക്ക് പ്രവേശിച്ചു. ഈ പുൽ പ്പരപ്പാണ് ഓലച്ചേരിയിലെ പുരകളെ മഴയിൽ നിന്നും വെയിലിൽ നിന്നും രക്ഷിക്കുന്നത്.

വൃശ്ചികം അവസാനത്തോടെയാണ് പുരപ്പുല്ല് പറിക്കുക. അപ്പോൾ അന്യ ദേശങ്ങളിൽ നിന്നു പെണ്ണുങ്ങൾ വന്ന് ഓലച്ചേരിയുടെ പുരകളിൽ രാപാർക്കും. രാപാർത്ത പെണ്ണുങ്ങളെ ഓലച്ചേരിയിലെ ആണുങ്ങൾ മങ്ങലം കഴിച്ചിട്ടുണ്ട്.

സൂര്യനുദിക്കുന്നതിന് മുമ്പ് തന്നെ പുല്ലുപറി തുടങ്ങണം. വെയിൽ മൂത്താൽ പറമ്പിൽ നിന്ന് പൊറുക്കാനാവില്ല. അതിനുള്ള തയ്യാറെടു പ്പുകളുമായാണ് പെണ്ണുങ്ങൾ കുന്നുകയറുക.

പുല്ലുപറിക്കാലത്ത് ഓലച്ചേരി പുഴയിലൂടെ കൂറ്റൻ പുല്ലു കൂനകൾ ഒഴുകിപ്പോകുന്നത് കൗതുകം ജനിപ്പിക്കുന്ന കാഴ്ചയാണ്. പുല്ലു കയറ്റിപ്പോകുന്ന തോണികളാണവ.

പുൽപ്പരപ്പിന്റെ ഏകദേശം മധ്യഭാഗത്ത് ഒരു പാറപ്പുറമുണ്ട്. അവിടെ നിൽക്കുമ്പോൾ ഒരു ദിഗ്ഭ്രമം അനുഭവപ്പെടും.

ഉടുമുണ്ടിൽ നിന്ന് ഒരിഴ വലിച്ചെടുത്ത് പാറപ്പുറത്ത് നിക്ഷേപിക്കാൻ ഒതേനൻ മകനോട് പറഞ്ഞു.

അപ്പോഴാണ് അവൻ പാറപ്പുറം ശ്രദ്ധിച്ചത്. നൂലുകളും പഴയ തുണിച്ചീന്തുകളും പാറപ്പുറത്ത് ഒട്ടിപ്പിടിച്ച് കിടക്കുന്നു! കൊല്ലങ്ങളോളം പഴക്കമുണ്ടവയ്ക്ക്.

ഒതേനൻ അതിന്റെ പൊരുൾ മകന് പറഞ്ഞുകൊടുത്തു. ഇത് വിശാലമായ വിജനസ്ഥലമാണ്. എത്ര പരിചിതനായ വഴിപോക്കനും വഴി തെറ്റാൻ സാധ്യതയുണ്ട്. വഴി തെറ്റിയാൽ ശരി വഴി കണ്ടുപിടിക്കാനാണ് പാട്! വഴിപോക്കർക്ക് ദിശാബോധം ഉണ്ടാക്കാനുള്ള ഏർപ്പാടാണിത്. ഇന്നത്തെ വഴിപോക്കൻ നാളത്തെ വഴിപോക്കനു വേണ്ടി ചെയ്യുന്ന ധർമം.

വഴിപോക്കർ ഇത് കൃത്യമായി അനുഷ്ഠിക്കാൻവേണ്ടി ഒരു ഐതിഹ്യവും ചമച്ചു. ദിശ നിർണ്ണയിക്കാൻ പ്രയാസമുള്ള ഇത്തരം നിർജന വിശാലതകളിലാണ് പാറക്കൂളികളുടെ വാസം. യാത്രക്കാരെ വഴിതെറ്റിക്കുകയും, തെറ്റിയ വഴികളിലൂടെ സഞ്ചരിക്കുന്നതു കണ്ട് രസിക്കുകയും ചെയ്യുന്നത് പാറക്കൂളികളുടെ വിനോദമാണ്. അവർക്കുള്ള നിവേദ്യമാണ് നൂലുകളും തുണിച്ചീന്തുകളും.

എഴുത്തുപള്ളി അടുക്കുന്തോറും ഒതേനന് മനസിന്റെ പിരി മുറുകി. എഴുത്തച്ഛന്റെ മുന്നിൽ വിഷയം അവതരിപ്പിക്കാനുള്ള വിഷമം ചില്ലറയല്ല. ഇന്നേവരെ ഒരു തീയച്ചെക്കനെ എഴുത്തച്ഛൻ എഴുത്തിനിരുത്തിയതായി കേട്ടുകേൾവിപോലുമില്ല. ഇതൊക്കെ ചിന്തിക്കുമ്പോൾ ആവേശത്തിനൊര് മരവിപ്പ്! ആത്മവിശ്വാസത്തിന് ക്ഷതം– പിന്തിരിഞ്ഞ് നടന്നാലോ എന്ന് ആലോചിച്ച നിമിഷം വരെയുണ്ടായി.

കുന്നിൻമുകളിൽ നിന്ന് താഴ്വരയിലെ വയലിന്റെ ദൃശ്യം കണ്ണിൽ പ്പെടുന്നുണ്ട്. വയൽത്തറകളിൽ നരച്ച പുള്ളിക്കുത്തുകൾപ്പോലെ അടിയാക്കൂട്ടത്തിന്റെ ചാളകൾ. അതൊക്കെ നിന്ന് നോക്കി ചിരോണ്ടൻ അച്ഛന് വളരെ പിന്നിലായി.

"പെരിയ[1] നോക്കി വേം നടക്ക്. എയ്ത്ത് പള്ളി എത്താറായി" അയാൾ മകന് മുന്നറിയിപ്പ് നൽകി.

ചിരോണ്ടന് ഉത്കണ്ഠ വർധിച്ചു വന്നു. എഴുത്തച്ഛൻ ആരെന്നും എഴുത്തുപള്ളിയെന്തെന്നും അവനറിഞ്ഞുകൂടല്ലോ. എങ്കിലും അച്ഛൻ ചില ചിത്രങ്ങൾ അവന് നൽകിയിട്ടുണ്ട്. പെരുമാറാൻ ചില പാഠങ്ങളും പഠിപ്പിച്ചിട്ടുണ്ട്.

---

1. വഴി.

കുന്നിൻ ചെരിവിൽ, വയലിന് മുഖം കൊടുത്ത്, പകുതി പുല്ലു മേഞ്ഞതും പകുതി ഓട് മേഞ്ഞതുമായ വീടാണ് എഴുത്തച്ഛന്റേത്. പറമ്പിന്റെ ഒരു മൂലയിലാണ് പുല്ലുമേഞ്ഞ എഴുത്തുപള്ളി. അവിടവിടെ എഴുത്തോല പനകളും ഉണ്ട്.

എഴുത്തിനിരുത്തിയ പുതിയ ശിഷ്യന്മാരും പണ്ടേയുള്ളവരും എഴുത്തുപള്ളിക്കകത്തുണ്ട്. ചിരോണ്ടൻ ഒന്ന് അവരുടെ നേർക്ക് കണ്ണോടിച്ചു.

"അടിയൻ" സാന്നിധ്യം അറിയിക്കാൻ ഒതേനൻ ആചാരവാക്ക് പറഞ്ഞു.

മെലിഞ്ഞു നീണ്ട ഭസ്മം പുരണ്ട ശരീരം. നരകയറിയ കുറ്റിത്താടി. സാത്വികഭാവമുള്ള മുഖം. മുട്ടുകവിയുന്ന വെളുത്തമുണ്ട്. നീളം കുറഞ്ഞ രണ്ടാം മുണ്ടുകൊണ്ട് ഉടലിന് ഒരാവരണം. എപ്പോഴും മുറുക്കാൻ വായിലുണ്ടെന്ന് തോന്നിപ്പിക്കുന്ന കവിൾത്തടം. വലതുകൈയിൽ എഴുത്താണി.

ഒതേനൻ കാഴ്ചദ്രവ്യം എഴുത്തച്ഛന്റെ കാൽക്കൽ വെച്ച് പറച്ചുകൂട്ടി തൊഴുതു[1]. മകനും അച്ഛനെ അനുകരിച്ചു.

"പടുത്തിരിക്ക[2]" മുന്നിലിട്ട് എഴുത്തച്ഛൻ ക്ഷണിച്ചു., "ഇരിക്കൊതേനാ"

ഒതേനൻ സവിനയം ഇരുന്നു. ചിരോണ്ടൻ അച്ഛനെ മുട്ടിയുരുമ്മി നിന്നു.

"ഏതാ, ഈ കുട്ടി?" എഴുത്തച്ഛൻ ചോദിച്ചു.

"അടിയന്റെ."

"മൂത്തതാ."

"ഓ."

"എന്താ പേര്?"

എഴുത്തച്ഛനെ താണുവണങ്ങി ചിരോണ്ടൻ തന്നെയാണ് മറുപടി പറഞ്ഞത്.

അവന്റെ പ്രസരിപ്പും സങ്കോചമില്ലായ്മയും നിഷ്കളങ്കമായ നോട്ടവും എഴുത്തച്ഛനെ ആകർഷിച്ചു.

പരിക്ഷീണമായ ഒരു സ്ത്രീരൂപം വാതിൽക്കൽ വന്ന് മുഖം കാട്ടി. എഴുത്തച്ഛന്റെ ഭാര്യ നങ്ങേമ്മയാണത്. വിട്ടുമാറാത്ത ശ്വാസംമുട്ടൽ അവരെ തീർത്തും അവശയാക്കിയിരിക്കുന്നു. ഒരു വാക്കുച്ചരിക്കാൻ എത്ര തവണ കിതക്കണമെന്ന് അവർക്കുപോലും നിശ്ചയമുണ്ടാകില്ല.

"ഒതേനൻ എന്താ വിശേഷിച്ച് വന്നത്?" എഴുത്താണികൊണ്ട് പുറം ചൊറിഞ്ഞ് എഴുത്തച്ഛൻ ചോദിച്ചു.

വരണ്ട മുഖഭാവവും വികൃതമായ വിനയവുമായി ഒതേനൻ നിന്നു. എന്തുപറയാൻ! വാക്കുകൾ നാക്കറ്റംവരെയെത്തി മടങ്ങിപ്പോകുന്നു! അയാളുടെ പ്രയാസം കണ്ട് എഴുത്തച്ഛൻ തന്നെ മുൻകൈയെടുത്തു:

"പറഞ്ഞൊാതേനാ, മടിക്കണ്ട."

---

1. വിസ്തരിച്ച് തൊഴുതു.
2. തെങ്ങോല കൊണ്ടുണ്ടാക്കുന്ന ചെറിയ പായ.

വാക്കുകളുടെ മാർദവം ഒതേനനെ ആശ്വാസം പകർന്നു.

ചിരോണ്ടനെ പിടിച്ച് എഴുത്തച്ഛന്റെ മുന്നിലേക്ക് നീക്കി നിർത്തി ഒതേനൻ വിനീതമായി അപേക്ഷിച്ചു: "ഇവനെ ഇവ്ട്ത്തെ ശിഷ്യനാകാൻ ദെയവ് കാണിക്കണം."

തീയനെ തൊട്ടാൽ എഴുത്തച്ഛൻ കുളിച്ച് ശുദ്ധനാവണം. ആ നിലയ്ക്ക് അവനെ അക്ഷരാഭ്യാസം കൂടി ചെയ്യിക്കണമെന്ന് വന്നാലോ! അല്ലെങ്കിൽ തീയനെന്തിന് വിദ്യയഭ്യസിക്കണം? അവൻ ഏറുകയോ കാലിക്കൂട്ടുകയോ ചെയ്താൽ പോരേ? അതിന് അക്ഷരത്തിന്റെ ആവശ്യമുണ്ടോ? എല്ലാവരും വിദ്യാസമ്പന്നനാകേണ്ടതുണ്ടോ? അങ്ങനെ വന്നാൽ സവർണന്മാർക്ക് ദാസ്യവേല ചെയ്യുന്നവരെ എവിടെനിന്ന് കിട്ടും?

"ഒതേനാ, നാട്ടുനടപ്പ് നിനക്കറിഞ്ഞുകൂടെ? ഒരു തീയച്ചെറുക്കനെ ഞാനെങ്ങനെ അക്ഷരം പഠിപ്പിക്കും. എനിക്കതിന് പാടുണ്ടോ? സാമൂഹ്യനീതിയുടെ മുന്നിൽ ഞാൻ കുറ്റക്കാരാനാവില്ലേ? നിന്നെയും നിന്റെ മകനെയും നിരാശപ്പെടുത്തുന്നതിൽ എനിക്ക് സങ്കടമുണ്ട്. എന്തുചെയ്യട്ടെ!"

ഒരു പൊട്ടിത്തെറിയായിരുന്നു ഒതേനൻ പ്രതീക്ഷിച്ചിരുന്നത്. അതല്ലേ എഴുത്തച്ഛൻ തകർത്തുകളഞ്ഞത്!

അലിവൂറുന്ന മനസുമായി നിൽക്കുന്ന എഴുത്തച്ഛന് ചണ്ഡാലഗുരുവിന്റെ കഥ ഓർമ വന്നു. പണ്ട് ശ്രീശങ്കരൻ കാശിയിൽ താമസിച്ചുകൊണ്ടിരിക്കുന്ന കാലം. ഒരു ദിവസം രാവിലെ ഗംഗാസ്നാനം കഴിഞ്ഞ് വിശ്വനാഥ ക്ഷേത്രത്തിലേക്ക് മടങ്ങി വരികയായിരുന്നു. അപ്പോൾ അദ്ദേഹത്തിനെതിരായി വേട്ടനായ്ക്കളോടും മദ്യകുംഭത്തോടും കൂടി ഒരു ചണ്ഡാലൻ ആടിപ്പാടി വരുന്നുണ്ടായിരുന്നു. അടുത്തെത്തിയ ചണ്ഡാലനോട് തന്റെ മാർഗത്തിൽ നിന്ന് മാറി നിൽക്കാൻ ശ്രീശങ്കരൻ ആവശ്യപ്പെട്ടു. ചണ്ഡാലൻ ഉടൻ തന്നെ പറഞ്ഞു. മാറി നിൽക്കാനോ! എല്ലാവർക്കും ഒരേ ചോര, ഒരേ അവയവങ്ങൾ, ഒരേ വികാരങ്ങൾ, എല്ലാറ്റിന്റെയും ഘടന ഒന്നുതന്നെ. ആര്, ആരിൽ നിന്ന് മാറി നിൽക്കണം? ആരെയാണ് നിങ്ങൾ മാറി നിൽക്കാൻ പറയുന്നത്? അതു പറയാൻ നിങ്ങൾക്ക് എന്താണ് യോഗ്യത?

എഴുത്തച്ഛൻ ശാന്തനായി സ്വയം ചോദിച്ചു: വിദ്യ അർഥിക്കുന്നവന് വിദ്യ നിഷേധിക്കാൻ എനിക്കെന്തവകാശം! എഴുത്തച്ഛനെന്ന പേരിന്റെ അർഥമെന്താണ്? 'എഴുത്തിന്റെ പിതാവെന്നല്ലേ?'

രാമനെഴുത്തച്ഛൻ ഒതേനന്റെയും ചിരോണ്ടന്റെയും മുഖത്തേക്കു നോക്കി.

അപേക്ഷ സ്വീകരിക്കണോ, തിരസ്കരിക്കണോ? സ്വാഭാവികമായും നിർവിവാദമായത് രണ്ടാമത്തേതാണ്. ഒന്നാമത്തേത്...

7

ഹരിശ്രീ

കാലത്തിന് അനന്തമായി മാറ്റമില്ലാതെ തുടരാൻ പറ്റുമോ? ഇല്ല എന്നതിന് തെളിവിതാ: അളോറ രാമനെഴുത്തച്ഛൻ ചിറമ്മൽ ഒതേനന്റെ മകൻ ചിരോണ്ടനെ ശിഷ്യനായി സ്വീകരിച്ചിരിക്കുന്നു! ചിരോണ്ടൻ ഒരു നാണയം വെറ്റിലയിൽ ദക്ഷിണ വെച്ച് എഴുത്തച്ഛനെ ഗുരുവായി വരിച്ചു.

ഒരു താഴ്ന്ന ജാതിക്കാരനെ അക്ഷരാഭ്യാസത്തിന് തെരഞ്ഞെടുത്ത ആദ്യ സംഭവം. ചരിത്രം കൊട്ടിപ്പിടഞ്ഞെഴുന്നേൽക്കുന്നത് ഇത്തരം മുഹൂർത്തങ്ങളിലാണ്. ഇവിടെനിന്നും ചരിത്രത്തിന് ബഹുകാതം സഞ്ചരിക്കേണ്ടതുണ്ട്. ഇടറിയും വീണും പരിക്കുപറ്റിയും ദൃഢമായ കാൽവെപ്പുകൾ മുന്നോട്ടുവെച്ചും...

താഴ്ത്തിക്കെട്ടിയ ഓലപ്പുരയാണ് എഴുത്തുപള്ളി. ശിഷ്യന്മാർ ഇരിക്കുന്നത് പടുത്തിരിക്കയിലാണ്. എഴുത്തച്ഛൻ പുല്ലുപായയിലും.

എഴുത്തുപള്ളിയുടെ മൂലക്ക് തൊണ്ടും മണലും നിരത്തിവെച്ചിട്ടുണ്ട്. അതാണ് പ്രധാന പഠനോപകരണം. നിലത്ത് മണൽ വിരിച്ച് അതിൽ നടുവിരലുകൊണ്ടാണ് എഴുതേണ്ടത്. ഓരോ അക്ഷരം എഴുതിക്കഴിഞ്ഞാൽ ഉച്ചരിച്ച ശേഷം ഇടതുകൈകൊണ്ട് മായിക്കും.

അക്ഷരം മണലിലെഴുതുമ്പോൾ അറിവ് ഭൂമിയാകുന്നു.

മറ്റു കുട്ടികൾക്ക് എല്ലാം സ്വതന്ത്രമായി ചെയ്യാം. എന്നാൽ ചിരോണ്ടന് എല്ലാറ്റിനും വിലക്കുകളും നിയന്ത്രണങ്ങളുമുണ്ട്. അവന് എഴുത്തുപള്ളിയുടെ അകത്ത് പ്രവേശനമില്ല വാതിലിന് പുറത്താണവന്റെ സ്ഥാനം. പുറത്തിരുന്ന് കണ്ടും കേട്ടും ചെയ്തും പഠിക്കുക. ഉയർന്ന ജാതിക്കാരായ സഹപാഠികളോടൊപ്പം ഇടപഴകാനുള്ള സ്വാതന്ത്ര്യവും അവനില്ല. കളിക്കൂട്ടുകാരും ഇല്ല. എഴുത്തച്ഛൻ ഭവനത്തിലെ മുൻവശത്തെ കോലായിൽ പ്രവേശിച്ചുകൂടാ. കിണർ തൊടരുത്. മറ്റുള്ളവരെ കൂട്ടി

ത്തൊടരുത്. കുളത്തിലിറങ്ങരുത്. വയലിലെ വെള്ളരിക്കുണ്ടാണ് അവന് ഉപയോഗിക്കാവുന്നത്. ഭക്ഷണത്തിനുള്ള ഇല സ്വയം കൊണ്ടുവന്ന്വെച്ച് ദൂരെ മാറി നിൽക്കണം. അപ്പോൾ ഏതെങ്കിലും അന്തേവാസി അതിൽ വിളമ്പിക്കൊടുക്കും. അന്തേവാസി തീണ്ടപ്പാടകലെ എത്തിയാൽ മാത്രമേ ഭക്ഷണം കഴിച്ചു കൂടൂ.

ചിരോണ്ടന് ഇതൊന്നും പീഡനമായി തോന്നിയില്ല, ഇതെല്ലാം സ്വാഭാവികമാണെന്ന ധാരണയിലാണ് എല്ലാറ്റിനോടും അവന്റെ പ്രതികരണം.

ഒരുദിവസം തളിവാരത്തില്ലത്തെ ആശ്രിതൻ എഴുത്തുപള്ളിയിലേക്ക് കയറിവന്നു. തന്റെ ജീവിതത്തിൽ ആദ്യമായാണ് അയാൾ എഴുത്തുപള്ളിയുടെ അകം കാണുന്നത്. വിഹഗവീക്ഷണം നടത്തുന്നതിനിടയിൽ വാതിൽക്കലിരുന്ന് ചൊല്ലിപ്പഠിക്കുന്ന ചിരോണ്ടനെ രൂക്ഷമായി നോക്കിയിട്ട് പരിഹാസത്തോടെ എഴുത്തച്ഛനോട് ചോദിച്ചു. “ഏതാ, ഈ പൊറത്തിരിക്കുന്ന ചെക്കൻ?”

“അവൻ ഓലച്ചേരീലാ” എഴുത്തച്ഛൻ ബഹുമാനപൂർവം മറുപടി പറഞ്ഞു.

“ഓലച്ചേരിലെന്ന്ച്ചാൽ...”

“ചെറമ്മലൊതേനന്റെ മോനാ.”

“ഓൻ തീയ്യനല്ലേ? എഴുത്തള്ളില് സർവ്വാണീം തൊടങ്ങ്യോ” ആശ്രിതൻ ചോദിച്ചു.

“വിദ്യ കുറച്ച് സർവ്വാണീം ഇരിക്കട്ടെ എന്നുവെച്ചു.” അങ്ങനെയെളുപ്പം വഴങ്ങണ്ടെന്ന് എഴുത്തച്ഛന് തോന്നി.

“വിദ്യ കണ്ടവർക്കൊക്കെ വെക്കാനും വെളമ്പാനും പാടില്ലാന്ന് എഴുത്തച്ഛനറീലെ? എത്രയും പെട്ടെന്ന് തമ്പുരാനെ മുഖം കാണിക്കാൻ കൽപ്പനയായിട്ടുണ്ട്. ഒട്ടും വെച്ച് താമസിപ്പിക്കണ്ട.”

കൽപ്പന കൈമാറി ആശ്രിതൻ പോയി.

ഓലച്ചേരി വയലിനെ പകുത്ത് കൊണ്ട് പടിഞ്ഞാറോട്ട് നീളുന്ന നടവരമ്പ് അവസാനിക്കുന്നത് തളിവാരത്തില്ലത്തിന്റെ നടയ്ക്കലാണ്. കീഴ്ജാതിക്കാർക്ക് പടിമാളികക്കപ്പുറം പ്രവേശനമില്ല.

എഴുത്തച്ഛൻ പടിമാളികയും കടന്ന് മുറ്റത്ത് ചെന്ന് തമ്പുരാനെ പറച്ചുകൂട്ടിത്തൊഴുതു.

കുമ്പകുടലിൻമേൽ കസവുമുണ്ടുടുത്ത് രണ്ടാം മുണ്ട് വാരി വലിച്ചിട്ട്, കഥകളി കണ്ണുകളും, കൂട്ടുപുരികങ്ങളും മുറുക്കി ചുവന്ന ചുണ്ടുകളും കല്ലുവച്ച മോതിരങ്ങളും രാമച്ച വിശറിയുമായി തമ്പുരാൻ പ്രവേശിച്ചു. സാധാരണയിൽ കവിഞ്ഞ പാരുഷ്യം മുഖത്തുണ്ട്.

“ആരാദവ്ടെ?” ശബ്ദം മുഴങ്ങി.

“അടിയൻ. എഴുത്തച്ഛൻ.”

“ഓഹോ! എന്താ എഴുത്തച്ഛൻ വന്നത്?”

“ഇവ്ട്ത്തെ കൽപ്പന”

തമ്പുരാൻ ഒരു വട്ടം ഉലാത്തി. എന്നിട്ട് എഴുത്തച്ഛന്റെ നേരെ ദൃഷ്ടി തൊടുത്തു:

"ശൂദ്രമക്ഷര സംയുക്തേ ദൂരതഃപരിവർജ്ജയേൽ" കേട്ടിട്ടുണ്ടല്ലോ.

"ഓ"

"അർഥം തോന്ന്വോ?"തമ്പുരാൻ ചോദിച്ചു.

"ഇവ്ട്ന്ന് സംസ്കൃതത്തിൽ അപാരവ്യുല്പത്തിയുള്ള ദേഹാ. അതോണ്ട് അടിയന്റെ നാവിൽനിന്ന് വീണ് വികൃതമാവ്വോ എന്ന് ശങ്കേണ്ട് തമ്പുരാനെ."

"ശങ്കയൊക്കെ നമുക്കല്ലെ, നമ്പൂരാർക്ക്. എഴുത്തച്ഛൻ നമ്മെ പരിഹസിക്കുകയല്ലല്ലൊ," തമ്പുരാൻ പുരികമുയർത്തി.

"അല്ലേ... അടിയൻ ഈ ജൻമം അപ്രകാരം ചെയ്യില്ല അടിയന് പരിഹാസം വരില്ല തമ്പുരാനെ."

"അർഥം എഴുത്തച്ഛന്റെ നാവിൽ നിന്ന് തന്നെ കേൾക്കാൻ ഇശ്ശി മോഹോണ്ട്." തമ്പുരാൻ പറഞ്ഞു.

തമ്പുരാൻ പിടിവിടില്ലെന്ന് എഴുത്തച്ഛന് മനസിലായി. അതുകൊണ്ട് പറഞ്ഞു: "അക്ഷരാഭ്യാസം നേടിയ ശൂദ്രനെ അകറ്റി നിർത്തണം."

"ആണല്ലൊ! എന്നുതന്നെയാണല്ലൊ!"തമ്പുരാന് ഉത്സാഹം വർധിച്ചതു പോലെയായി.

"ആണേ" എഴുത്തച്ഛൻ ഒന്നൊതുങ്ങി.

"അക്ഷരം ശ്രവിച്ച ശൂദ്രന്റെ ചെവിയിൽ ഈയം ഉരുക്കിയൊഴിക്കണമെന്നും, അക്ഷരം ഉച്ചരിച്ച ശുദ്രന്റെ നാവ് പിഴുതെടുക്കണമെന്നും സ്മൃതിയിലുണ്ടല്ലൊ" തമ്പുരാൻ മുഖമുയർത്തി

"ഉണ്ടേ" എഴുത്തച്ഛൻ മുഖം കുനിച്ചു.

"ന്ന്ട്ട്പ്പോ എഴുത്തച്ഛൻ ചെയ്തോണ്ടിരിക്കുന്നതെന്താ?" ഒന്നു നിർത്തിയിട്ട് തമ്പുരാൻ തുടർന്നു: "നോം ശൂദ്രന് അക്ഷരവിദ്യക്കുള്ള അവസരം നൽകിയതേ ശുദ്ധ അസംബന്ധമായി. ഇപ്പോ ശൂദ്രൻ ഹീന ജാതിക്കാർക്കൊക്കെ വിദ്യ ദാനം ചെയ്യലായി. ഇങ്ങനെ പോവാച്ചാൽ കണ്ട പുലയനും കരിമ്പാലനുമൊക്കെ അക്ഷരം പഠിക്കില്ലേ? എന്താ കഥ!"

"അടിയനോട് പൊറുക്കണം" എഴുത്തച്ഛൻ താണുകേണു.

"പൊറ്ക്കാനും പറ്റ്ല്ല പൊറുക്കാതിരിക്കാനും പറ്റ്ല്ല. എഴുത്തച്ഛൻ ഒര് കാര്യം ചെയ്യ്; കഴിവതും വേഗം നമ്മുടെ കൺമുമ്പിൽ നിന്ന് അങ്ങട് മാറ്വ, മാറിക്കോളൂ" തമ്പുരാൻ പറഞ്ഞു തീർത്തു.

ഓലച്ചേരി വയലിന്റെ നടവരമ്പിലൂടെ അയാൾ സ്വന്തം വീട്ടിലേക്ക് നടന്നു. താൻ അപമാനിക്കപ്പെട്ടതായി അയാൾക്ക് തോന്നി. താഴ്ന്ന ജാതിക്കാർക്ക് വിദ്യപകരുന്നത് ശിക്ഷാർഹമാണെന്ന തിരിച്ചറിവ് അദ്ദേഹത്തെ ദുഃഖിതനും ചിന്താകുലനുമാക്കി.

വീടിന്റെ മുറ്റത്തും എഴുത്തുപള്ളിയുടെ പരിസരങ്ങളിലും ആളുകൾ കൂടി നിൽക്കുന്നത് എഴുത്തച്ഛൻ ദൂരെ നിന്നുതന്നെ കണ്ടു. എഴുത്തച്ഛൻ കനത്ത ശിക്ഷ കിട്ടുമെന്ന് പ്രതീക്ഷിച്ച് രസിച്ചിരിക്കുകയാണെല്ലാവരും.

കുട്ടികൾ എഴുത്തുപള്ളിയുടെ പുറത്തിറങ്ങി നിൽപ്പാണ്. അവർ കുട്ടികളെ നിർബന്ധിച്ച് ഇറക്കി നിർത്തിയതാണ്. പ്രതിഷേധം തന്നെ.

"കണ്ട തീയ്യച്ചെക്കനെ ഇരുത്തിപ്പഠിപ്പിക്കാൻ തന്ന്യാണോ നിങ്ങള്ടെ ഭാവം? രണ്ടാലൊന്ന് ഞങ്ങൾക്കറിയണം."

"അയിത്തോം ശുദ്ധോം പാലിച്ചാ ഞങ്ങള് ജീവിക്കുന്നത്. ഇന്ന് തീയ്യച്ചെക്കൻ വന്നു. നാളെ പൊലയചെക്കൻ വരും. അപ്പോ ഞങ്ങള്ടെ കുട്ട്യളെ കണ്ണല്ലെ പൊട്ടിപ്പോവ്വ?"

പുലയൻ സ്പർശിച്ചാൽ കണ്ണുപൊട്ടും എന്നൊരു വിശ്വാസം മേൽജാതി കുട്ടികളുടെ ഇടയിൽ പ്രചരിച്ചിട്ടുണ്ട്.

മറുപടി പറയാതിരിക്കുന്നത് ശരിയല്ലെന്ന് എഴുത്തച്ഛന് തോന്നി:

"അക്ഷരം തേടിവരുന്നവർക്ക് ഞാനത് നൽകും. എഴുത്തച്ഛന്മാരെന്തിനാ? അക്ഷരം പഠിപ്പിക്കാനല്ലേ?" എഴുത്തച്ഛൻ ചോദിച്ചു.

അതവരെ പ്രകോപിതരാക്കി.

"ഇതാണ് ഭാവമെങ്കിൽ ഈ എഴുത്ത്പള്ളി ഞങ്ങളുടെ കുട്ട്യൾക്ക് വേണ്ട. എഴുത്തുപള്ളിയും എഴുത്തച്ഛന്മാരും വേറെയുണ്ടോന്ന് നോക്കട്ടെ."

അവർ കുട്ടികളെ തെളിച്ചുകൊണ്ടുപോയി.

എഴുത്തച്ഛനെ വിട്ടുപോകുന്നതിൽ കുട്ടികൾക്ക് സങ്കടമുണ്ട്. കുട്ടികളെല്ലാം എഴുത്തച്ഛന് സ്വന്തം മക്കളെപ്പോലെയാണ്.

ഒരു കുട്ടി എഴുത്തച്ഛന്റെ പാദങ്ങൾ തൊട്ടുവണങ്ങിയാണ് പോയത്. മറ്റൊരുവൻ കരഞ്ഞുകൊണ്ടും.

ബഹളം നിലച്ചപ്പോൾ എഴുത്തച്ഛൻ പരിക്ഷീണനായി കോലായിലിരുന്നു. അദ്ദേഹത്തിന്റെ മനസ്സ് ഒരു മിന്നൽപ്പിണരിനെപ്പോലെയാണ് ചിരോണ്ടനെ തേടിയത്. നങ്ങമ്മയോടന്വേഷിച്ചു. നെഞ്ചിൽ കൈവെച്ച് കിതച്ചതല്ലാതെ ഒരക്ഷരം ഉരിയാടാൻ അവർക്ക് സാധിച്ചില്ല. 'പറയേണ്ട; ഒന്നും പറയേണ്ട. അവിടെ ഇരുന്നോളൂ' എന്ന് സമാശ്വസിപ്പിച്ചു. നാട്ടുമാവിന്റെ ഉയർന്നുനിൽക്കുന്ന വേരുകൾക്കിടയിൽ അവനൊരു താവളമുണ്ട്. പക്ഷേ അവനവിടെയില്ല. പിന്നെങ്ങോട്ടുപോയി? എങ്ങോട്ടെങ്കിലും ഓടിപ്പോയ്ക്കളഞ്ഞോ! പശുക്കൾ അമറുന്നതു കേട്ടാണ് ആലക്കൽ ചെന്നത്. പുല്ലുതിന്നാതെ പരുങ്ങി നിൽക്കുകയാണ് പശുക്കൾ, ചിരോണ്ടൻ വല്ലക്കള്ളിയിൽ കയറിക്കിടന്നതുകൊണ്ടാണ് പശു പുല്ലുതിന്നാത്തത്.

"നീ നല്ല ആളാ! നീയിവിടെ ഒളിച്ചിരിപ്പാണില്ലേ? എഴുന്നേൽക്കൂ കുട്ടീ."

എഴുത്തച്ഛന്റെ വാത്സല്യത്തോടെയുള്ള വിളികേട്ട് ചിരോണ്ടൻ പുറത്തുവന്നു. അവന്റെ പുറത്ത് മടല്കൊണ്ട് അടിച്ചതിന്റെ പാടുകൾ! ദേഹത്ത് പറ്റിപ്പിടിച്ച പുല്ലും പൊടിയും തട്ടിക്കളഞ്ഞു കൊണ്ട് അവർ എഴുത്തച്ഛന്റെ പിന്നാലെ നടന്നു.

"നിങ്ങള് ആപത്ത് വിളിച്ച് വര്ത്തണ്ട. ഈ നാട്ടുകാർക്ക് ഭ്രാന്താ; മുഴുത്ത ഭ്രാന്ത്! ഈ കുട്ടിയെ അവര് കൊല്ലും. ഇവന്റെ അച്ഛനമ്മമാരോട് നിങ്ങള് എന്ത് സമാധാനം പറയും! ഇവനെ ഇവന്റെ വീട്ടിലേൽപ്പിച്ചേക്ക്".

നങ്ങമ്മ എഴുത്തച്ഛനെ ഉപദേശിച്ചു. ഉപദേശം മുഴുവൻ കിതപ്പായിരുന്നു.

"വേണ്ട. ഇവൻ ഇവിടെ നിൽക്കട്ടെ. കൊല്ലുന്നെങ്കിൽ കൊല്ലട്ടെ" എഴുത്തച്ഛൻ ഉറച്ചുനിന്നു.

തന്റെ ഭർത്താവിന് ഇത്ര ധൈര്യവും സ്ഥൈര്യവും എങ്ങനെ കൈവന്നു! നങ്ങേമ്മ അതിശയിച്ചു.

8

പാൽക്കാവടി

"ആണ്ടവാ... മുറുകാ... വേലായുധാ... സുബ്രഹ്മണ്യാ... ഹര ഹരോ ഹര! ഹരഹരോ ഹര!"

പാൽക്കാവടിയുടെ വരവാണ്.

ഏച്ചിൽക്കുന്നിന്റെ താഴ്വരയിൽ നിന്ന് ചെണ്ടയും വീക്കും ശംഖു വിളിയും മണിശബ്ദങ്ങളും ചേങ്ങിലയും ആർപ്പുവിളിയും ഉയർന്നു. തടിച്ച് കുറുതായി മന്ദബുദ്ധിയെന്ന് തോന്നിപ്പിക്കുന്ന ഒരു മധ്യവയസ്കൻ കണ്ണുതെറിച്ചുപോകുമാറ് ശംഖ് വിളിക്കുന്നുണ്ട്. പാൽക്കാവടിത്തണ്ട് ചുമലിലേറ്റിയ ആൾ വായ ഒരു വെള്ളോട്ടു തകിടുകൊണ്ട് മൂടിയിരിക്കുന്നു. ചുവന്ന പട്ട് കോത്തുടുത്തിട്ടുണ്ട്.

എല്ലാകൊല്ലവും പഴനിയിലേക്ക് കാൽനടയായി തീർഥാടനം ചെയ്യുന്ന സംഘമാണിത്. പരമ്പരയായുള്ള വഴക്കമാണിത്.

പാൽക്കാവടിയുടെ വാദ്യകോലാഹലം അങ്ങ് ദൂരെ നിന്ന് കേൾക്കുകയേ വേണ്ടൂ; ഓലച്ചേരി കിഴക്കേക്കരയിൽ താമസിക്കുന്ന പൈതലൂട്ടി ചെട്ടിച്ചാറമ്മ ഉറഞ്ഞു തുള്ളാൻ. സ്വയം മറന്നുള്ള ഉറഞ്ഞുതുള്ളൽ! അകത്തുള്ള അരിമുഴുവൻ വാരിക്കൊടുക്കും. വാദ്യഘോഷങ്ങൾ അകന്നു പോകുന്നതിനനുസരിച്ച് പതുക്കെ ചെട്ടിച്ചാറമ്മ പൂർവസ്ഥിതി പ്രാപിക്കും.

പാൽക്കാവടി വരുന്നുണ്ടെന്നറിഞ്ഞാൽ എല്ലാവരും ഓടുക പൈതലൂട്ടി ചെട്ടിച്ചാറമ്മയുടെ പുരയിലേക്കായിരിക്കും; ഉറഞ്ഞുതുള്ളുന്നത് കാണാൻ.

പാൽക്കാവടി ഓലച്ചേരി വയലിലെ നടവരമ്പിലൂടെ കടന്നുപോയി. ഒതേനൻ ചെറുവരമ്പിലേക്കിറങ്ങി നിന്ന് പാൽക്കാവടിക്ക് വഴിമാറിക്കൊടുത്തു.

"ഏ, ഒതേനാ; ആട നിക്ക്. ഒര് കാര്യം പറയട്ട്" ഉറുവാടൻ പിന്നിൽ നിന്ന് കൈകൊട്ടി വിളിച്ചു.

" നീയൊന്നും അറിഞ്ഞില്ലേ?" ഉറുവാടൻ ചോദിച്ചു.

"എന്ത്ന്ന്?" ഒതേനൻ ആകാംക്ഷയോടെ ഉറുവാടന്റെ മുഖത്തു നോക്കി.

"ഇന്നല എയ്ശന്റെ എയ്ത്ത് പള്ളീല് കൂട്ടും കുറീം[1] ആയിര്ന്ന് പോലും". ഉറുവാടൻ പറഞ്ഞു.

"പറാടോ, എന്തിനാ കൂട്ടും കുറീം" അറിയാൻ ഒതേനന് തിടുക്കമായി.

"നിന്റെ മോൻ തന്നെ കാരണം. തീയ്യൻ പടിക്ക്ന്നത് നായര്ക്കും നമ്പീശനും സഹിക്ക്ന്നില്ല. സവർണ്ണന്മാര് ആകെ എളകീറ്റ്ണ്ട് പോലും" ഉറുവാടൻ സ്ഥിതിവിശേഷം പറഞ്ഞു. ഇതുകേട്ട് ഒതേനൻ തരിച്ചു നിന്നു. പെട്ടെന്ന് അയാളുടെ ശരീരം ഒന്നുലഞ്ഞു. സാവധാനം നീങ്ങിയ കാലടികൾക്ക് വേഗം വർധിച്ചു. പിന്നെ ഒരോട്ടമാണ്.

"ഒതേനാ, പായ്ന്നതൊക്കെ ശെരി. നല്ല കര്തല്വേണെം." ഉറുവാടൻ വിളിച്ചുപറയുന്നത് കേൾക്കാൻ ഒതേനനവിടെയില്ല.

കാറ്റ്പോലെ അയാൾ കിഴക്കോട്ട് വീശി. കോട്ടൂർക്കുന്ന് നിഷ്പ്രയാസം ഓടിക്കയറി. എഴുത്തച്ഛന്റെ മുറ്റത്തെത്തിയേ ഒതേനന് ശ്വാസം നേരെ വീണുള്ളു.

എഴുത്തച്ഛന്റെ മുറ്റത്തുനിന്നു ഒതേനൻ ഉലപോലെ കിതച്ചു. മഴ നനഞ്ഞതുപോലെ വിയർപ്പിൽ കുളിച്ചു. കിതച്ചതല്ലാതെ അയാൾക്ക് ഒന്നും ഉരിയാടാനായില്ല.

ചിരോണ്ടന് ചൊല്ലിക്കൊടുക്കുകയാണെഴുത്തച്ഛൻ. അവനെ മാത്രമേ പഠിതാവായി അവിടെ കണ്ടുള്ളൂ. എന്തോ ഒരു പന്തികേട് ഒതേനന് അനുഭവപ്പെട്ടു.

ഇതോടെ മുറ്റത്ത് കുത്തിയിരുന്ന് തലയിൽ കൈവെച്ച് ചെറിയ കുഞ്ഞിനെപ്പോലെ ഒതേനൻ എങ്ങലടിച്ച് കരയാൻ തുടങ്ങി. ഇതുകണ്ട് ചിരോണ്ടൻ ഓടിവന്ന് അച്ഛന്റെ സമീപത്തിരുന്നു.

"നീ എന്തിനാ കരയുന്നതൊതേനാ?" എഴുത്തച്ഛൻ ശാന്തനായി ചോദിച്ചു.

കാരണം പറയണമെന്നുണ്ട്; കരച്ചിൽ നിയന്ത്രിക്കാനാവണ്ടെ? ചിരോണ്ടൻ കരഞ്ഞുകൊണ്ട് അച്ഛന്റെ ചുമലിൽ കൈവെച്ചു.

"മോനേ, നിന്നെ കൂട്ടിക്കൊണ്ടുപോവാനാ ഞാൻ വന്നത്. ഇനി നീ ഈട നിക്കണ്ട."

ഒതേനൻ മകനെ തന്നിലേക്കടുപ്പിച്ചു.

വാതിൽക്കൽ വന്നിരുന്ന് നങ്ങമ്മ എന്തോ പറയുന്നുണ്ട്. ശ്വാസതടസ്സം നിമിത്തം ഒന്നും വ്യക്തമല്ല. എന്നിട്ടും വൃഥാവ്യായാമത്തിലാണവർ.

"കൂട്ടം കുറിക്കും കാരണം അടിയന്റെ മോനാ. ഞാങ്ങനിമിത്തം നിങ്ങക്കല്ലേപ്പാ കട്ടപ്പാട്" ഒതേനൻ കണ്ണു തുടച്ചു.

---

1. കുഴപ്പം.

“ആരു പറഞ്ഞു ഒതേനനാണ് കാരണക്കാരെന്ന്! കാരണക്കാരൻ ഞാനാണ്. ഞാനെന്ന് പറഞ്ഞാൽ എന്റെ മനസ്സ്!” എഴുത്തച്ഛൻ സ്വയം കുറ്റമേറ്റെടുത്തു.

‘എന്റെ മനസ്സ്’ എന്നുപറഞ്ഞതിന്റെ ആന്തരാർഥം ഒതേനന് ഗ്രഹിക്കാനായില്ല. ഒതേനന് വേണ്ടിയല്ല എഴുത്തച്ഛൻ അതുപറഞ്ഞത്. അതദ്ദേഹത്തിന് വേണ്ടിമാത്രമാണ്.

കരയാനം പറയാനും കഴിയാത്ത ഒതേനന്റെ മുന്നിൽ ഒരു പാത്രം സംഭാരം വന്നു. അതയാൾ കുടിച്ചു വറ്റിച്ചു. പാത്രം കഴുകി കമിഴ്ത്തിവെച്ചു. ക്ഷീണം വിശ്രമിച്ചു.

“ഏയ്ശ്ശാ, ചിരോണ്ടനെ കൊണ്ടോവാനാ അടിയൻ വന്നത്.”

“എങ്ങോട്ട്?”

“ഓലച്ചേരിക്കെന്നെ.”

“അവിടെയെന്താ വിശേഷം?” എഴുത്തച്ഛൻ ചോദിച്ചു.

“ഓൻ ഈട നിക്ക്ന്ന കാലത്തോളം എയ്ശ്ശന് നഞ്ഞാ.”

“അമൃതോ വിഷമോ എന്ന് ഞാൻ തീരുമാനിച്ചോളാം. എനിക്കവനെക്കൊണ്ട് ഒര് ബുദ്ധിമുട്ടുമില്ല. എന്താ? ഞാൻ പറയേണ്ടത് ഞാൻ പറഞ്ഞു. ഇനി ഒതേനൻ തീരുമാനിച്ചോ.”

അങ്ങനെയൊരു തീരുമാനമെടുക്കാൻ ഒതേനന് ശേഷിയില്ല. അയാൾ എഴുത്തച്ഛന് വഴങ്ങി. വരാനുള്ളത് വഴിയിൽ തങ്ങില്ല എന്ന ആശ്വാസവുമായി ഒതേനൻ ഓലച്ചേരിക്ക് മടങ്ങി.

നടവരമ്പിൽ വെച്ച് കുഞ്ഞപ്പ ചെട്ട്യാൻ വഴി തടഞ്ഞു. എണ്ണയാട്ടാണ് അയാളുടെ പണി. അതുകൊണ്ട് നാട്ടുകാർക്ക് അയാൾ ‘ആട്ടുന്ന ചെട്ട്യാ’നാണ്.

കയ്പ് കള്ള് വിൽക്കുന്ന പുരയിൽ നിന്നാണ് ഇറങ്ങിവരുന്നത്. ശരീരവും ഉടുത്ത തോർത്തും എണ്ണമയം.

ഒറ്റവള്ളിക്കടുക്കൻ തൂങ്ങുന്ന കാതിളക്കിക്കൊണ്ട് ചെട്ട്യാൻ കൈയും കലാശവും തുടങ്ങി.

“ചെറമ്മലൊതേനാ, നീ ഒന്നും വിചാരിക്കറ്. ഒര് സങ്ങതി ചോദിക്കട്ടാ? ഇപ്പോ ഈ അമരോം രൂപോം കാവ്യോം പടിച്ചിറ്റ് എന്ത് കിട്ടാനാ? പൂരക്കളി പണിക്കറാവാൻ പറ്റും. തിത്തൈ തികതൈ തിത്തിത്തൈ.”

കുത്തുവാക്ക് പറയുന്നതിൽ നിപുണനാണ് ചെട്ട്യാർ. ചിരോണ്ടൻ എഴുത്തുപള്ളിയിൽ പഠിക്കുന്നുണ്ടെന്ന് അയാൾക്ക് വിവരമുണ്ട്.

“ആശാരിക്ക് എന്താ പണി ഒതേനാ? മരപ്പണി. തട്ടാനോ? സൊർണ്ണപ്പണി, കൊല്ലന് ഇർമ്പ് പണി, തീയന്റെ പണിയെന്താ ഒതേനാ? ഏറ്റല്ലേ? ഓരോ ജാതിക്കും ഓരോ തൊയില്ണ്ട്. അതല്ലേ ചെയ്യണ്ട്. അല്ലാണ്ട്...”

പൊതുവേ കുഞ്ഞപ്പചെട്ട്യാനെ ഒതേനന് ഇഷ്ടമല്ല. കൈയും കാലുമുള്ള വർത്തമാനം പറയും. വെറുപ്പ് വേണ്ടെന്ന് കരുതി മറുത്ത് പറയാത്തതാണ്. പറയിച്ചേ അടങ്ങൂ എന്നു വെച്ചാലോ!

“ചെട്ട്യാനേ, ചെട്ട്യാൻ ചെട്ട്യാന്റെ പണിയെട്ത്തോ, ഉപദേശിക്കൊന്നും വേണ്ട. കള്ള് കുടിച്ചാ പള്ളേല് വെച്ചാമതി.” ഒതേനൻ പറഞ്ഞു നിർത്തി.

കുഞ്ഞപ്പ ചെട്ട്യാർ സ്തംഭിച്ചു നിന്നു. ചെറമ്മലൊതേനനിൽ നിന്ന് രൂക്ഷമായ വാക്കുകൾ ചെട്ട്യാൻ പ്രതീക്ഷിക്കുന്നില്ല.

പറയേണ്ടിയിരുന്നില്ല എന്ന് ഒതേനന് പിന്നീട് തോന്നി. നാട്ടിലുള്ളവരല്ലേ? മുഖത്തു നോക്കേണ്ടവരല്ലേ!

ഒതേനൻ പുരയിൽ ചെന്നു കയറി കോലായിലിരുന്ന് അകത്തേക്ക് വിളിച്ചു പറഞ്ഞു.“ലേശം കുടിക്കാൻ കൊണ്ടാ.”

കുഞ്ചോറു ഒരു കിണ്ണം കഞ്ഞിവെള്ളം മുമ്പിൽ കൊണ്ടു വെച്ചു.

“രാവിലത്തെ ഏറ്റും കയിഞ്ഞ് വന്നിറ്റ് കുള്ത്തും കൂടി കുടിക്കാണ്ട് നിങ്ങളേട്ത്തേക്കാ പോയിന്?” കുഞ്ചോറു ചോദിച്ചു.

“ഞാനോ! ഞാൻ...” അയാൾ ഒരു കള്ളക്കാരണം മെനഞ്ഞെടുക്കാൻ ഒരു ശ്രമം നടത്തി. ആ ശ്രമം പാഴാവുകയും ചെയ്തു.

9

ദേവനാഗരി

സംസ്കൃതം ദേവഭാഷയാണത്രേ. അതുകൊണ്ടാണോ അധഃകൃതന് നിഷേധിക്കപ്പെട്ടത്? അത് വേദഭാഷയും കൂടിയാണത്രേ. അതുകൊണ്ടായിരിക്കുമോ ആഢ്യന്മാരുടെ സ്വകാര്യ സ്വത്തായത്?

ഭാഷ വളരെ പ്രധാനമാണ്. ഭാഷയുടെ മഹത്വം വ്യക്തിയുടെ മഹത്വത്തിന് കാരണമാകുന്നു.

ഗുരുമുഖമാണ് വിജ്ഞാനത്തിന്റെ സ്രോതസ്. ഗുരു കനിയണം. ആ കനിവാണ് വിദ്യയുടെ പ്രസരണത്തിന് ഹേതുവായിത്തീരുന്നത്. വിദ്യ അഭ്യസിച്ചവൻ ആദരണീയനാണ്. നന്മതിന്മകളെപ്പറ്റി വിവേചനമുള്ളവനാണ്.

ചിരോണ്ടൻ അക്ഷരമാല ഉറപ്പിച്ചതിന് ശേഷം'അമരകോശ'ത്തിലേക്ക് കടന്നു, പദങ്ങളുടെ പഠനം അതുവഴി നിർവഹിച്ചു.

പിന്നെ 'സിദ്ധരൂപം.' നാമ പ്രകൃതിയോടോ ധാതുക്കളോടോ വിഭക്തി പ്രത്യയം ചേർക്കുമ്പോൾ സിദ്ധിക്കുന്ന രൂപങ്ങളുടെ പഠനവും നടന്നു.

ഇതു കഴിഞ്ഞ് ശ്രീരാമന്റെ കഥ പ്രതിപാദിക്കുന്ന 'ശ്രീരാമോദന്തം' എന്ന ലഘുകാവ്യം പഠിച്ചു.

ഇത്രയുമാണ് ചിരോണ്ടന് രാമനെഴുത്തച്ഛനിൽ നിന്ന് ലഭിച്ചത്. ഈ ഭൂമികയിൽ നിന്ന് ഐച്ഛികമായി വൈദ്യം, ജ്യോതിഷം, തച്ചുശാസ്ത്രം എന്നിവയുടെ അനന്തമേഖലയിലേക്ക് കടക്കാം. ഐച്ഛികമെന്ന് പറയുമ്പോൾ പൂർണമായും ശിഷ്യന്റെ ഇച്ഛയാണെന്ന് ധരിച്ചു കൂടാ. ശിഷ്യന്റെ അഭിരുചി, അവഗാഹം, പ്രകടനം എന്നിവയെ മുൻനിർത്തി ഗുരുവിന്റെ ഇച്ഛയുമുണ്ട്. അതും പ്രധാനമാണ്.

ഇങ്ങനെയിരിക്കെ അക്ഷരാഭ്യാസത്തിനായി രണ്ടു പേർ കൂടി വന്നു.

രണ്ടു പേരും താഴ്ന്ന ജാതിക്കാരാണ്. ഒരുവൻ ആശാരി. മറ്റേവൻ കണിശൻ. ഇവർ വന്നതോടെ ചിരോണ്ടന്റെ ഏകാന്തതയ്ക്ക് അൽപ്പം ശമനമുണ്ടായി.

എഴുത്തച്ഛന്റെ ഇഷ്ടവൃത്തികളിലൊന്ന് പശുപാലനമാണ്. അവയെ മേയ്ച്ചും തൊട്ടും തലോടിയുംപേര് വിളിച്ചും കുറേ നേരം ചെലവഴിക്കും. കൃഷിയിലും അദ്ദേഹത്തിന് താൽപ്പര്യമുണ്ട്. ചില്ലറ പ്രവൃത്തികളിലെല്ലാം ചിരോണ്ടൻ എഴുത്തച്ഛനെ സഹായിക്കാറുണ്ട്.

ഒരൊഴിഞ്ഞ കോണുണ്ട് എഴുത്തച്ഛന്റെ മനസിൽ. അത് പുത്രവാത്സല്യത്തിനുള്ളതാണ്. നങ്ങേമ പ്രസവിച്ചിട്ടില്ല. അതുകൊണ്ട് അദ്ദേഹം കടുത്ത അനപത്യദു:ഖം അനുഭവിക്കുന്നുണ്ട്. ചിരോണ്ടന്റെ സാമീപ്യത്തിന് അത് പരിഹരിക്കാൻ കഴിയുമോ?

ചിരോണ്ടനും പുതിയ അന്തേവാസികളും എഴുത്തുപള്ളിയിലാണ് താമസം. ചിരോണ്ടൻ അവരോട് പെരുമാറിയിരുന്നത് സഹോദരതുല്യരായിട്ടാണ്. മടഞ്ഞ ഓലയിലാണ് കിടന്നുറങ്ങാറ്. രാത്രികളിൽ ചിരോണ്ടൻ അവർക്ക് *ദശകുമാരചരിത*ത്തിലെ കഥകൾ പറഞ്ഞുകൊടുക്കും.

ഒരു ദിവസം രാത്രിയിൽ എന്തോ പൊട്ടിപ്പൊരിയുന്ന ശബ്ദം കേട്ട് ചിരോണ്ടൻ ഞെട്ടിയുണർന്നു. സ്വപ്നമാണോ എന്ന് ആദ്യം സംശയിച്ചു. എഴുത്തുപള്ളിയുടെ ഒരു വശം നിന്ന് കത്തുന്നു! ഉറങ്ങിക്കിടക്കുന്നവരെ തട്ടിയുണർത്തി പുറത്തേക്ക് വലിച്ചിഴച്ച് കൊണ്ടുപോയി. അപ്പോഴേക്കും മോന്തായത്തിന് തീ പിടിച്ചു കഴിഞ്ഞിരുന്നു. അവർ ഉച്ചത്തിൽ കരയാൻ തുടങ്ങി.

ചിരോണ്ടൻ ഗുരുഭവനത്തിന്റെ വാതിൽക്കൽ ശക്തമായി തട്ടിവിളിച്ചു. എഴുത്തച്ഛൻ വാതിൽ തുറന്ന് പുറത്തു വന്നപ്പോൾ കണ്ണിൽപ്പെട്ടത് ആളിക്കത്തുന്ന തീയാണ്. കുറച്ച് നേരം അയാൾ സ്തംഭിച്ചു നിന്നുപോയി. പിന്നെ നെഞ്ചിൽ കൈവെച്ച് ആ രംഗം നിർന്നിമേഷം നോക്കി നിന്നു. പിന്നെ ദൈവനാമങ്ങൾ ഉരുവിട്ടു.

“കുട്ടികൾ വെന്ത് മരിച്ച് പോവുമായിരുന്നില്ലേ! ഈശ്വരൻ രക്ഷിച്ചു; എന്നല്ലാതെ മറ്റെന്തു പറയാൻ.”

നങ്ങമ്മ നെഞ്ചത്തടിച്ചു കരഞ്ഞു. ശബ്ദം പുറത്തു വന്നില്ല. അതു കണ്ടപ്പോൾ എഴുത്തച്ഛന് സങ്കടമായി. അവരെ ആശ്വസിപ്പിക്കാൻ അദ്ദേഹം ആവതും ശ്രമിച്ചു.

പശുക്കൾ തുടരെത്തുടരെ ആലയിൽനിന്ന് അമറിക്കരഞ്ഞു.

അയൽപക്കത്തുനിന്ന് ആളുകൾ ഓടിക്കൂടി. അവർക്കൊന്നും ചെയ്യാനുണ്ടായിരുന്നില്ല. എല്ലാം കത്തിക്കഴിഞ്ഞിരുന്നു. പക്ഷെ, നെടുംതൂണു മാത്രം കത്താത്ത കരിക്കോലമായി അവശേഷിച്ചു.

ആ ദിവസം എഴുത്തച്ഛൻ പുറത്തിറങ്ങിയതേയില്ല. ജലപാനം പോലും ചെയ്തില്ല. തികഞ്ഞ മൗനവ്രതത്തിലായിരുന്നു. അന്ന് ആല വൃത്തിയാക്കിയതും പശുക്കളെ അഴിച്ചുകെട്ടിയതും പുല്ലിട്ടു കൊടുത്തതുമെല്ലാം ചിരോണ്ടനാണ്.

പിറ്റേ ദിവസം പുറത്തുവന്നു. ഒരുതരം നിസ്സംഗത അദ്ദേഹത്തെ ആവരണം ചെയ്തിരുന്നു.

ആശാരിയുടെയും കണിശന്റെയും പുരയിലേക്ക് ആളയച്ചു. കുട്ടികളെ അവരുടെ രക്ഷിതാക്കളോടൊപ്പം വിട്ടു.

അന്നു തന്നെ ചിരോണ്ടനെ വിളിച്ച് എഴുത്തച്ഛൻ പറഞ്ഞു: "ഇനി എഴുത്തു പള്ളി തുടങ്ങാൻ ഞാനുദ്ദേശിക്കുന്നില്ല. വേണമെങ്കിൽ നിനക്കും വീട്ടിലേക്ക് പോകാം. പ്രാഥമികമായതൊക്കെ നീ പഠിച്ചു കഴിഞ്ഞു."

ചിരോണ്ടൻ എഴുത്തുപള്ളിയുടെ കരിക്കോലമായ നെടുംതൂണിൽ നോക്കി നിന്നു. അതിൻമേൽ ഒരു പക്ഷി വിശ്രമിക്കുന്നു!

എഴുത്തച്ഛൻ തുടർന്നു: "വിദ്യാസമ്പന്നൻ ബഹുമാനിക്കപ്പെടും എന്നത് നേരു തന്നെ. ബഹുമാനം കൊണ്ട് വയർ നിറയില്ലെന്നോർക്കണം. ഉപജീവനത്തിനുപകരിക്കുന്ന എന്തെങ്കിലും തൊഴിലിൽ ഏർപ്പെടണം. ഏത് തൊഴിലും ചെയ്യാം. എല്ലാ തൊഴിലിനും മാന്യതയുണ്ട്."

ചിരോണ്ടൻ എഴുത്തച്ഛന്റെ കാൽക്കൽ സാഷ്ടാംഗം നമസ്കരിച്ചു.

എഴുത്തച്ഛൻ അനുഗ്രഹിച്ചതിന് ശേഷം പറഞ്ഞു: "നിനക്ക് എപ്പോൾ ഇവിടെ വരണമെന്ന് തോന്നുന്നുവോ അപ്പോൾ വരിക. അതെനിക്ക് മറ്റെന്തിനേക്കാളും സന്തോഷമായിരിക്കും."

സാഷ്ടാംഗ നമസ്കാരത്തിൽ ചിരോണ്ടൻ കരഞ്ഞു. അദ്ദേഹത്തിന്റെ കണ്ണുകളും സജലങ്ങളായി.

"എഴുന്നേൽക്കൂ" എഴുത്തച്ഛൻ അവനെ കൈ പിടിച്ചുയർത്തി.

ചിരോണ്ടന് ഉടുതുണിക്ക് മറുതുണിയില്ല. അവന്റെ മറുതുണിയും ഭാണ്ഡവുമെല്ലാം തീയിൽപ്പെട്ടുപോയിരുന്നു.

യാത്ര ചോദിക്കാൻ ചിരോണ്ടൻ നങ്ങമയുടെ അടുത്തു ചെന്നു. അവരുടെ കിതപ്പ് കവിഞ്ഞ മട്ടുണ്ട്. അവരൊന്നും പറഞ്ഞില്ല. അവർക്കൊന്നും പറയാൻ കഴിയില്ല. കണ്ണു തുടച്ച് മൂക്കു പിഴിയുക മാത്രം ചെയ്തു.

"അമ്മേ...." ചിരോണ്ടൻ വിളിച്ചു. അതിനപ്പുറം അവന് സംസാരിക്കാൻ കഴിഞ്ഞില്ല.

ഉച്ചതിരിഞ്ഞ നേരം ചിരോണ്ടൻ ഓലച്ചേരിക്ക് മടങ്ങി. വെറും കൈയോടെയല്ല; അവന് അക്ഷരം തുണയായുണ്ട്. തലമുറകളായി നിഷേധിക്കപ്പെട്ടത്. വിശാല മനസ്കനായ ഒരു എഴുത്തച്ഛന്റെ കാരുണ്യം കൊണ്ട് നേടി. വിദ്യാസമ്പന്നനായിട്ടാണ് അവന്റെ തിരിച്ചുവരവ്. വിദ്യാധനം സർവധനാൽ പ്രധാനം. കള്ളൻ അപഹരിക്കില്ല. സൂക്ഷിക്കാൻ ഭദ്രമായ സ്ഥലം വേണ്ട. എടുക്കുന്തോറും കുറയുകയില്ല.

ഒരു താഴ്ന്ന ജാതിക്കാരന് ഇത്രയെങ്കിലും നേടാൻ കഴിഞ്ഞത് മഹാഭാഗ്യമായി കരുതണം. എഴുതാൻ പഠിച്ചവർക്ക് സ്വന്തം വിധി രേഖപ്പെടുത്താം. വായിക്കാൻ പഠിച്ചവന് സ്വന്തം ജീവിതം വായിക്കാം. എണ്ണാൻ പഠിച്ചവന് അവകാശങ്ങളുടെ കണക്ക് സൂക്ഷിക്കാം.

കോട്ടൂർക്കുന്നിന്റെ മുകളിലുള്ള കൂളിപ്പാറക്ക് സമീപം ചിരോണ്ടനെത്തി. ഒരു പൂർവകാലസ്മരണയിലെന്നപോലെ അവനവിടെ ഇരുന്നു.

ഉടുമുണ്ടിൽ നിന്ന് ഒരിഴ വലിച്ചെടുത്ത് കാളിക്ക് നിവേദിച്ചു. വഴി തെറ്റിക്കാതിരിക്കാൻ; പിന്നാലെ വരുന്നവർക്ക് നേർവഴി കാട്ടാൻ.

ദൂരെ നിന്ന് പൊന്തക്കാടുകളിൽ മറഞ്ഞും തെളിഞ്ഞും, ഒറ്റയടിപ്പാതയിലൂടെ ഒരാൾ ധൃതി പിടിച്ച് നടന്നു വരുന്നത് ചിരോണ്ടന്റെ കണ്ണിൽപ്പെട്ടു. അടുത്തെത്തിയതോടെ ആളെ തിരിച്ചറിഞ്ഞു: അച്ഛൻ.

"അച്ഛൻ ഏട്ത്തേക്കാ പോന്ന്" ചിരോണ്ടൻ ചോദിച്ചു.

"ഞാൻ നിന്നെ കൂട്ടാൻ വര്വാ. അതിന് മുമ്പ് നീ ഇങ്ങെത്തിയല്ലോ. സമാധാനം."

ഇതും പറഞ്ഞ് ഒതേനൻ മുന്നിൽ നടന്നു. അച്ഛൻ മുന്നിലും മകൻ പിന്നിലുമായി കോട്ടൂർക്കുന്നിറങ്ങി.

10

കുലത്തൊഴിൽ

പിറ്റേന്ന് രാവിലെ ഉറുവാടൻ വന്ന് വിശേഷങ്ങൾ തിരക്കി. ആയുസ്സ് കിട്ടിയത് മുത്തപ്പന്റെ കൃപയെന്നാണ് അയാളുടെ പക്ഷം. ഇല്ലെങ്കിൽ ശവംപോലും കാണാൻ കിട്ടില്ല.

കുറച്ചു കഴിഞ്ഞ് ചിങ്ങക്കടവിലെയും ഒറപ്പൊടിയിലെയും വീടാരത്തിൽ താമസിക്കുന്ന കുഞ്ഞോറുവിന്റെ ആങ്ങളമാർ വന്നു. അവർ കുറ്റപ്പെടുത്തിയത് എഴുത്തച്ഛനെയാണ്. ചിരോണ്ടൻ എഴുത്തുപള്ളിയിൽ പഠിക്കുന്നത് അവർക്ക് ഇഷ്ടമില്ലാത്ത കാര്യമാണ്. വല്ല ഏറ്റോ കൃഷിയോ പോരേ? ചിരോണ്ടന് പരിക്കൊന്നും പറ്റാത്തതിൽ വ്യസനമുണ്ടോ എന്നുപോലും തോന്നിപ്പോകും അവരുടെ വർത്തമാനം കേട്ടാൽ. അകത്ത് കത്തിയും പുറത്ത് പത്തിയുമായുള്ള സംസാരം.

"മോനേ, നീ ഏട്യേം പോണ്ട. പടിച്ചത് മതി. എനി ഒര് മങ്ങലം കയിച്ച് ഈടത്തന്നെ കൂട്യാമതി." കുഞ്ഞോറു മകനെ ഉപദേശിച്ചു.

"ഒര് കുടുമ്മത്തെ നോക്കണ്ടോനാ നീ. ഏയ്ശ്ശൻ, പടിപ്പ് എന്നെല്ലാം പറഞ്ഞ് നടന്നാ കാര്യം നടക്കൂല്ല." ചിരോണ്ടനെ കുറ്റപ്പെടുത്തുന്ന രീതിയിലാണ് മൂത്ത ആങ്ങളയുടെ സംസാരം.

താൻ കൃഷിപ്പണിയിലേക്കും കുലത്തൊഴിലായ ഏറ്റിലേക്കും തിരിയാനാണ് ഉദ്ദേശിക്കുന്നതെന്ന് ചിരോണ്ടൻ പറഞ്ഞു.

"അയിന് നിനിക്ക് ഞേങ്ങോല് പിടിക്കാനറിയോ? തെങ്ങ്മ്മല് കേറാനറിയോ? എന്നിറ്റ് വേണ്ടേ കാലിപൂട്ടാനും ഏറാനും!" ഒതേനൻ പറഞ്ഞത് കളിയായിട്ടാണെങ്കിലും ചിരോണ്ടന് മനസിൽ കൊണ്ടു. അതവനിൽ വീണ്ടുവിചാരമുണ്ടാക്കി. അച്ഛൻ പറഞ്ഞത് ശരിയാണ്. ഒരു കർഷക കുടുംബത്തിൽ ജനിച്ചു വളർന്ന താൻ ഇതൊക്കെ ശീലിക്കേണ്ടതാണ്. കൃഷി കേവലം തൊഴിൽ മാത്രമല്ല; ഒരു സംസ്കാരം കൂടിയാണ്.

കൃഷിയെ സംബന്ധിച്ച് കണ്ടിട്ടും കേട്ടിട്ടും ചില അനുഭവങ്ങളെല്ലാം ചിരോണ്ടനുണ്ട്. പ്രായോഗിക പരിചയമില്ലെന്ന കുറവേയുള്ളൂ. അതൊരു കുറവാണു താനും.

എര്ത്തുകളെ ഉഴവിന് സജ്ജമാക്കേണ്ടതെങ്ങനെ? കീറുക, മുറിക്കുക, ചാലെടുക്കുക എന്നീ പദങ്ങളുടെ പിന്നിലുള്ള പ്രവർത്തനങ്ങൾ. കഴമ, നവര, കരിഞ്ചൻ, തവളക്കണ്ണൻ, കീരിപ്പാല, ചിറ്റേനി, ഓർക്കഴമ എന്നീ വിത്തുകളിൽ വിരിപ്പിനും പുഞ്ചയ്ക്കും മണ്ണിനും അനുയോജ്യമായവ. വിത്തെറിയാൻപോലും പരിശീലനം വേണം. വിത്ത് തള്ളവിരലിനും ചൂണ്ടുവിരലിനും ഇടയിലൂടെ മണികളായി തെറിച്ചു വീഴണം.

രാവിലെ ഒതേനൻ ചിരോണ്ടനോട് പറഞ്ഞു: "ഏതായാലും നീ കൃഷിക്കാരനാകാൻ ഒറച്ചല്ലോ. ഞാൻ രാവിലെത്തെ ഏറ്റും കയിഞ്ഞ് വര്മ്പക്ക് നീ എര്ത്കളേം തെളിച്ച് കണ്ടത്തിലേക്ക് പോയ്ക്കോ. കാലി പൂട്ടുമ്പോ വടിയെടക്കണം. നെറ്റീല് പുള്ളിക്കുത്ത്ല്ല എര്ത് എടന്തേറ്[1] കളിക്കുന്നോനാ."

നല്ല എടുപ്പുള്ള എര്ത്തുകളാണ് ഒതേനന്റേത്. സുബ്രഹ്മണ്യത്തു നിന്നു കൊണ്ടുവന്നവയാണ്. ഉടലും കാലും കൊമ്പുകളും കണ്ടാലറിയാം.

ഉഴവിന്റെ മെച്ചമാണ് വിളവിന്റെ മെച്ചം.

പൂട്ടേണ്ട കണ്ടത്തിന്റെ വരമ്പിൽ ഒതേനനുണ്ട്. ചിരോണ്ടൻ എര്ത്തുകളെ തെളിച്ചു കൊണ്ടു വന്ന് കണ്ടത്തിന്റെ മധ്യത്തിൽ അണച്ചുനിർത്തി. അവയുടെ ചുമലിൽ നുകം വെച്ചു. തൊടക്കയറുകൊണ്ട് ഞേങ്ങോൽ നുകത്തിൽ വെച്ചു കെട്ടി. എര്ത്തുകളുടെ കഴുത്ത് മണിക്കയർ കൊണ്ട് നുകവുമായി ബന്ധിച്ചു.

കൊഴു മണ്ണിൽ നിന്ന് അൽപ്പമുയർത്തി എര്ത്തുകളെ ഒന്നിളക്കിവിടണം. അവയുടെ ചുമലുകൾക്ക് ഭാരം അനുഭവപ്പെടാതെ കൊഴു പതുക്കെ മണ്ണിലേക്കിറക്കണം.

കാലി പൂട്ടുമ്പോൾ എര്ത്തുകൾ ഇടതുവശത്തേക്കാണ് സ്വാഭാവികമായും തിരിയുക. ഇടത്തോട്ടു തിരിയാൻ 'മുമ്മുമ്മു' എന്ന് വായ്ത്താരി മുഴക്കണം. നേരെ നടക്കാൻ 'തിത്തിത്തി'. കാലി പൂട്ടുന്നവർ എര്ത്തുകളോട് സംസാരിക്കുന്ന ഭാഷയാണത്. പൂട്ടുമ്പോൾ കാട് പറിക്കുന്നവയാണെങ്കിൽ അവർക്ക് വായ്ക്കൊട്ട കെട്ടണം.

എര്ത്തുകൾക്ക് ചില ശീലങ്ങളുണ്ട്. ചക്കിന് കെട്ടിയ മൂരികളാണെങ്കിൽ വട്ടത്തിലേ നടക്കൂക. അവയെ കൊണ്ടു പോയി വണ്ടിക്ക് കെട്ടിയാൽ വിഷമിച്ചു. അതുകൊണ്ട് കാലിക്കച്ചവടം ചെയ്യുന്നവർ ചക്കിന് കെട്ടിയതാണോ, വണ്ടിക്ക് കെട്ടിയതാണോ എന്ന് പ്രത്യേകം ചോദിക്കും. എന്നിട്ടേ വിലയുറപ്പിക്കൂ.

പൂട്ടുന്ന ദിവസങ്ങളിൽ പ്രത്യേകിച്ചും എര്ത്തുകൾക്ക് മുതിരയും പരുത്തിക്കുരുവും അരച്ചുകൊടുക്കണം. അത് ബലംകൊടുക്കും. കണ്ടക്കോ

1. അനുസരണക്കേട്.

ലിന്റെ ശബ്ദം കേട്ടാൽ മതി; എര്തുകൾ മുഖം പൊക്കിപ്പിടിച്ച് അമറാൻ തുടങ്ങും. അവർക്ക് അത്രക്കും സ്വാദിഷ്ടമായ വിഭവമാണത്.

കാലികൾക്ക് പേരുവിളിക്കുന്ന സ്വഭാവം ഒതേനനില്ല. ചിരോണ്ടൻ അവർക്ക് പേരുവിളിച്ചു: ചങ്ങനും പൊങ്ങനും.

അവർ അവന്റെ കൂട്ടുകാരായി. ഒതേനനെക്കാളും അവരെ ചിരോണ്ടൻ സ്നേഹിച്ചു. കളിയായിപ്പോലും അവൻ അവരെ തല്ലിയില്ല. സ്നേഹിച്ചാൽ മൃഗങ്ങൾ മനുഷ്യരെക്കാളും സ്നേഹിച്ചുകളയും.

"കാലി പൂട്ടാൻ പടിക്ക്ന്നത് പോല്യല്ല ഏറ്റ് പടിക്കല്. മരത്ത്മ്മല് കേറ്യപണ്യാ ഏറ്റ്. കാലിന് മരപ്പറ്റ് വേണം. നല്ല ചര്തം വേണം. ചര്തിച്ചില്ലെങ്കില് പിന്നെ പറയണ്ട." ഒതേനൻ വേണ്ടത്ര മുന്നറിയിപ്പ് നൽകി.

തെങ്ങിൽ നിന്ന് വീണ് നട്ടെല്ലൊടിഞ്ഞവർ ഇപ്പോഴും ഓലച്ചേരിയിലുണ്ട്; എഴുന്നേൽക്കാനും നടക്കാനും കഴിയാതെ.

നല്ല ദിവസവും നേരവും നോക്കി ചിരോണ്ടൻ ഏറ്റ് പഠിക്കാനിറങ്ങി.

"ചിരോണ്ടാ, എറങ്ങ്ന്നതിന് നുപ്പട്ട് മുത്തപ്പൻ ദൈവത്തെ നല്ലോണം നിരീച്ചോ. ഏറ്റ്കാരന്റെ ദൈവാ മുത്തപ്പൻ." കുഞ്ചോറു ഓർമപ്പെടുത്തി.

ശിവന്റെ അംശാവതാരമാണത്രേ മുത്തപ്പൻ. ഏറ്റുകാരന്റെ കുലദൈവം.

പണ്ട് കാലത്ത് കള്ള് തെങ്ങിന്റെ ചുവട്ടിലായിരുന്നു. എപ്പോൾ വേണമെങ്കിലും എടുക്കാം, കുടിക്കാം. ഇതോടെ ശിവന് മദ്യപാനത്തിൽ യാതൊരു നിയന്ത്രണവുമില്ലാതായി. മദ്യം നിഷ്പ്രയാസം കൈയിൽ കിട്ടാതിരിക്കാൻ പാർവതി ഒരു വിദ്യ പ്രയോഗിച്ചു: തെങ്ങിൻ ചുവട്ടിലിരുന്ന കള്ളിനെ തടവിത്തടവി മണ്ടയിലെത്തിച്ചു. ലഹരി ലഭിക്കാതെ അസ്വസ്ഥനായ ശിവൻ തന്റെ വലതുതുടയിൽ ശക്തിയായി ആഞ്ഞടിച്ചു. അതിൽ നിന്ന് അഗ്നിസ്ഫുരണങ്ങളുണ്ടായി. ഉടൻ ഒരു ദിവ്യൻ പ്രത്യക്ഷപ്പെട്ട് തൊഴുകൈയുമായി നിന്നു. 'സ്വാമി, എന്തു ചെയ്യണമെന്ന് ആജ്ഞാപിച്ചാലും!' എന്നായി ദിവ്യൻ. 'തെങ്ങിന്റെ മണ്ടയിലുള്ള കള്ള് ഇറക്കിക്കൊണ്ടുവരിക' ശിവൻ കൽപ്പിച്ചു. ആ കൽപ്പന ശിരസ്സാവഹിച്ചു ദിവ്യൻ. ആ ദിവ്യനാണത്രെ തീയൻ. സകലമാന തീയരുടെയും പൂർവികൻ.

കഷ്ടി നാണം മറക്കാനുള്ള കട്ടിത്തോർത്താണ് ഏറ്റുകാരന്റെ വേഷം. യാതൊരു അനുസരണയും കാണിക്കില്ല; ഏറ്റുകാരന്റെ പണിമുണ്ട്. അയലിൽ വിരിച്ചിട്ടാലും തൂങ്ങിക്കിടക്കില്ല. പണ്ടൊരു ഏറ്റുകാരൻ അയാളുടെ ഓളോട് വിളിച്ചു പറഞ്ഞത് 'എണേ[1] മൂലക്ക് ചാരിവെച്ച എന്റെ പണിമുണ്ടിങ്ങെട്ക്ക്' എന്നാണ്.

മുണ്ടിന്മേൽ ഇടതുഭാഗത്താണ് 'ഒണ്ട' കെട്ടേണ്ടത്. ഉള്ള് പൊള്ളയായ മുളങ്കുറ്റിയാണ് ഒണ്ട. അതിൽ കുല കഴികാനുള്ള വെള്ളം ശേഖരിക്കണം. വലതുഭാഗത്തായി 'പിട്ടല്' കെട്ടണം. കുലക്കത്തി സൂക്ഷിക്കാൻ മരം കൊണ്ടുണ്ടാക്കിയ കവചമാണ് പിട്ടൽ. കുരുത്തോല അരയിൽ

1. എടീ

തിരുകി വെക്കണം. കുലക്ക് ഉരക്കാനുള്ള 'കുരുന്ന്' ഈർക്കിലിൽ കോർത്ത് വെക്കും. മാട്ടിൽ നിന്ന് കള്ള് ഊറ്റിയെടുക്കാൻ 'കുറ്റി'യും കൈയിൽ കരുതണം. മൂത്ത ചെരങ്ങയുടെ പുറംതോടാണ് കള്ള് ശേഖരിക്കാനുള്ളു കുറ്റി.

കൈയിലും കാലിലും തളയിട്ടു.

"തെങ്ങ് തൊട്ട് തലേല് വെച്ച് കേറിക്കോ" ഒതേനൻ മകനെ അനുഗ്രഹിച്ചു.

സാധാരണയായി അച്ഛൻ മകനെ ഏറ്റ്പഠിപ്പിക്കുന്ന പതിവില്ല. കാരണം തീയന്മാർക്ക് പെട്ടെന്ന് ദേഷ്യം വരും. അക്കൂട്ടത്തിലല്ല ഒതേനൻ.

"പുറമട്ടല് പിടിക്കറ്. അകമട്ടല് പിടിച്ചോ. തള കാലിൽ നിന്ന് ഊരീറ്റ്, അകമട്ടല് പിടിച്ച് തെങ്ങിന്റെ മണ്ടക്ക് കേറിക്കോ" ഒതേനൻ നിർദേശങ്ങൾ നൽകി.

തെങ്ങിൽ കയറാൻ ചിരോണ്ടന് പ്രത്യേകിച്ച് വിഷമമൊന്നും അനുഭവപ്പെട്ടില്ല.

പുതിയ കുല അടിച്ചുകെട്ടാൻ പഠിക്കണം. അതാണ് പ്രധാനം. കുലയിൽ നിന്നാണല്ലോ കള്ള് ഇറ്റു വീഴേണ്ടത്. മൂന്നാലു ദിവസം 'കോലോട്ടുകോലു' കൊണ്ട് കുല അടിച്ച് പതം വരുത്തണം. ഇക്കാര്യത്തിൽ സൂക്ഷ്മത പാലിച്ചില്ലെങ്കിൽ കള്ള് വീഴില്ല.

ചത്ത പശുവിന്റെ കൈയുടെ കീഴ്ഭാഗത്തെ എല്ല് മജ്ജ കളഞ്ഞ് വൃത്തിയാക്കി ചാണകം പൊതിയും അത് വാഴപ്പോളയിൽ പൊതിഞ്ഞ് മണ്ണിൽ കുഴിച്ചിടും. എന്നിട്ട് ഈയം ഉരുക്കി മജ്ജയിരുന്ന ദ്വാരത്തിൽ ഒഴിക്കും. ഒഴിക്കുന്നതിന് മുമ്പ് ഒരു തരി സ്വർണമിടുന്ന പതിവുണ്ട്.

ഇങ്ങനെ ഭാരംവരുത്തിയ കോലുകൊണ്ടാണ് കുല അടിച്ച് പതം വരുത്തേണ്ടത്. എന്നിട്ട് അടിമുടി കുരുത്തോലകൊണ്ട് വരിഞ്ഞുകെട്ടും. കുലയുടെ അറ്റം മുറിച്ച് കഴുകിയതിന് ശേഷം'കുരുന്ന' ഉരയ്ക്കും. കുലക്ക് മാട്ട് കൊളുത്തും. കള്ള് മാട്ടിൽ ഇറ്റിറ്റു വീണു കൊള്ളും.

കുറച്ചു ദിവസത്തെ പരിശീലനത്തിന് ശേഷം ചിരോണ്ടൻ ഓലച്ചേരിയിലെ ഏറ്റുകാരിൽ ഒരുവനായി. ഒതേനൻ ആ ജോലിയിൽ നിന്ന് പിൻവാങ്ങി കൃഷിയിൽ മാത്രം ശ്രദ്ധപതിപ്പിച്ചു. ചിരോണ്ടന് അസൗകര്യമുള്ള ദിവസങ്ങളിൽ മാത്രം ഒതേനൻ വെച്ചുകെട്ടും.

11

ഇരുവരുള്ളം

രാവിലെ ഏറ്റു കഴിഞ്ഞുവന്നാൽ ചിരോണ്ടൻ കാലി പൂട്ടും. അവനവന്റെ നിലം പൂട്ടിക്കഴിഞ്ഞ് മിച്ചമുള്ള നേരത്ത് മറ്റുള്ളവരെ സഹായിക്കാൻ പോകാറുണ്ട്. വിളിച്ചാൽ പോകും. കൂലി വേണമെന്നില്ല. തിരികെ സഹായിച്ചാലും മതി. പരസ്പര സഹായവും സഹകരണവും ഉണ്ടെങ്കിൽ മാത്രമേ കൃഷിപ്പണി കാലത്തിനും നേരത്തിനും ചെയ്യാൻ പറ്റൂ; ആദായകരമാവൂ.

ഒരു ദിവസം കിഴക്കെ ഓലച്ചേരിവയലിൽ ഉറുവാടനെ സഹായിക്കാൻ ചെന്നപ്പോഴാണ് മറുകണ്ടത്തിൽ കാലിപൂട്ടുന്ന മറ്റൊരു വാല്യക്കാരനെ കണ്ടത്. അവൻ ഏകദേശം ചിരോണ്ടനോളം വരും. ചിരോണ്ടന്റെ ഏർതുകളോട് കിടപിടിക്കുന്നവയാണ് അവന്റെ എർതുകളും. പൂട്ടുന്നതിന്റെ രീതിവെച്ചു നോക്കിയാൽ രണ്ടുപേരും ഒപ്പത്തിനൊപ്പം നിൽക്കും. എങ്കിലും അനായാസം നിർവഹിക്കുന്നത് ആ വാല്യക്കാരനാണ്. ഇരുവരും പരസ്പരം ശ്രദ്ധിക്കാൻ തുടങ്ങിയതോടെ രംഗം ഒന്നു കൊഴുത്തു. താനാണ് കാലി പൂട്ടുന്നതിൽ കേമൻ എന്നു തെളിയിക്കാനുള്ളു മത്സരമാണ് പിന്നീടവിടെ കണ്ടത്. കട്ടപൊളിക്കുന്ന പെണ്ണുങ്ങൾ മത്സരം വീക്ഷിച്ചു. ആസ്വദിച്ചു. വിലയിരുത്തി. രഹസ്യമായി പക്ഷം ചേരുകയും ചെയ്തു.

മത്സരത്തിന്റെ ഫലമെന്താണെന്നോ? എർതുകളുടെ വായിൽ നിന്ന് നുരയും പതയുമൊടുക്കി. പൂട്ടുകാരും നന്നേ ക്ഷീണിച്ചു. അതൊന്നും പ്രകടിപ്പിക്കാതെ ഈ ഓലച്ചേരിവയല് മുഴുവൻ പൂട്ടിക്കളയും എന്ന നാട്യത്തിലാണവർ!

പൂട്ടിത്തുറന്നാൽ എർതുകളെ കുളിപ്പിക്കും. ക്ഷീണം മാറി ഉന്മേഷം കിട്ടും. ഓലച്ചേരിവയലിന്റെ മധ്യത്തിൽ മുണ്ടക്കാടുകൾ അതിരിട്ടതും

പൂത്താലി വിരിഞ്ഞു നിൽക്കുന്നതുമായ ഒരു തോടുണ്ട്. ആ തോടിലാണ് കുളിപ്പിക്കുക. തണുത്ത വെള്ളം ദേഹത്തേൽക്കുമ്പോൾ അവ നിർവൃതി കൊള്ളും. അതുകഴിഞ്ഞാൽ അവയെ സ്വതന്ത്രമായി മേയാൻ വിടാം. പൂട്ടുകാർക്ക് വിശ്രമിക്കുകയും ചെയ്യാം.

പൊരിയുന്ന വെയിലാണ് വയലിൽ. അകലെ നോക്കിയാൽ വെയി ലൊഴുകുന്നതുകാണാം. എര്തുകൾ മേഞ്ഞടങ്ങുന്നതുവരെ വിശ്രമി ക്കാൻ അത്തിമരത്തിന്റെ കാനപ്പാ[1]ടിലേക്ക് പോയി.

തന്നോട് മത്സരിച്ച് ജയിച്ച വാല്യക്കാരൻ തൊട്ടപ്പുറം എര്തുകളെ കുളിപ്പിക്കുന്നത് ചിരോണ്ടൻ കണ്ടു.

എര്തുകളെ, അവയുടെ പാട്ടിന് വിട്ട് വാല്യക്കാരനും അത്തിമര ത്തിന്റെ കാനപ്പാടിലേക്ക് വന്നു. വയൽ മണ്ണിന്റെ നിറമുള്ള പിഞ്ഞിയ ഒരു തോർത്താണ് അവർ ഉടുത്തിരിക്കുന്നത്. അവന്റെ മുഖവും ശരീരവും വല്ലാതെ കരുവാളിച്ചിരുന്നു.

അടുത്തെത്തിയപ്പോൾ ഇരുവരും പരസ്പരം ചിരിച്ചു. അതോടെ മത്സരബുദ്ധിക്ക് അയവുവന്നു.

"പൂട്ടിത്തീർന്നോ?" സൗഹൃദഭാവത്തിൽ ചിരോണ്ടൻ ചോദിച്ചു.

"കൊർച്ച് ബാക്കീണ്ട്" അവൻ അൽപ്പം സങ്കോചത്തോടെ പ്രതി വചിച്ചു.

ഏതാനും കോൽ അകലെ അവനും ചെന്നിരുന്നു.

"എന്തൊര് ഒറപ്പാ നെലം. ഒര് വെരല് മണ്ണിൽ താഴുന്നില്ല." ചിരോ ണ്ടൻ മണ്ണിന്റെ അവസ്ഥയെപ്പറ്റി പറഞ്ഞു.

"പുതുമയ പെയ്തിറ്റ് പൂട്ടണ്ട കണ്ടാ അത്. ഇപ്പോപൂട്ട്യാല് എര്ത് കളെ ചൊമല് പൊട്ടിപ്പുണ്ണാകും."

അവൻ പറഞ്ഞതു ശരിയാണ്. എര്തുകളുടെ ചുമലിലെ തോല് പൊളിഞ്ഞു കാണുന്നുണ്ട്. ഈച്ച ചെന്നിരിക്കാതെ സൂക്ഷിക്കണം. പുണ്ണ് പുഴുപ്പിക്കുന്നത് ഈച്ചയാണ്. അതിന് ഇല്ലട്ടക്കാരി കാടിവെള്ളത്തിൽ അരച്ചിടുന്നതാണ് ഉത്തമം. ചിരോണ്ടൻ മൃഗചികിത്സ ഉപദേശിച്ചു.

ഒന്നുകിൽ നിലം വലിയുന്നതിന് മുമ്പ് പൂട്ടണം. അല്ലെങ്കിൽ മഴ പെയ്ത് പൂലായതിന്ശേഷം. ഇരുവരും അഭിപ്രായ സമന്വയത്തിലെത്തി. കുറച്ചുനേരം അവരങ്ങനെ നിശ്ശബ്ദരായി ഇരുന്നു.

"ഏട്യാടോ നിന്റെ പൊര? ചിരോണ്ടൻ ചോദിച്ചു.

പാച്ചോറ്റിക്കുന്നിന്റെ താഴ്വരയിലേക്ക് അവൻ വിരൽചൂണ്ടി. കൃത്യ മായ സ്ഥാനനിർണയത്തിന് അവൻ മിനക്കെട്ടില്ല. അതിനിടയിൽ എര്തു കളെ ശ്രദ്ധിച്ചു.

"എന്താടോ നിന്റെ പേര്?" ചോദിച്ചത് ചിരോണ്ടൻ തന്നെ.

"കുഞ്ഞാമൻ" അവൻ തുടർന്നു: "നിന്നെ എനക്കറിയാ. ചിരോണ്ടൻ ന്നല്ലേ പേര്? ചെറമ്മലൊതേനൻ മൂസോറെ[2] മോനല്ലെ? എയ്ത്ത് പള്ളീല്

1. തണൽ.
2. ബഹുമാന സൂചകം.

പടിച്ചിറ്റ്ല്ലേനീ.” ഇതെല്ലാം ഒറ്റ ശ്വാസത്തിലാണ് കുഞ്ഞാമൻ പറഞ്ഞു തീർത്തത്.

ചിരോണ്ടൻ ഹൃദ്യമായി ചിരിച്ചു.

“നിന്റച്ഛനാരാ?” കാര്യമായിട്ട് അറിയാൻ വേണ്ടി ചോദിച്ചതല്ല. ചോദിച്ചെന്നേയുള്ളു. അത് ഒരു സങ്കടകഥ പുറത്തു കൊണ്ടുവരുമെന്ന് ചിരോണ്ടൻ പ്രതീക്ഷിച്ചതല്ല.

“ഈ നാട്ടിലല്ല; വേറെ നാട്ടിലാ. എന്റച്ചൻ വേറെ മങ്ങലം കയിച്ചിന്. ഞാനിപ്പോ രണ്ടാനച്ചന്റെ പൊരക്കാ താമസിക്ക്ന്ന്. അമ്മക്ക് വേറെ മക്കള്ണ്ട്.”

ചോദിക്കേണ്ടിയിരുന്നില്ല എന്ന് ചിരോണ്ടന് തോന്നി.

എല്ലാം യാദൃച്ഛികം. അന്നുമുതൽ ഇരുവരും ചങ്ങാതികളായി. വളരെപ്പെട്ടെന്നു തന്നെ അവർ കൂടുതലടുക്കുകയും ചെയ്തു. ചിരോണ്ടനുണ്ടോ അവിടെ കുഞ്ഞാമനുമുണ്ടാകും. കുഞ്ഞാമനുണ്ടോ അവിടെ ചിരോണ്ടനുമുണ്ടാകും.

ചിരോണ്ടനുമായുള്ള സൗഹൃദം അഭിമാനമായിട്ടാണ് കുഞ്ഞാമൻ കരുതുന്നത്. അത് നാലാളുടെ മുന്നിൽ തുറന്നു പറയാനും അവൻ മടിക്കാറില്ല. എഴുത്ത് പള്ളിയിൽ പഠിച്ചവനാണ് തന്റെ ചങ്ങാതി. തന്നെപ്പോലുള്ളവർക്ക് സ്വപ്നം കാണാൻപോലും കഴിയാത്ത ഭാഗ്യം സിദ്ധിച്ചവൻ. എന്നിട്ടും അതിന്റെ ഭാവം വല്ലതുമുണ്ടോ അവന്! എല്ലാവരോടും വണക്കം. അക്ഷരം പഠിച്ചതിന്റെ ഗുണമായിരിക്കുമോ അത്! കുഞ്ഞാമന് ചിരോണ്ടനോട് സൗഹൃദത്തെക്കാളുപരി ആരാധനയാണ്.

കഴിവതും അവർ ഒന്നായിട്ടാണ് കാലിപൂട്ടുക. അല്ലാത്ത ദിവസങ്ങളിൽ കുഞ്ഞാമൻ ചിരോണ്ടന്റെ പുരയിലെത്തും. പിന്നെ അവർ തോട്ടിന്റെ വക്കിലോ പുഴക്കരയിലോ നടക്കും. കുഞ്ഞാമൻ ഏറ്റ് പഠിച്ചിട്ടില്ല. കാരണം അവന് മരപ്പറ്റില്ല. അതുകൊണ്ട് മരത്തിൽ കയറുന്നവരോട് അവന് നേരിയ അസൂയയുണ്ട്.

തനിക്കറിയാവുന്നതെല്ലാം ചിരോണ്ടനെ പരിചയപ്പെടുത്താൻ കുഞ്ഞാമന് അമിതോത്സാഹമാണ്. കോരുവലകൊണ്ടും കുത്തൂട് കൊണ്ടും മീൻപിടിക്കാൻ അവനറിയാം. ചില നാട്ടറിവുകളും കുഞ്ഞാമന് പരിചിതമാണ്. പക്കം നോക്കി മുള മുറിച്ചാൽ കുത്തുവരില്ല. മീൻ പിടിക്കേണ്ടത് കറുത്ത പക്കത്തിലാണ്. മഴക്കാറിന്റെ ദിശ നോക്കി പ്രവചനം നടത്തും.

മീൻ പിടിക്കാൻ കുഞ്ഞാമന് വല്ലാത്ത ആവേശമാണ്. അവൻ തന്നെ കെട്ടിയൊരുക്കിയ കുത്തൂടുണ്ട്. മുളച്ചീന്ത് കൊണ്ട് വൃത്തസ്തൂപികയുടെ ആകൃതിയിലാണ് കുത്തൂടിന്റെ നിർമാണം.

സന്ധ്യക്ക് നാലഞ്ച് ചൂട്ട് കെട്ടി. കുത്തൂട് ചുമലിൽ വെച്ച് മുന്നിൽ കുഞ്ഞാമനും ഓലച്ചൂട്ടുകൾ കക്ഷത്തിലിറുക്കി പിന്നിൽ ചിരോണ്ടനും നടന്നു. പുഴക്കരയാണ് ലക്ഷ്യം. ചളിയില്ലാത്ത, ആഴം കുറഞ്ഞ ഭാഗത്തിറങ്ങി.

ചിരോണ്ടൻ ചൂട്ട് ഉലർത്തിക്കത്തിച്ചു. വെളിച്ചം കണ്ട് മീനുകൾ അന്ധാളിച്ചു നിൽക്കുന്നതുകാണാം. അപ്പോൾ കുഞ്ഞാമൻ ഒരഭ്യാസിയുടെ മെയ്‌വഴക്കത്തോടെ കുത്തൂടും കൊണ്ട് വായുവിൽ പറന്ന് വെള്ളത്തിൽ ചാടിവീണു. അന്ധാളിച്ചു നിൽക്കുന്ന മീനുകളെല്ലാം കുത്തൂടിനുള്ളിൽ.

കുഞ്ഞാമൻ കുത്തൂടിന്നുള്ളിൽ കൈയിട്ട് പരതാൻ തുടങ്ങി. മീൻ വാലിട്ടടിക്കുന്നത് കേൾക്കാം. ഒന്നിനെ കടിച്ചുപിടിച്ചാണ് മറ്റൊന്നിനെ തപ്പുന്നത്. അവന്റെ കടിയിൽ നിന്ന് മീൻ പിടഞ്ഞു. കിട്ടിയതിനെ കുരിയക്കുള്ളിലാക്കി. കുറച്ചു ചൂട്ടാച്ചിയും പരലും പയത്തിയും കിട്ടിയതോടെ മടങ്ങി.

രണ്ടുപേരും കുത്തൂടും കൊണ്ടിറങ്ങുമ്പോൾ കുഞ്ചോറ് എന്തോ പരിഹസിച്ച് പറഞ്ഞിരുന്നു. അതുകൊണ്ട് കുഞ്ഞാമൻ മീൻകുരിയ കുഞ്ചോറുവിന്റെ മുന്നിലിട്ടു. കുരിയക്കുള്ളിൽ നിന്ന് മീൻ പിടഞ്ഞു.

"കുഞ്ചോറവമ്മേ, നിങ്ങ നമ്മളെ മക്കാറാക്കണ്ട. നമ്മക്ക് മീൻ പിടിക്കാനറിയാ, കേട്ട്വാ." വിജയഭാവത്തിലാണ് കുഞ്ഞാമൻ പറഞ്ഞത്.

അതും പറഞ്ഞ് മുറിച്ചൂട്ടും മിന്നിച്ച് കുഞ്ഞാമൻ പുറത്തിറങ്ങി.

"നീ ഏട്യാ കുഞ്ഞാമാ പോന്ന്? ചോറ് വെയ്ച്ചിറ്റ് പോയാ മതി. " കുഞ്ചോറു അടുക്കളയുടെ നേർക്ക് വിളിച്ചു പറഞ്ഞു: "എണേ കുഞ്ഞാതിശെണം മീൻ മുറിക്ക്."

അപ്പോൾ ആ ജോലി മാണിക്കം സ്വയം ഏറ്റെടുത്തു:"ഞാൻ മുറിക്കാ മീൻ."

ചിരോണ്ടനും ഒതേനനും അവനെ ചോറുണ്ണാൻ നിർബന്ധിച്ചു. ഒടുവിൽ അവൻ വഴങ്ങി. മാണിക്കം കൂടി അവനെ മനസ്സുകൊണ്ട് ക്ഷണിച്ചു.

കുഞ്ഞാമൻ പോയ ശേഷം കുഞ്ചോറു പറഞ്ഞു:"ഓനെപ്പോലെ തീതിന്ന് നടക്ക്ന്ന ഒര് കുഞ്ഞീണ്ടാ ഈ ഓലച്ചേരീല്! എത്ര നല്ല നെലേല് നടക്കണ്ട കുഞ്ഞ്യാ അത്! ഓരോന്നിന്റെ തലേലെ വര! അല്ലാണ്ടെന്താ പറയ്വാ!"

കുഞ്ചോറു താടിക്ക് കൈയും കൊടുത്തിരുന്നു.

കുഞ്ഞാമന്റെ അച്ഛൻ അവന്റെ അമ്മയെ വേണ്ട എന്നുതീരുമാനിക്കുന്ന കാലത്ത് അവന് കഷ്ടി അഞ്ചു വയസ്സേ ഉണ്ടായിരുന്നുള്ളൂ. അമ്മയെ പിരിയാൻ കഴിയാത്ത പ്രായം. അവൻ അമ്മയുടെ പിന്നാലെ നിലവിളിച്ചുകൊണ്ട് ഓടിവന്നു. ആരെക്കെയോ അവനെ പിന്തിരിപ്പിക്കാൻ ശ്രമിച്ചു. ഭീഷണിപ്പെടുത്തി നോക്കി. ഒന്നും ഫലിച്ചില്ല. അവൻ ഏങ്ങലടിച്ചുകൊണ്ട് അമ്മയുടെ പുടവത്തുമ്പിൽ പിടിച്ച് അവനും മങ്ങലക്കാരോടൊപ്പം ഓലച്ചേരിയിലേക്ക് വന്നു. രണ്ടാനച്ഛന്റെ പുരയിൽ വളർന്ന് ഈ പ്രായത്തിലെത്തി.

അമ്മ പ്രസവിച്ച കുഞ്ഞുങ്ങളെ നോക്കലായിരുന്നു ചെറുപ്പകാലത്ത് കുഞ്ഞാമന്റെ പ്രധാനജോലി. കുഞ്ഞുങ്ങളെ എടുത്തുനടന്നതിന്റെ തഴമ്പ് ഇപ്പോഴും അവന്റെ ഒക്കത്തുണ്ട്. ഒരു പണിക്കാരന്റെ സ്ഥാനം പോലും

രണ്ടാനച്ഛൻ അവന് കൽപ്പിച്ചുകൊടുത്തിട്ടില്ല. അവന്റെ അമ്മ നിസ്സഹായയായിരുന്നു.

"ഓന് ഓന്റച്ചന്റട്ത്ത് ചെന്ന് താമസിച്ചൂടെ" കുഞ്ഞോറുവിന്റെ വിവരണത്തിന് ശേഷം ചിരോണ്ടൻ ചോദിച്ചു.

നാട്ടുനടപ്പ് അതല്ല. അമ്മയെ ഉപേക്ഷിച്ചാൽ അച്ഛനുമായി കുഞ്ഞുങ്ങൾക്ക് ബന്ധമില്ല. സ്വന്തം തറവാട്ടിലാണ് ഉപേക്ഷിക്കപ്പെട്ട കുഞ്ഞുങ്ങൾ വളരേണ്ടത്. അമ്മാമനായിരിക്കണം അവരുടെ രക്ഷാകർത്താവ്. ഇത്തരം കുഞ്ഞുങ്ങൾക്ക് അമ്മയുമില്ല; അച്ഛനുമില്ല. ഒരുതരം അനാഥത്വം ചുമന്നാണ് അവരുടെ ജീവിതം.

ഇരുട്ടിൽ ആരോ നെടുവീർപ്പിട്ടു.

12

ഉച്ചാര

ഓലച്ചേരിയിൽ ഉച്ചാരക്കാറ്റടിച്ചു. മണ്ണിന്റെ ഈർപ്പംപോലും വലിച്ചെടുത്തുകളയും ഈ മകരക്കാറ്റ്. ഭൂമിദേവി തീണ്ടാരിയാവുന്ന ദിവസങ്ങളാണ് ഉച്ചാര. അകവും പുറവും അടിച്ചു വാരാൻ പാടില്ല. കണ്ടത്തിൽ കൊത്തും കിളയും പാടില്ല. കാലിപൂട്ടരുത്. ദിനചര്യകളാകെ താറുമാറാകുന്നു.

തോരയും ഉണങ്ങലരിയും ചതുപതത്തെളച്ച്, കടും മധുരത്തിൽ വെല്ലമിട്ട്, വിളഞ്ഞ തേങ്ങ നുരുനുരെച്ചെരകി, കദളിപ്പഴം വട്ടത്തിലരിഞ്ഞ് ഉണ്ടാക്കുന്ന ഏർപ്പ് പുഴുക്ക് ഭൂമിദേവിക്ക് വിളമ്പണം.

ആരൻ അഥവാ കുജൻ മകരം രാശിയിൽ ഉച്ചംവരുന്ന ദിവസമാണ് ഉച്ചാര. കണിശനപ്പഗുരുക്കൾ പറഞ്ഞു.

ഓലച്ചേരിയിൽ പിറന്നുവീഴുന്ന കുഞ്ഞുങ്ങൾക്ക് കോട്ടാളം കുറിക്കുകയും ജാതകമെഴുതുകയും വിഷുഫലം പ്രവചിക്കുകയും പൂപ്രശ്നം വെച്ച് ഫലം പറയുകയും ചെയ്യുന്ന വയോധികനാണ് അപ്പഗുരുക്കൾ. കണ്ടാൽ പ്രായം അയാളിൽ സ്തംഭിച്ചു നിൽക്കുകയാണെന്ന് തോന്നും!

ഉച്ചാരയ്ക്ക് മുതിർന്നവർ കുട്ടികളെയും മന്ദബുദ്ധികളെയും പറ്റിക്കുന്ന ഒരേർപ്പാടുണ്ട്. കാലാകാലമായി തുടരുന്നതാണത്. ഇന്ന പുരയിൽ ചെന്ന് 'ഉച്ചാരക്കോൽ' വാങ്ങിക്കൊണ്ടുവാ എന്നു പറയും. (അങ്ങനെയൊരു കോലില്ല.) ആ പുരയിൽച്ചെല്ലുമ്പോൾ അടുത്ത പുരയിൽ കൊണ്ടുപോയെന്നു പറയും. അങ്ങനെ നാടുമുഴുവൻ തെണ്ടിക്കും. താൻ വിഡ്ഢിയായ വിവരം സ്വയം അറിഞ്ഞെന്നും വരാം; അറിഞ്ഞില്ലെന്നും വരാം. അറിഞ്ഞവർ വിഡ്ഢിത്തം പറ്റിയതോർത്ത് പരിതപിക്കും. അല്ലെങ്കിൽ ദേഷ്യം കടിച്ചമർത്തും. ഭാവിയിൽ വിഡ്ഢികളെ സൃഷ്ടിക്കാനുള്ള അവസരം പാർത്തിരിക്കുകയും ചെയ്യും.

ഉച്ചാര കഴിഞ്ഞാണ് വെള്ളരിനടുക. 'ഉച്ചാര കഴിഞ്ഞ് വെള്ളരിനട്ടാൽ വിഷുത്തലേന്ന് പറിക്കാം' എന്നൊരു ചൊല്ലുതന്നെയുണ്ട്.

ചിരോണ്ടനും കുഞ്ഞാമനും കൂറായി രണ്ടു കണ്ടം വെള്ളരി നട്ടിട്ടുണ്ട്. പന്തൽ കെട്ടി കാവൽ കിടന്നില്ലെങ്കിൽ ഒരെണ്ണം പോലും കുറുക്കൻ ബാക്കി വെക്കില്ല. കറുമുറ തിന്ന് പറപറതൂറി വെക്കും.

രാവിലത്തെ ഏറ്റ് കഴിഞ്ഞ് ചിരോണ്ടൻ വന്നിട്ടില്ല. ഒതേനൻ ആലക്കലാണ്. എര്ത്തുകളുടെ കൊമ്പും കുളമ്പും കനം വെച്ചു പോയി. കൊമ്പും കുളമ്പുംപൂളാൻ ഇരുട്ടനോട് പറഞ്ഞിട്ടുണ്ട്.

കൊമ്പും കുളമ്പും പൂളുക മാത്രമല്ല ഇരുട്ടന്റെ പണി. കുട്ടന്മാരെ കാക്കെട്ടാ[1]നും അയാൾ വിദഗ്ധനാണ്.

കുട്ടന്റെ കൈയും കാലും കെട്ടി മറിച്ചിടും. എന്നിട്ട് രണ്ടു മരക്കഷണങ്ങൾക്കിടയിലിട്ട് വൃഷണങ്ങൾ ഞെരിച്ചുടയ്ക്കും. അതോടെ ഒരു നിർഗുണ പരബ്രഹ്മം പിറക്കുന്നു. ആ നിലവിളിയും പിടപ്പും കാണാൻ കഴിയില്ല.

മുറ്റത്ത് ഒരോലമടൽ വീണു കിടപ്പുണ്ട്. അതെടുത്തുമാറ്റാൻ കുഞ്ചോറു മുറ്റത്തിറങ്ങിയ നേരത്ത് വയലിൽ നിന്ന് രണ്ടുപേർ കയറി വരുന്നതു കണ്ടു.

"ആരാപ്പാദ്? രണ്ടാള് ഇങ്ങോട്ട് കേറിവര്ന്ന്ണ്ടല്ലോ! ഈ നാട്ടിലൊന്നും കാണാത്ത ആളാണല്ലാ!" കുഞ്ചോറു സ്വയം പറഞ്ഞിട്ട് കുഞ്ഞാതിയോടായി: "നീ നോക്ക്യാട്ടണേ."

കുഞ്ഞാതി നോക്കിയിട്ട് അറിയില്ലെന്ന് പറഞ്ഞു. കുഞ്ചോറുവിന്നറിയാത്തവരെ കുഞ്ഞാതിക്കെവിടുന്നറിയാൻ!

"അമ്മ ഇങ്ങനെ ഓരോ പോയത്തം പറയല്ല" എന്നു പറഞ്ഞ് അവൾ അകത്തേക്ക് പോയി.

മുറ്റത്തേക്ക് കയറുന്നതിന് മുമ്പ് ആഗതരിലൊരാൾ മുറുക്കാൻ ചണ്ടി ഉഴിഞ്ഞിട്ടു. വരവ് ഇവിടുത്തേക്ക് തന്നെ. സംശയമില്ല.

കുഞ്ചോറു ഒരു കിണ്ടി വെള്ളം ആഗതരുടെ മുന്നിൽ കൊണ്ടുവെച്ച് ആതിഥ്യമര്യാദ ഉറപ്പിച്ചു. ആഗതർ കാലും മുഖവും കഴുകി. മുറ്റത്തുനിന്നു കൊണ്ടുതന്നെ പരിസരമാകെ വീക്ഷിച്ചു. കുഞ്ചോറു അകത്തുകയറി വാതിലിന്റെ ഓരത്തുനിന്നു.

"ഓട്ത്തൂ, ഒതേനൻമൂപ്പറ്?" ആഗതരിലൊരാൾ ചോദിച്ചു.

"ഓറ് ആലക്കല്ണ്ട്, വിളിക്കണൊ?" കുഞ്ചോറു മറുപടിക്ക് കാക്കാതെ അടുക്കള ഭാഗത്തു കൂടെ പുറത്തിറങ്ങി.

"ഏ, നിങ്ങളൊന്ന് ഇപ്രത്ത് വന്നാട്ടെ" ശബ്ദം താഴ്ത്തിയാണ് കുഞ്ചോറു പറഞ്ഞത്. ഒതേനൻ അത് സാരമായെടുത്തില്ല. അതിനാൽ കുഞ്ചോറു സ്വൽപ്പം രോഷം പ്രകടിപ്പിച്ചുകൊണ്ട് പറഞ്ഞു: "നിങ്ങെന്ത്ന്നാ

---

1. വരിയുടയ്ക്കൽ.

ആ എർതിന്റെ ചന്തീം നോക്കി നിക്ക്ന്ന്! നിങ്ങളെ കാണാൻ രണ്ടാള് വന്നിറ്റാ... ഒന്ന് വേഗം വന്നാട്ടെ!"

ഒതേനൻ പുരയുടെ പിന്നാമ്പുറത്തുകൂടെ മുറ്റത്തേക്ക് പ്രവേശിച്ചു. പടുത്തിരിക്ക ഇട്ടുകൊടുത്ത് ഇരിക്കാൻ ക്ഷണിച്ചു.'സമ്പാരം ആവാമല്ലൊ' എന്നു ചോദിച്ചു. വിരോധമില്ലെന്ന് പറയുകയും ചെയ്തു.

സംഭാരം കൊടുത്തതിന് ശേഷം തുമ്മാൻ പാത്രവും നീക്കിയിട്ടു. ആഗതർ മുറുക്കിത്തുപ്പി വായ ശുചിയാക്കി. മുറുക്കിൽ ഒതേനനും പങ്കെടുത്തു.

"നിങ്ങ്യല്ലെ ചെറമ്മലൊതേനൻ"? ആഗതരിലൊരാൾ ചോദിച്ചു.

"അതെ. ഞാന്തന്നെ. എന്താ വിശേഷിച്ച്?" ഒതേനൻ നേരിയ തോതിലൊന്ന് പരിഭ്രമിച്ചു.

"ഞാങ്ങ അക്കരേന്ന് വര്വാ"

"അക്കരേന്ന് ച്ചാ ഏതാ നാട്?"

"കല്ലൂരി. കേട്ടിറ്റ്ണ്ടാ?"

"ഓ, ധാരാളം."

ആഗതരിലൊരാൾ പറഞ്ഞുതുടങ്ങി:"ഇയാള് കൊള്ളാൾപ്പിലമ്പു. കുളമുള്ള വളപ്പിൽ അമ്പു കൊള്ളാൾപ്പിലമ്പുവായതാ. ഞാൻ അമ്പൂന്റെ ചാർച്ചക്കാരനാ."

ഒതേനൻ കൊള്ളാൾപ്പിലമ്പുവിനെയും ചാർച്ചക്കാരനെയും മാറി മാറിനോക്കി.

"ഈട തെരണ്ടുമങ്ങലം കഴിഞ്ഞ ഒര് പെണ്ണ്ണ്ടെന്ന് കേട്ടു" ചാർച്ചക്കാരൻ പറഞ്ഞു.

വാതിലിന്റെ ഓരത്ത് കുഞ്ചോറുവും കുഞ്ഞാതിയും മറഞ്ഞ് നിൽപ്പുണ്ടായിരുന്നു. തെരണ്ട പെണ്ണ് എന്നു കേട്ടപ്പോൾ കുഞ്ഞാതി ഉൾവലിഞ്ഞു.

"ആരിക്കാ പെണ്ണ് വേണ്ട്? ഒതേനൻ ചോദിച്ചു.

"ഈ ഇരിക്കന്ന കൊള്ളാൾപ്പിലമ്പൂന്റെ മോന്."

"നിങ്ങളെ ഏതാ ഇല്ലം[1]?" ഒതേനൻ ചോദിച്ചു.

"പുല്ലുണ്ണി. നിങ്ങളതോ?"

"വങ്കേരി" ഒതേനൻ പറഞ്ഞു.

"അപ്പോ, ഇല്ലം ഒന്നല്ല." ചാർച്ചക്കാരന് സമാധാനമായി.

ചെക്കന് കൃഷിപ്പണിയാണെന്നും ഇരുപത്തിനാല് വയസായെന്നും പെണ്ണിന്റെ വയസറിഞ്ഞാൽ കൊള്ളാമെന്നും അമ്പു പറഞ്ഞു.

"ഓക്ക് ഈ മേടത്തിൽ പതിമൂന്ന് നെറഞ്ഞ് പതിനാല് നടപ്പാ" കുഞ്ചോറു വാതിലിന്റെ മറവിൽ നിന്നറിയിച്ചു.

---

1. തീയ്യ ഗോത്രത്തെ ഇല്ലങ്ങളായി തിരിച്ചിട്ടുണ്ട്. ഒരേ ഇല്ലത്തിൽപ്പെട്ടവർ വിവാഹിതരാവുന്നത് നിഷിദ്ധം.

ആണും പെണ്ണും തമ്മില് പത്തു വയസിന്റെ വിറ്റ്യാസം വേണം." അമ്പു അഭിപ്രായപ്പെട്ടു.

"പെണ്ണ് ഒന്ന് പെറ്റാല് അഞ്ച് വയസ്സ് കൂടും" ചാർച്ചക്കാരന്റെ നിഗമനമാണത്.

"അപ്പോ, ഒതേനൻ മൂപ്പറെന്താ പറയ്ന്ന്?" മറുവാക്ക് പ്രതീക്ഷിച്ചു കൊണ്ട് അമ്പു ചോദിച്ചു.

"പെണ്ണ് ആരാന്റെ സൊത്തല്ലേ, നമ്മ കൊട്ക്കാൻ വെച്ചതാ. ഒത്താല് കൊട്ക്കും." ഒതേനന്റെ തത്വചിന്ത ആഗതർക്ക് നന്നേ ബോധിച്ചു.

"നിങ്ങ പറഞ്ഞതാ ശെരി. ഞങ്ങളെ ചുറ്റ്പാടൊക്കെ നിങ്ങ അന്വേഷിച്ചോളിൻ. എന്നിറ്റ് മതി കൊള്ളലും കൊടുക്കലും." ഇതും പറഞ്ഞ് ചാർച്ച പെട്ടെന്നെഴുന്നേറ്റു: ഓട്ത്തൂ പെണ്ണ്? "

"ഓള് ഇപ്രത്ത്ണ്ട്" കുഞ്ചോറു പെണ്ണിനെക്കാണാൻ സമ്മതം നൽകി.

അടുക്കള വാതിക്കൽ നിന്ന കുഞ്ഞാതി അകത്തിറയത്തേക്ക് ചാടി, ആഗതർ അവിടെ ചെന്നപ്പോൾ അവൾ അടുക്കളയിലെത്തി. 'നിന്റെ മീടൊ[1]ന്ന് കാണട്ട്' എന്ന് പറഞ്ഞുകൊണ്ട് ആഗതർ പിന്നാലെയെത്തി. പിന്നെയവൾ അവർക്ക് കാണാൻ നിന്നുകൊടുത്തു.

ആ പെണ്ണുകാണലിന് ബലാൽക്കാരത്തിന്റെ സ്വഭാവമുണ്ടായിരുന്നു.

പെണ്ണിനെ ഇഷ്ടപ്പെട്ടുവെന്ന് അവരുടെ ഭാവം കണ്ടാലറിയാം.

"ഇവക്ക് പൊറത്തെ പണ്യോന്നും അറിഞ്ഞൂടേ" കുഞ്ചോറു മുന്നറിയിപ്പ് കൊടുത്തു. കണ്ടത്തിലെ പണിക്കൊന്നും അയക്കരുതെന്നാണ് വ്യംഗ്യം.

"ആത്തെ പണി കഴിഞ്ഞിറ്റ് മതി പൊറത്തെപ്പണി. "ചാർച്ച കുഞ്ചോറുവിന്റെ മുന്നേറ്റം തടുത്തു.

"അപ്പോ, നിങ്ങ ഞാങ്ങക്കെപ്പാ വിവരം തെര്വാ?" അമ്പു ചോദിച്ചു.

"ഈ വെർന്ന ഇരുപതാന്തിക്കുള്ളിൽ തന്നാപ്പോരേ? ഏതും അന്വേഷിച്ചില്ലാന്ന് വേണ്ട" ഒതേനൻ നാട്ടുനടപ്പ് പറഞ്ഞു.

"അന്വേഷിച്ചോളിൻ, അന്വേഷിച്ചോളിൻ. ബോധിച്ചെങ്കിൽ മാത്രംമതി ബന്ധം. ഒര് ദെവസത്തേക്കോ രണ്ട് ദെവസത്തേക്കോ വേണ്ടതല്ലല്ലോ" ചാർച്ച വാചാലനായി.

"അപ്പോ, ഞാങ്ങ വെരട്ടെ" അമ്പു യാത്ര ചോദിച്ചു.

"എന്നാല് പറഞ്ഞപോലെ" ഒതേനൻ അവരെ യാത്രയാക്കി.

ആഗതർ വയലിലിറങ്ങിയപ്പോഴാണ് ചിരോണ്ടൻ കയറി വന്നത്.

ഒതേനൻ മകനോട് സംഗതികളൊക്കെ പറഞ്ഞു. അവൻ അഭിപ്രായം പറഞ്ഞാലും ഇല്ലെങ്കിലും തുല്യമാണ്. പെണ്ണിന്റെ ആങ്ങളക്ക് തീരുമാനമെടുക്കുന്നതിൽ ഒരു പങ്കുമില്ല. എല്ലാം നിശ്ചയിക്കേണ്ടത് പെണ്ണിന്റെ കാരണവന്മാരാണ്. അതായത് കുഞ്ചോറുവിന്റെ ആങ്ങളമാർ.

---

2. മുഖം.

കാരണവന്മാരുടെ അറിവോ സമ്മതമോ സാന്നിധ്യമോ കൂടാതെ മങ്ങലം നടക്കില്ല. അച്ഛൻ പോലും രണ്ടാം സ്ഥാനക്കാരനാണ്.

അതുപ്രകാരം ചീങ്ങക്കടവത്തും ഒറപ്പൊടിയിലും താമസിക്കുന്ന കാരണവന്മാരെ ഒതേനൻ ചെന്നു കണ്ടു. അങ്ങനെ പിടിച്ചുകൊടുത്തു കൂടല്ലോ. ഒന്നന്വേഷിക്കേണ്ടെ? വേണ്ടെന്ന് ആരും പറഞ്ഞില്ല. ചെല്ലാമെന്ന് സമ്മതിച്ചതിനാൽ നാളും നേരവും നിശ്ചയിച്ചിട്ടാണ് ഒതേനൻ ഓലച്ചേരിക്ക് തിരിച്ചത്.

13

മങ്ങലം മുടക്കികൾ

കുഞ്ഞോറുവിന്റെ രണ്ടാങ്ങളമാരും ഒതേനനും ഉറുവാടനും അടങ്ങുന്ന സംഘമാണ് അന്വേഷണവുമായി ബന്ധപ്പെട്ട് കല്ലൂരിക്ക് യാത്ര പുറപ്പെട്ടത്. കല്ലൂരിക്ക് ചെല്ലാൻ കടവ് കടക്കണം. കടത്തുകാരനൊന്നുമില്ല. ഓരോരുത്തര് ചെന്ന് കരക്ക് തോണി കെട്ടിയിടും. ആവശ്യമുള്ളവർ അഴിച്ചെടുത്ത് തുഴഞ്ഞുകൊള്ളുക. പെണ്ണുങ്ങളും കുട്ടികളുമൊക്കെ കടവുകടക്കാൻ എത്തിയാൽ ആരെങ്കിലും സഹായിക്കും.

പുഴക്കരയിൽ നിന്ന് കുറച്ചു മാറിയാണ് കുളമുള്ളവളപ്പിൽ അമ്പുവിന്റെ പുര. ഇപ്പോഴവിടെ കുളമൊന്നുമില്ല. പണ്ടുണ്ടായിരിക്കണം. പക്ഷേ വിശാലമായ കളമുണ്ട്. മൂന്നാലു വലിയ പുല്ലിൻ കൂനയുണ്ട്. വലിയ ആലയുണ്ട്. കൊള്ളാൾപ്പിലമ്പു ഭേദപ്പെട്ട കൃഷിക്കാരനാണെന്നതിന് ഇതിലപ്പുറം തെളിവുവേണ്ട.

സംഘത്തിൽ ഒതേനനുള്ളതുകൊണ്ട് വരുന്നത് ഓലച്ചേരിയിൽ നിന്നാണെന്ന് അമ്പു പെട്ടെന്നു മനസ്സിലാക്കി.

"കേറി ഇരിക്ക്" അമ്പു ക്ഷണിച്ചു.

പടുത്തിരിക്കക്ക് പകരം നാലഞ്ചുപലകകൾ നിരന്നു. സംഭാരം വന്നു. മുറുക്കി നാട്ടുവർത്തമാനം പറഞ്ഞു. അതിനിടക്ക് ചിലതൊക്കെ മനസിലാക്കി. ചെക്കനെ ഒന്നു കണ്ടാൽ കൊള്ളാമായിരുന്നു.

ഞേങ്ങോൽ ചുമലിൽ വെച്ച് മുറ്റം മുറിച്ചു കടന്നു പോയവനാണ് ചെക്കനെന്ന് മനസിലായി. അപരിചിതരെ കണ്ടിട്ട് അവന് യാതൊരു പ്രതികരണവുമുണ്ടായില്ല. അവൻ ആഗതരെ കള്ളക്കണ്ണുകൊണ്ടു നോക്കിയോ എന്നു സംശയം മാത്രം.

"ഓൻ അത്രക്കേ വർത്താനം പറയൂ" വാതിലക്കൽ നിന്ന് അമ്പുവിന്റെ ഓള് – ചെറുക്കന്റെ അമ്മ – അവനെ ന്യായീകരിച്ചു.

"ആലോയ്ച്ച് വൈകാണ്ട് വിവരം തെരാ" എന്നു പറഞ്ഞ് സംഘം കൊള്ളാൾപ്പിലൽ നിന്ന് ഇറങ്ങി.

"ഞാങ്ങളെ കണ്ടൂടാത്തോരാ ഈ നാട്ടില് തോന[1]" അമ്പുവിന്റെ ഓള് സംഘം കേൾക്കെ വിളിച്ചു പറഞ്ഞു.

ഒറ്റ നോട്ടത്തിൽത്തന്നെ ഒരു നിഗമനത്തിലെത്തണമെന്നില്ല. നിഗമനം ശരിയായിക്കൊള്ളണമെന്നുമില്ല. പരിചയക്കാർ വല്ലവരുമുണ്ടെങ്കിൽ അവരോടൊന്ന് ചോദിക്കുകയുമാവാം. എടുത്തടിച്ച തീരുമാനം വേണ്ട.

കുഞ്ഞോറുവിന്റെ ചെറിയ ആങ്ങള ഒരു നിർദേശം മുന്നോട്ടുവെച്ചു. അയാളുടെ ഓളെ ബന്ധുക്കൾ സമീപത്തുണ്ട്. അങ്ങോട്ടുപോവാം.

"പോവാം" ആർക്കും എതിരഭിപ്രായമില്ല.

ചെറിയ ആങ്ങള വഴികാട്ടിയായി.

ആ പുരയിൽ മധ്യവയസ്സു കഴിഞ്ഞ സ്ത്രീയും അവരുടെ പുരുനുമാണുള്ളത്. സ്ത്രീയുടെ നട്ടെല്ല് നിവർന്നു നിൽക്കില്ല. ചെവിയും പതുക്കെയാണ്.

സംഘത്തിന്റെ ആഗമനോദ്ദേശ്യം എന്തെന്നറിയാനുള്ള ആകാംക്ഷ സ്ത്രീ പ്രകടിപ്പിച്ചപ്പോൾ പുരുന്റെ വിവരണം ആ നാട് മുഴുവൻ കേൾക്കുന്ന വിധത്തിലാണ്. വിഷയം കൈയിൽ കിട്ടിയതോടെ പുരുനെ പുറം തള്ളി സ്ത്രീ മുന്നോട്ടുവന്നു. അതിന് ശേഷം രണ്ടു വാക്ക് പറയാനുള്ള അവസരം പോലും അവർ അയാൾക്ക് നൽകുകയുണ്ടായില്ല. അതിൽ അയാൾക്ക് പരാതി ഒട്ടില്ലതാനും.

സ്ത്രീ തുടങ്ങി:" ഓ, കൊള്ളാൾപ്പിലമ്പൂന്റെ മോൻ! ഓന്റെ പേരെന്ത്ന്നാപ്പാ? നാവ്മ്മലോളം വെര്ന്ന്! ഓനൊര് കക്കുമ്മനാ[2]. ചെക്കന്റച്ചനൊര് തോയനാ[3]. അമ്മച്ചീണ്ടല്ലാ, ഓളോര് കട്പ്പക്കാരത്ത്യാ! മുറിഞ്ഞ കൈക്ക് ഉപ്പ് തേക്കാത്തോളാ ഓള്! ഒര്ത്തൻ അടീംപിടീം കയിഞ്ഞിറ്റ് വീടാര[4]ത്തിലാ താമസം. മൂത്തോനൊര് ബിട്ന്തനാ[5]. ഒര്മോള് ഒര് ചെക്കനെയും കൊണ്ട് പൊരക്കെന്ന്യാ. മങ്ങലം കയിച്ച് കൊണ്ടുപോയെട്ക്ക്ന്ന് ഏതോ മാപ്പളേന പിടിച്ചിറ്റ് ഓളെ പുരുൻ[6] ഈടത്തന്നെ കൊണ്ടാക്കീന്."

"തമ്പായീ നീ മ്ണ്ടാണ്ക്ക്. ആരെങ്കിലും കേട്ടാലോ?" സ്ത്രീയുടെ ആവേശം കണ്ട് സഹികെട്ട പുരുൻ പറഞ്ഞു.

"കേട്ടാലെനക്കെന്താ? ഞാമ്പറയും. ഇല്ലാത്തതല്ല ഞാമ്പറഞ്ഞത്." സ്ത്രീ കൊള്ളാപ്പിലമ്പുവിന്റെ സകല ചരിത്രവും വാരിവലിച്ച് പുറത്തിടാനുള്ള ഒരുക്കത്തിലാണ്.

1. ധാരാളം.
2. അധികം സംസാരിക്കാത്തവൻ.
3. പാവം.
4. ഭാര്യവീട്.
5. കാര്യശേഷിയില്ലാത്തവൻ.
6. ഭർത്താവ്.

ഒരിടവേള ലഭിച്ചപ്പോൾ ഉറുവാടൻ ഇടക്കുകയറി: "ഉള്ളൊന്ന് അറിയാനാ ഞാങ്ങളിങ്ങോട്ട് വന്നത്. വെല്യ കൊണോല്ലെങ്കിലും ദോശം വെരോ?"

"കൊണംണ്ടാവോന്ന് ചോയ്ച്ചാൽ; ഉണ്ടാവോ? ഇല്ല. ദോശം വെരോന്ന് ചോയ്ച്ചാൽ; വെരോ? വെരും" പുരവൻ വാക്കുകൾ കൊണ്ടുള്ള കളിയിലാണ്. അയാൾ സ്ത്രീയെക്കാളും ഒരുപടിമുകളിലാണ്.

പുരവൻ മുറുക്കാൻ ചാറ് മുറ്റം കടത്തുന്നതിനിടയിൽ ഉറുവാടൻ മന്ത്രിച്ചു:" ഇതെല്ലം കേട്ടിറ്റ് നമ്മക്ക് പ്രാന്താവോ ഒതേനാ?"

ചെവിവട്ടം പിടിച്ചു നില്ക്കുന്ന സ്ത്രീക്ക് ഉറുവാടൻ പറഞ്ഞ'പ്രാന്ത്' മാത്രം ചെവിയിൽ കിട്ടി.

അതോടെ സ്ത്രീ വീണ്ടും ഉണർന്നു: "എന്റാങ്ങളാറെ, ഇല്ലാത്ത തൊന്നും ഞാങ്ങ പറയൂല്ല. കൊള്ളാൾപ്പില് ആർക്കും പ്രാന്തില്ല. ഇല്ലത് ചൊറിച്ചലാ; നട്ടച്ചൊറിച്ചല്."

സ്ത്രീ പുടവ രണ്ടു കൈകൊണ്ടും ഉയർത്തി.

അന്വേഷണസംഘം മുറ്റത്തിറങ്ങിയപ്പോഴാണ് സ്ത്രീ നെഞ്ചത്തടിച്ച് കരയാൻ തുടങ്ങിയത്. എല്ലാവരും പരിഭ്രമിച്ചു.

"ഈ മങ്ങലോ മറ്റോ മൊടങ്ങ്യാല് ഞാങ്ങളെയല്ലേപ്പാ കുറ്റം പറയ്വാ!"

കുളമുള്ള വളപ്പിൽ കേൾക്കത്തക്ക വിധത്തിലാണ് ആ സ്ത്രീ നെഞ്ചത്തടിച്ച് പറഞ്ഞത്.

ഇതോടെ ഈ ബന്ധം അവസാനിപ്പിക്കാൻ അന്വേഷണ സംഘം ഏക മനസോടെ തീരുമാനിച്ചു. ആ വിവരം കൊള്ളാൾപ്പിലമ്പുവിനെ അറിയിക്കുകയും ചെയ്തു.

കുറച്ച് ദിവസം കഴിഞ്ഞ് കുഞ്ചോറുവിന്റെ ആങ്ങളമാർവന്നു. വേണ്ടെന്നുവെച്ച ബന്ധവുമായി മുന്നോട്ടുപോകണമെന്ന് അവർ പെങ്ങളോട് പറഞ്ഞു. വേണ്ടാന്ന് വെച്ച ബന്ധം രണ്ടാമതുമെടുത്ത് കൊളുത്തേണ്ട എന്നാണ് ഒതേനന്റെ പക്ഷം. പക്ഷേ ആങ്ങളമാർ പറഞ്ഞതിലപ്പുറം കുഞ്ചോറുവിനില്ല. അങ്ങനെ കൊള്ളാൾപ്പിലമ്പുവും ചാർച്ചക്കാരനും ഓലച്ചേരിയിൽ വീണ്ടും വന്നു. ഒതേനന് നിലപാട് മാറ്റേണ്ടി വന്നു. തുലാത്തിലെ കറുത്തവാവ് കഴിഞ്ഞ് കുഞ്ഞാതിയുടെ മങ്ങലം നടത്താൻ തീരുമാനിച്ചു.

ഇതറിഞ്ഞ ഉറുവാടൻ പറഞ്ഞു: "ഓരോന്നിന് ഓരോന്ന് വരച്ചിറ്റ്ണ്ട്. വര മായ്ക്കാൻ നമ്മക്കാവൂല്ല."

ആരും വിയോജിപ്പ് പ്രകടിപ്പിക്കാത്ത ഒരു സാമാന്യ തത്വമാണത്.

14

നൂറ് ആയിരത്തിന്റെ ഫലം ചെയ്യും

കന്നിമൂർച്ച കഴിഞ്ഞാൽ കണ്ടുമുട്ടുന്ന കൃഷിക്കാർ പരസ്പരം ചോദിക്കാറുള്ള പൊതുവായ ഒരു ചോദ്യമുണ്ട്: "നിങ്ങ വാരം കൊട്ത്താ?"

കൃഷിക്കാരന്റെ സ്വസ്ഥത കെടുത്തുന്ന ചോദ്യമാണത്. വാരം തലച്ചുമടായി കൊണ്ടുചെന്ന്, അളന്ന് തിട്ടപ്പെടുത്തി ഓലശ്ശീട്ട് കൈപ്പറ്റിയാലേ കൃഷിക്കാരന് മനഃസമാധാനമുണ്ടാകൂ.

കന്നിമൂർച്ചക്ക് ശേഷം വലിയ കുട്ടയും തലയിൽ വെച്ച് വാരവും കൊണ്ട് ഓലച്ചേരി വയലിലെ നടവരമ്പിലൂടെ പോകുന്ന കുടിയാന്മാരെ കാണാം.തളിവാരത്തില്ലത്തെ തമ്പുരാനാണ് ഓലച്ചേരിയിലെ കുടിയാന്മാരുടെ ജന്മി. ഇത്രാം തീയ്യതി ഇന്ന കുടിയാൻ വാരമളന്ന് ഓലശ്ശീട്ട് വാങ്ങിയിരിക്കണമെന്ന് നിബന്ധനയുണ്ട്. തെറ്റിച്ചാൽ നിലം ഒഴിയേണ്ടിവരും. ഇല്ലെങ്കിൽ ഒഴിപ്പിച്ച് മേൽവാരത്തിന് മറ്റൊരു കുടിയാന് നടപ്പിന് കൊടുക്കും.

കുടിയാൻ തന്റെ അഭിമാനം മുഴുക്കെ പണയപ്പെടുത്താൻ തയാറാവുകയാണെങ്കിൽ കുടിശ്ശിക ഒരു പ്രശ്നമായിത്തീരില്ല. കാര്യസ്ഥന്മാർക്ക് റാക്കും കോഴിയിറച്ചിയും സൽക്കരിക്കണം. കാണാൻ കൊള്ളാവുന്നവൾ പുരയിലുണ്ടെങ്കിൽ അവളെ വിട്ടുകൊടുത്ത് അവരുടെ ആവശ്യം കഴിയുന്നതുവരെ പുറത്തിറങ്ങി നിൽക്കണം. അല്ലെങ്കിൽ അവർ പറഞ്ഞയക്കുന്ന സ്ഥലം വരെ പോയി തിരിച്ചുവരാം. ഉയർന്ന ജാതിക്കാർക്ക് ആവശ്യം നിർവഹിക്കാൻ ഒരുപാട് ഉപായങ്ങളുണ്ട്. സാമദാന ഭേദദണ്ഡങ്ങൾ....

ഇല്ലത്തിന്റെ പടിപ്പുരയോട് തൊട്ട കളത്തിലാണ് വാരമളക്കുക. സമയമായാൽ തമ്പുരാൻ ആസനസ്ഥനാകും. മേൽനോട്ടത്തിന് കാര്യസ്ഥന്മാരുണ്ടാകും.

പറയിൽ നെല്ലുനിറച്ച് പറക്കോലുകൊണ്ട് വടിച്ചാണ് സാധാരണ യായി നെല്ലളക്കുക. എന്നാൽ വാരമളക്കുമ്പോൾ പറക്കോലുകൊണ്ട് വടിച്ചു കൂടാ. പറക്ക് മുകളിൽ രൂപപ്പെടുന്ന നെൽക്കൂമ്പാരം അതേപടി നിലനിർത്തണം. അളന്നു കഴിയുമ്പോൾ ഒരാൾ ഉച്ചത്തിൽ എണ്ണിക്കൊ ണ്ടിരിക്കും. കൂടാതെ ഓരോ പറ അളക്കുമ്പോഴും എണ്ണം വെക്കണം. ഇരുകൈക്കുടന്നയിലും ആകാവുന്നത്ര നെല്ലുവാരിയിട്ടാണ് എണ്ണം വെപ്പ്; അതും കുടിയാൻ കൊണ്ടുവന്ന നെല്ലുവാരിയിട്ട്. ഇതിന് പുറമെ മറ്റൊരു എണ്ണം വെപ്പുകുടിയുണ്ട്. അത് ഒരു കൈക്കുടന്നയിൽ കൊള്ളുന്നത്ര നെല്ലുവാരിവെച്ചിട്ടാണ്. അതും കുടിയാന്റെ കണക്കിത്തന്നെ. ഇങ്ങനെ മൂന്നു വിധത്തിലുള്ള അക്രമപ്പിരിവുകളുമാകുമ്പോൾ ഫലത്തിൽ ഒരു പറയ്ക്ക് പതിമൂന്ന് സേറാകും. കണക്ക് കൂട്ടുന്നതോ പത്ത്സേറും.

പതിരുണ്ടെന്ന് നേരിയ സംശയം തോന്നിയാൽ മതി; കുടിയാനോട് വലിയ കുട്ടുകത്തിൽ വെള്ളം നിറക്കാൻ പറയും. അതിലേക്ക് നെല്ല് ചെരിയും. പതിരുണ്ടായാലും ഇല്ലെങ്കിലും വെള്ളം വാർത്ത് ഉണക്കി യതിന് ശേഷമേ വാരം അളക്കുകയുള്ളൂ. പതിരില്ലെങ്കിലും കുടിയാനോട് ഏതെങ്കിലും തരത്തിൽ നീരസമുണ്ടെങ്കിൽ പകവീട്ടുന്ന വിധങ്ങളി ലൊന്നാണിത്.

വിത്തും വാരവും കഴിച്ച് മിച്ചമുള്ളതുകൊണ്ട് കഷ്ടിപിഷ്ടി കഴി ഞ്ഞു കൂടാമെന്നേയുള്ളൂ. കൃഷിപിഴച്ചോ; സർവവും പിഴക്കും. കണക്കു കൂട്ടലുകളാകെ തെറ്റും. അപ്പോൾ ഉള്ളവരിൽ നിന്ന് 'പൊലു'[1]വിന് നെല്ലു വാങ്ങും. പത്തിന് രണ്ടുസേർ പൊലു.

ചിറമ്മലൊതേനന് വിത്തും വാരവും കഴിച്ച് മിച്ചം വന്നത് നാമമാത്രം. അടുത്തമാസം കുഞ്ഞാതിയുടെ മങ്ങലവുമായി. പൊലുവിന് വാങ്ങുകയേ പോംവഴിയുള്ളൂ. ആരെയാണ് സമീപിക്കുക?

മകളുടെ മങ്ങലം തീരുമാനിച്ചതു മുതൽ ഒതേനൻ പരിഭ്രാന്തിയി ലാണ്. കുടുംബത്തിൽ നടക്കുന്ന ആദ്യത്തെ മങ്ങലമാണ്. അതിന്റെ സന്തോഷം ഒരു ഭാഗത്തുണ്ട്. ചെലവിനെപ്പറ്റി ആലോചിക്കുമ്പോഴാണ് വേവലാതി. 'മരത്തിന് വേര് ബലം; മനുഷ്യന് ബന്ധുബലം' എന്നൊരു ചൊല്ലുണ്ട്. ഒതേനനില്ലാത്തതും അതാണ്. ചാർച്ച പറയാൻ ആളുക ളൊക്കെ കണ്ടെന്നു വരും. മുട്ടുകൈ സഹായിക്കുന്നവർ വിരളം.

ആവതായതോതിൽ മകൾക്ക് ആഭരണം കൊടുക്കണം. വലിയ ചെലവ് അതാണ്. അതിന്റെ മുന്നിൽ മറ്റൊന്നും ഒരു ചെലവല്ല. പെണ്ണിന് ഒരു 'തികഞ്ഞ കാശ്[2]' കഴുത്തിൽ വേണമെന്ന് കുഞ്ചോറു നിർബന്ധം പിടിക്കുന്നുണ്ട്. മകളുടെ ആഗ്രഹം അമ്മയിലൂടെ പുറത്തുവന്നതുമാകാം. ഇക്കാര്യത്തിൽ അമ്മമാർ പെൺമക്കളുടെ പക്ഷത്തായിരിക്കും. കുടും

---

1. പലിശ.
2. നൂലിൽ കെട്ടി കഴുത്തിലണിയുന്ന സ്വർണാഭരണം.

ബനാഥന്റെ കൈയിലിരിപ്പിനെപ്പറ്റിയൊന്നും അവർ ചിന്തിക്കില്ല. പൊന്നിന്റെ മുന്നിൽ പെണ്ണിന് ഭ്രമം തുടങ്ങും.

'അരക്കാശു' കൊണ്ട് തൃപ്തിപ്പെടണമെന്നാണ് ഒതേനന്റെ നിലപാട്. 'ഈന്റെ എളേതിനും കൊട്ക്കണ്ടേ' എന്ന് ഒതേനൻ പറഞ്ഞപ്പോൾ 'അ ന്നേരത്തെ കാര്യം അന്നേരം പറഞ്ഞാപ്പോരേ? ഇപ്പ പറയണാ?' എന്നായിരുന്നു കുഞ്ഞോറുവിന്റെ മറുചോദ്യം. അന്നേരം എവിടെനിന്ന് മലമറിഞ്ഞുവരാൻ! ഒതേനൻ വിചാരിച്ചു.

അടുത്ത കാലത്ത് ഓലച്ചേരിയിലെ അച്ഛന്മാര് പെൺമക്കൾക്ക് കൊടുത്ത പണ്ടങ്ങളെപ്പറ്റിയായി പിന്നെ കുഞ്ഞോറുവിന്റെ വർത്തമാനം. വള, കാശ്മാല, തക്ക, ഓല........

"ആവ്ന്നോര് ആവ്മ്പോലെ ചെയ്യട്ട്. നമ്മക്ക് 'അരക്കാശി'നേ ഗതിയില്ലു. ആന തൂറുമ്പോലെ ആട് തൂറ്യാലോ" ഒതേനൻ തത്വം പറഞ്ഞു.

ഈ തർക്കവിതർക്കങ്ങളുടെ ഫലമായി കഴുത്തിലേത് 'അരക്കാശി'ൽ നിന്ന് 'മുക്കാൽ കാശായി'. കാതിൽ ഈയോല. മേൽക്കാതിലണിയാനുള്ള 'ചിറ്റ്[1]' സ്വാഭാവികമായും കാരണവന്മാർ കൊടുക്കുന്നതാണ്.

പെണ്ണ് തീയത്തിയാണെന്നും മങ്ങലം കഴിഞ്ഞവളാണെന്നും അപരിചിതർ മനസിലാക്കുന്നത് മേൽക്കാതിലണിയുന്ന ചിറ്റ് കണ്ടിട്ടാണ്. മരിച്ചാൽ മാത്രമേ ചിറ്റഴിക്കുകയുള്ളു. മങ്ങലപ്പന്തലിൽ വെച്ചാണ് തട്ടാൻ പെണ്ണിന്റെ കാത് കുത്തുന്നതും ചിറ്റിടുന്നതും. ചോരയൊലിക്കുന്ന കാതും കൊണ്ടാണ് അവൾ പുരുവന്റെ കൂടെ ചെല്ലേണ്ടത്.

മുറ്റം ചായ്ച്ചു. അകവും പുറവും ചാണകം തേച്ചു. വഴിചെത്തിക്കോരി വൃത്തിയാക്കി. മുറ്റത്തേക്ക് ചാഞ്ഞു നിൽക്കുന്ന തെങ്ങിൽ നിന്ന് ഉണങ്ങിയ ഓല ഇടീച്ചു. തെങ്ങ് ചതിക്കുകയില്ല എന്നാണ് പറയപ്പെടുന്നത്. ചിരോണ്ടനും കുഞ്ഞാമനും കൂടിയാണ് പണികളെല്ലാം ചെയ്തത്.

ആദ്യം ഒതേനൻ തളിവാരത്ത് കാഴ്ചവെച്ച് മങ്ങലത്തിന് സമ്മതം വാങ്ങി. പിന്നെ ചാർച്ചക്കാരെയും ഇണങ്ങ[2]ന്മാരെയും ക്ഷണിച്ചു. ചിരോണ്ടനും കുഞ്ഞാമനും കൂടി എഴുത്തച്ഛനെ ക്ഷണിക്കാൻ ചെന്നു. ഉയർന്ന ജാതിക്കാർ താഴ്ന്ന ജാതിക്കാരുടെ മങ്ങലത്തിൽ പങ്കെടുക്കില്ല. എങ്കിലും ക്ഷണിക്കുന്നു.

ഒടുവിലാണ് ഓലച്ചേരിയിൽ ക്ഷണിക്കാനിറങ്ങിയത്. ഉറുവാടനെ തുണക്ക് കൂട്ടി.

ക്ഷണത്തിന് ചില വഴക്കങ്ങളൊക്കെയുണ്ട്. ഒരു പുരയിൽ കയറിച്ചെന്നാൽ അവർ ആദരപൂർവം ഇരിക്കാൻ ക്ഷണിക്കും. വിവരമൊക്കെ അവർ മുൻകൂട്ടി അറിഞ്ഞിട്ടുണ്ടാകും. എങ്കിലും 'ഒതേമ്മൂപ്പറെന്താ വിശേഷ്ച്ച്' എന്നു ചോദിക്കും. അപ്പോൾ ഒതേനൻ തുടങ്ങും.'ഞാങ്ങ മങ്ങലം പറയാനാ വന്നത്! ആരുടെ മങ്ങലമാണെന്ന് ചോദിച്ചെന്ന് വരാം. 'എന്റെ

---

1. കർണാഭരണം.
2. ബന്ധു.

മോള് കുഞ്ഞാതീരെ മങ്ങലാ. ഈ വെര്ന്ന പതിനെട്ടാന്ത്യാ മങ്ങലം. കല്ലൂരിക്കടോത്തിനട്ത്താകൊണ്ടോവ്ന്ന്. അവര് ഇര്പത്താഞ്ചാള് വെരും. നിങ്ങ എല്ലാരും മങ്ങലത്തിന് വെരണം. കാലെ ക്കൂട്ടിവെരണം'

കുടുംബത്തിലെ ഓരോരുത്തരുടെയും പേര് വിളിച്ച് ക്ഷണിക്കണം. ഇല്ലെങ്കിൽ 'എന്നോട് മങ്ങലം പറഞ്ഞിറ്റ്ല്ല' എന്ന കാരണത്താൽ മങ്ങലത്തിന് വരില്ല. അത് നാടു നീളെ പാടുകയും ചെയ്യും. അതുകൊണ്ട് ഒതേനൻ പുരയിലെ ചെറിയകുട്ടികളോടുപോലും മങ്ങലം പറഞ്ഞു.

മങ്ങലത്തിന്റെ ഒരുക്കം തുടങ്ങിയതുമുതൽ കുഞ്ഞാമൻ അവന്റെ പുരക്ക് പോവാറില്ല. ചോറും കിടത്തവും ചിരോണ്ടനൊപ്പം തന്നെ. പല പണികളും ചെയ്യുന്ന കൂട്ടത്തിൽ മറ്റൊരു ജോലികൂടി കുഞ്ചോറു അവരെ ഏൽപ്പിച്ചു.

"മങ്ങലം ഇങ്ങെത്തിപ്പോയി. അവില് കൊയക്ക് ചക്കര വേണ്ടേ? നിങ്ങ രണ്ടാളും കൂടി ഇന്ന് ചക്കര വാർക്കണം."

കള്ള് അടുപ്പത്ത് വെച്ച് കുറുക്കാൻ തുടങ്ങി. നേർത്ത ഓലക്കണ്ണികൾ കൊണ്ട് വളയങ്ങളുണ്ടാക്കി. ചാണകം തേച്ച് വെടിപ്പാക്കിയ നിലത്ത് വളയങ്ങൾ നിരത്തി വെച്ചു. രസായനപാകത്തിലുള്ള ചക്കരക്കട്ടി കൃത്യമായ അളവിൽ വളയങ്ങളിലൊഴിച്ചു. തണുത്തുറച്ചാൽ ഇളക്കിയെടുക്കുകയേ വേണ്ടൂ. ഓല കൊണ്ടുള്ള കൂടുകളിൽ സൂക്ഷിച്ചാൽ ദീർഘകാലം കേടുകൂടാതെ നിൽക്കും. ഗ്രഹണി ബാധിച്ച കുഞ്ഞുങ്ങൾക്ക് ഉള്ളിയും ചക്കരയും കൊടുക്കും. തണുപ്പുകാലത്ത് നെയ്യിട്ട ചക്കരക്കാപ്പി ദേഹരക്ഷയ്ക്ക് നല്ലതാണ്. ചക്കര കലക്കിയ വെള്ളം ദാഹവും ക്ഷീണവുമകറ്റും. വഴിപോക്കർക്ക് ചക്കരവെള്ളം കൊടുക്കാൻ നേരുന്നവരുണ്ട്.

മങ്ങലത്തിന് ഇലവെച്ച സദ്യക്ക് പകരം 'അവില്കൊഴ'യാണ്.

മൂന്നോ നാലോ ആളുകൾ ചേർന്ന സംഘങ്ങളാണ് അവില് കുഴക്കാനിരിക്കുക. അവിലും ചക്കരയും തേങ്ങയും പഴവും ഓരോ സംഘത്തിനും വേണ്ടത്ര വിളമ്പും. മറ്റുള്ളവരുടെതാകുമ്പോൾ എല്ലാം ആവശ്യത്തിലധികം ഉപയോഗിച്ച് നശിപ്പിക്കുന്ന വാസന കൂടുമല്ലൊ. ഒരാൾ അവിൽ തിരുമ്മിപ്പൊടിച്ച് ഇലയിൽ കുന്നുകൂട്ടും. മറ്റൊരാൾ തേങ്ങ ചിരവിയെടുക്കും. വേറൊരാൾ പഴം തോല് പൊളിച്ച് കൂട്ടിവെക്കും. തെങ്ങിൻ ചക്കര തല്ലിപ്പൊടിച്ച് വലിയ കിണ്ണത്തിൽ കുഴമ്പു രൂപത്തിൽ കലക്കിവെക്കും. എല്ലാം തഴമ്പ് പിടിച്ച കൈകളിൽ ഞെരിഞ്ഞ് പൊടിഞ്ഞ് കുഴഞ്ഞ് അഷ്ടബന്ധപ്പരുവമായിത്തീരും. ആവശ്യത്തിലധികം തിന്നും. ബാക്കിയാവുന്നത് ആരും കാണാതെ തൈക്കുണ്ടിലേക്ക് വലിച്ചെറിയും. കണ്ടാൽത്തന്നെ ഒന്നുമില്ല. എല്ലാറ്റിനും ന്യായീകരണങ്ങളുണ്ടാകും. ചോദ്യം ചെയ്തുകൂടാ. കലഹിക്കാൻ ഒരു കാരണം കാലിൽത്തടയാൻ കാത്തു നിൽക്കുകയായിരിക്കും ചെക്കന്റെ ആൾക്കാർ. മങ്ങലപ്പന്തലിൽ തല്ല് നടന്നെന്നും വരാം. അതൊഴിവാക്കാൻ പെണ്ണിന്റെ ആൾക്കാർ ഭൂമിയോളം ക്ഷമിക്കും. എന്ത് വിട്ടുവീഴ്ചക്കും തയാറാകും.

ഒരുക്കിയ വിഭവങ്ങൾ ഇല്ലെന്നോ തീർന്നുപോയെന്നോ പെണ്ണിന്റെ ആൾക്കാരെക്കൊണ്ട് പറയിപ്പിക്കുന്നത് ചെക്കന്റെ ആൾക്കാരുടെ വിനോദങ്ങളിലൊന്നാണ്. അടിയറവ് പറയിച്ചേ അടങ്ങൂ.

പണ്ടൊരിക്കൽ ഓലച്ചേരിയിൽ ഒരു സംഭവമുണ്ടായത്രെ: ഒരു ദരിദ്രകുടുംബത്തിലെ പെണ്ണിന്റെ മങ്ങലം തീരുമാനിച്ചു. കടം വാങ്ങിയിട്ടാണ് വിഭവങ്ങൾ ഒരുക്കിയത്. അത് ആർക്കും തികയില്ലെന്ന് പെണ്ണിന്റെ അച്ഛന് പൂർണ ബോധ്യമുണ്ട്.

ഇടിഞ്ഞ മനസ്സുമായി നിൽക്കുമ്പോൾ അയൽവക്കത്തെ ആശാരി രക്ഷകനായി അവതരിച്ചു.

"നിങ്ങ പേടിക്കാണ്ടിരിക്ക് തീൻശ്ലാ. ഞാനൊര് വയി കണ്ടിറ്റ്ണ്ട്" ആശാരി കുടുംബനാഥന് ധൈര്യം പകർന്നു.

കണ്ടെത്തിയ വഴിമാത്രം ആശാരി വെളിപ്പെടുത്തിയില്ല. അയാൾ ഇത്രമാത്രം പറഞ്ഞു: "നൂറ് ആയിരത്തിന്റെ ഫലം ചെയ്യും!"

എന്ത് നൂറ്? എന്ത് ആയിരം? ഇവനൊക്കെ എന്തും പറയാം. ബാക്കിയുള്ളവനാണ് എരിപൊരികൊള്ളുന്നത്.!

"കോയിക്കെന്താ കൂവ്ന്നേന്? എണീക്കേണ്ടത് നമ്മളല്ലെ' എന്നു പറഞ്ഞതുപോലെയാ നിന്റെ പറച്ചില്." ഗൃഹനാഥൻ ആശാരിയുടെ ആത്മവിശ്വാസത്തിൽ സംശയം പ്രകടിപ്പിച്ചു.

മങ്ങലദിവസമായി. ആശാരിപ്പുരയുടെ മുറ്റത്തുകൂടെയാണ് മങ്ങലപ്പുരയിലെത്തേണ്ടത്. ചെക്കന്റെ ആളുകൾ കടന്നുപോകുമ്പോൾ ആശാരി ഒരു കള്ളലക്ഷണവുമായി മുറ്റത്തു നിൽപ്പുണ്ട്. സംഘത്തിലെ അലമ്പിനെ കണ്ടെത്താനും സ്വാധീനിക്കാനും ആശാരിക്ക് പെട്ടെന്ന് സാധിച്ചു. മങ്ങലപ്പുരയിൽ ഒരുക്കൂട്ടിയ വിഭവങ്ങൾ പരിമിതമാണെന്ന സൂചന നൽകി. പ്രധാനമായും നൂറിന്റെ കുറവാണ്. നൂറ് ഇവിടെ നിന്നാണ്, ഇപ്പോഴാണ് കൊണ്ടുപോയത്. ഉള്ളതിലല്ല; ഇല്ലാത്തതിലാണ് കയറിപ്പിടിക്കേണ്ടത്. രഹസ്യം ചെവികളിലൂടെ സഞ്ചരിച്ചു. നൂറിൽ ഒരു പിടുത്തം പിടിക്കാം.

ചെക്കന്റെ ആളുകൾ ഇരുവശം ശ്രദ്ധിക്കാതെ ആദ്യം കൈക്കലാക്കിയത് തുമ്മാൻ പെട്ടിയാണ്. ചവയോട് ചവതന്നെ. ചവക്കാത്തവരും ചവച്ചു. നൂറ് ഉപയോഗിക്കുന്നതിൽ കടുത്ത മത്സരം തന്നെയുണ്ടായി. ഫലം ചവച്ചവരുടെ വായ പൊള്ളി മരവിച്ചു. ഒരുക്കൂട്ടിയ വിഭവങ്ങളെല്ലാം മിച്ചം വന്നു; നൂറൊഴികെ

ആശാരി പറഞ്ഞത് സത്യമായി. നൂറ് ആയിരത്തിന്റെ ഫലം ചെയ്തു.

കണിശൻഗുരുക്കളും കാവുതീയൻ രാമനും തട്ടാൻ ചന്തുട്ടിയും നേരത്തെ വന്ന് സ്ഥലം പിടിച്ചു. കാതിച്ചി അടുക്കളപ്പുറത്തെവിടെയോ ആണ്. കണിശൻഗുരുക്കൾ ജാതകം നോക്കി കൂട്ടിക്കെട്ടിയതിന് ശേഷം മുഹൂർത്തം കണ്ട് മങ്ങലം നിശ്ചയിച്ചു. തട്ടാൻ ചന്തൂട്ടി കുഞ്ഞാതിയുടെ കാത് കുത്തി ചിറ്റിട്ടു. ചെക്കന്റെ കൂടെ വന്നവർ ആൾവഴി പെൺപണം വെച്ചു.

അപ്പോഴാണ് തീരുമാനിച്ചതിൽ കൂടുതലാളുകൾ ചെക്കന്റെ ഭാഗ ത്തുനിന്ന് വന്നിട്ടുണ്ടെന്ന കാര്യം കുഞ്ചോറുവിന്റെ ആങ്ങള നാലാൾ കേൾക്കെ പറഞ്ഞത്. സഭാമധ്യത്തിൽ വെച്ച് പറഞ്ഞത് സംഘത്തെ അപമാനിക്കുന്നതിന് തുല്യമാണെന്ന് ചെക്കന്റെ പക്ഷക്കാർ. തീരുമാ നിച്ചതിൽ കൂടുതലാളുകൾ വന്നത് മര്യാദയല്ലെന്ന് പെണ്ണിന്റെ പക്ഷം. വന്നവർക്ക് കണക്കാക്കി പെൺപണം വെച്ചിട്ടുണ്ടെന്ന് ആൺപക്ഷം. തർക്കത്തിനാണ് ഭാവമെങ്കിൽ കൂടുതലായി വന്നവർ ഭക്ഷണം കഴി ക്കാനില്ലെന്ന്.ഭക്ഷണം കഴിക്കുന്നില്ലെങ്കിൽ വെച്ച പെൺപണം തിരി ച്ചെടുക്കണമെന്ന്. ഞങ്ങൾക്ക് പണവും വേണ്ട, ഭക്ഷണവും വേണ്ട; പെണ്ണിനെ തന്നാൽ മതിയെന്നായി ചെക്കന്റെ ആളുകൾ.

പന്തലിൽ ബഹളമായി. അടിയോടെത്തി. ഇരുപക്ഷത്തുമുള്ള മുതിർ ന്നവർ ഇടപെട്ടു. ഒതേനൻ പലവട്ടം ക്ഷമചോദിച്ചും അതുപോരാ; കുഞ്ചോറുവിന്റെ ആങ്ങള മാപ്പുപറയണം.

മാപ്പുചോദിച്ചതിന് ശേഷമേ മങ്ങലം നടന്നുള്ളൂ.

അതങ്ങിനെയാണ്. തീയരുടെ ഏത് കൂട്ടായ്മയും തർക്കത്തിലും ബഹളത്തിലുമാണ് കലാശിക്കുക.

15

ദായപ്പെരുവഴി

പാച്ചോറ്റിക്കുന്നിന്റെ ചെരിവിറങ്ങി, പുലിയങ്ങവയൽ മുറിച്ചു കടന്നാൽ പടിയൂരെ കുട്ടഞ്ചേരിത്തറവാട്ടിലെത്താം. വിശാലമായ മുറ്റവും നീണ്ടകോലായും വരാന്തയും കിളിവാതിലുകളും ചിത്രത്തൂണുകളും തെക്കിനിയുമുള്ള മാളിക ഭവനമാണ് കുട്ടഞ്ചേരിത്തറവാട്. പടിയൂരിൽ ആകെ ഒരു മാളിക ഭവനമേയുള്ളൂ.. ബാക്കിയെല്ലാം പുരകളും കുപ്പാടുകളും ചാളകളും മാത്രമാണ്.

വൃക്ഷനിബഡമായ വളപ്പിന്റെ ഒരറ്റത്തു നിന്നു നോക്കിയാൽ മറ്റേയറ്റം കാണില്ല. വളപ്പിൽ ഒരു ചെറിയകുളവും വലിയ കുളവുമുണ്ട്. വലിയതിന് കുളപ്പുരയുണ്ട്. ചെറുത് തീണ്ടാരിയായവർക്ക് കുളിക്കാനുള്ളതാണ്. ചെറിയ കുളമെന്ന് പരസ്യമായും തീണ്ടാരിക്കുളമെന്ന് രഹസ്യമായും പറയും.

പണിക്കാരായി ആണുങ്ങളും പെണ്ണുങ്ങളുമുണ്ട്. അവിടത്തെ പണിക്കാരാവുന്നത് ആവുന്നവർക്ക് അഭിമാനമാണ്. ദേശത്തെ ഏറ്റവും വലിയ തറവാടല്ലെ കുട്ടഞ്ചേരി! തറവാട് സമ്പന്നമാണെന്ന് പ്രത്യേകിച്ച് പറയേണ്ടതില്ല. എണ്ണായിരത്തഞ്ഞൂറ് സേർ നെല്ല് വാരം വകയിൽ പിരിഞ്ഞു കിട്ടാനുണ്ട്. അതിനു പുറമേ അഞ്ചേക്കർ ഇരുപ്പൂ നിലം. പത്തമ്പതേക്കർ പൂനം കൃഷി. ആയിരക്കണക്കിന് ഉറുപ്പിക പാട്ടം വകയിൽ ലഭിക്കുന്നുണ്ട്.

കോമൻ നായരാണ് കുട്ടഞ്ചേരിത്തറവാട്ടിലെ കാരണവർ. ഭാരിച്ച ശരീരവും ചെറിയ തലയും രൂക്ഷമായ നോട്ടവും ചകിരിക്കുച്ചു പോലുള്ള പുരികങ്ങളുമുള്ള ഒരു മനുഷ്യൻ! നാട്ടുനടപ്പനുസരിച്ചും കുടുംബവഴക്കമനുസരിച്ചും ഒരാൾക്ക് വിവാഹപ്രായമുണ്ട്. അതൊക്കെ കഴിഞ്ഞാണ് അയാൾ വിവാഹിതനായത്. വിവാഹം ഒരാവശ്യമായി അയാൾക്ക് തോന്നിയിട്ടേയില്ല. അക്കാര്യത്തിൽ അയാളൊരു നായാടിയാണ്. ഗൃഹസ്ഥനെന്ന

പദവി നഷ്ടപ്പെടുത്തരുതല്ലോ എന്നു കരുതി ഒരു വിവാഹമങ്ങുകഴിച്ചു. അതിനാൽ മക്കളെല്ലാം കൗമാരപ്രായക്കാരാണ്. ഭാര്യയാണെങ്കിൽ ഒരു പണിക്കാരിയുടെ നിലയിൽനിന്നുയർന്ന സ്ഥാനം മോഹിച്ചിട്ടുമില്ല; തറവാട്ടുകാർ നൽകിയിട്ടുമില്ല. അങ്ങനെയൊരു സ്ത്രീജന്മം!

കോമൻനായർക്ക് ഒരു സഹോദരിയേയുള്ളൂ; പാർവതി. എല്ലാവരും പാർവതിയമ്മ എന്നുവിളിക്കും.

ആരും ഒന്നു നോക്കിനിന്നു പോകും പാർവതിയമ്മയെ. ഒത്ത ഉയരം അതിനനുസരിച്ച തടി. ചന്ദന നിറം.

മരുമക്കത്തായ പ്രകാരം സ്വത്തിന്റെ സഞ്ചാരം പെൺ താവഴിയിലേക്കാണ്. ആ നിലക്ക് പാർവതിയമ്മ പരമ ഭാഗ്യവതിയാണ്. അളവറ്റ സ്വത്തിന്റെ ഏകാവകാശി.

ഭാഗ്യവതിയെ വിവാഹം ചെയ്യാൻ ഭാഗ്യം മാത്രം പോര; ഇരട്ട ഭാഗ്യം വേണം. ആ ഇരട്ട ഭാഗ്യവാൻ ചെക്ക്യാട്ടൂരുള്ള രൈരുനായരാണ്. സമ്പത്തിന്റെയും പ്രതാപത്തിന്റെയും കാര്യത്തിൽ രൈരുനായരുടെ കണ്ടമ്പേത്ത് തറവാടും ഒട്ടും മോശമല്ല. കാഴ്ചയിലും അയാൾ യോഗ്യനാണ്.

വിവാഹത്തിന് ശേഷം ഒരു പേരിനുമാത്രമേ പാർവതിയമ്മ ചെക്ക്യാട്ടൂരിൽ താമസിച്ചുള്ളൂ. സ്വന്തം ഭവനത്തിലേക്കോടാൻ അവർ ഒരു കാരണത്തിന് കാത്തിരിക്കും. ഇല്ലെങ്കിൽ കാരണമുണ്ടാക്കും. എന്നിട്ടൊരു വരവാണ്. പിന്നെ പോവില്ല. ഭർത്താവ് പിന്നാലെ വന്നുകൊള്ളുമെന്ന് പാർവതിയമ്മക്ക് അറിയാം.

അതിനാൽ രൈരുനായർ, 'വന്നും പോയും' ഉള്ള സംബന്ധക്കാരനായി മാറി.

അങ്ങനെയിരിക്കെ ഒരു 'വീട്ടിൽ പുരുനാ'യി കഴിയാനുള്ള അവസരം രൈരു നായർക്ക് കൈവന്നു. കാരണവർ കോമൻ നായർ കിടപ്പിലായി. ക്ഷയമാണ് രോഗം. തറവാടികൾക്ക് ക്ഷയരോഗം വന്നാൽ ക്ഷയമെന്നു പറയാറില്ല. അന്തസ്സുള്ള പേര് ആയുർവ്വേദം കണ്ടെത്തിയിട്ടുണ്ട്. രാജയക്ഷ്മാവ്! സ്ത്രീ സേവ കൂടുതലുള്ളവർക്കാണ് പിടിപെടുക എന്ന വിശ്വാസവും നിലവിലുണ്ട്. തറവാടികൾക്ക് അതും അന്തസ്സു തന്നെ. മദ്യം, മൈഥുനം, മൃഗയ...

ആട്ടിൻ സൂപ്പ്, കോഴിക്കഷായം, പരാശരഘൃതം, പലതരം ചൂർണങ്ങൾ.. കുറേക്കാലം കുട്ടഞ്ചേരിത്തറവാട് നാട്ടുവൈദ്യന്മാരുടെയും മരുന്നുപൊരിക്കാരുടെയും സുഖവാസ കേന്ദ്രമായിരുന്നു. തെക്കിനി ഒരു ആയുർവേദ വൈദ്യശാലയാണെന്ന് സംശയിക്കുമായിരുന്നു.

ഒടുവിൽ മാർജാര മാംസം തന്നെ കഴിച്ചു. അതുകൊണ്ടും ഫലമുണ്ടായില്ല. കണ്ണ് കുഴിഞ്ഞു. കവിളുകൾ ഒട്ടി. ശരീരം എല്ലും തോലുമായി.

ഒടുങ്ങാൻ നേരത്താണ് കോമൻ നായരുടെ ഭാര്യക്ക് തന്റെ ഭർത്താവിനെ ശുശ്രൂഷിക്കാനുള്ള ഭാഗ്യം ലഭിച്ചത്. മരിക്കുന്നതിന് തൊട്ടുമുമ്പ് അയാൾ ഭാര്യയോടും മക്കളോടും എന്തോ സംസാരിക്കാൻ തുനിഞ്ഞു. ഒരക്ഷരം മിണ്ടാൻ അയാൾക്ക് ശേഷിയില്ലായിരുന്നു. അയാൾ അവരുടെ

മുഖത്തു നോക്കി കണ്ണീരൊഴുക്കി. കരയാമെന്നു വെച്ചാൽ ഭാര്യയുടെ കണ്ണിൽ ഒരു തുള്ളി കണ്ണീരു വന്നതുമില്ല. കുഞ്ഞുങ്ങൾക്ക് ഏതു വികാരം പ്രകടിപ്പിക്കണമെന്ന് നിശ്ചയവുമില്ല.

ആ രംഗത്തുവെച്ച് കുട്ടഞ്ചേരിത്തറവാട്ടിലെ കാരണവർ കോമൻ നായർ അന്ത്യശ്വാസം വലിച്ചു.

കാരണവരുടെ മരണത്തിൽ സഹോദരിയോ അവളുടെ ഭർത്താവോ മരുമക്കളോ സങ്കടപ്പെടേണ്ട യാതൊരു ആവശ്യവും നിലനിൽക്കുന്നില്ല. വേണമെങ്കിൽ ഉള്ളാലെ സന്തോഷിക്കാം. എങ്കിലും മാലോകരെ ബോധിപ്പിക്കണമല്ലൊ എന്നു കരുതി കുറച്ചു നേരം കരഞ്ഞു. ബന്ധുക്കൾ കടന്നുവരുമ്പോൾ ഉണർന്നു കരഞ്ഞു.

അടിയാക്കൂട്ടം കാലേക്കൂട്ടി വന്ന് കരച്ചിൽ തുടങ്ങിയിരുന്നു. കരഞ്ഞാൽ അവർക്ക് കൂലിയുണ്ട്. ശവസംസ്കാരം കഴിഞ്ഞാൽ കരഞ്ഞതിനുള്ള കൂലിയും വാങ്ങി അവർ സന്തോഷത്തോടെ പോയ്ക്കൊള്ളും. ഏതെങ്കിലും ഏറ്റുകാരിൽ നിന്ന് കയ്പ്കള്ളും വാങ്ങിക്കുടിച്ച് അവർ സന്തോഷിച്ചുകൊള്ളും.

എന്നാൽ അസ്ഥിയുരുക്കുന്ന സങ്കടം അനുഭവിച്ചത് കോമൻ നായരുടെ ഭാര്യയും കുട്ടികളുമാണ്. അവരാകട്ടെ ഒട്ടു കരഞ്ഞതുമില്ല.

തറവാട്ടു വളപ്പിൽത്തന്നെയാണ് ശവം സംസ്കരിച്ചത്.

കോമൻ നായരെ ദഹിപ്പിച്ചുകൂടാ. കാരണം ചെറുപ്പത്തിൽ അയാൾക്ക് വസൂരി കിട്ടിയിരുന്നു. ജീവിതദശയിൽ എന്നെങ്കിലും വസൂരി കിട്ടിയവരെ 'ഭണ്ണാരം താഴ്ത്തുക'യാണ് പതിവ്. കല്ലറ കെട്ടി ചില കർമങ്ങളോടെ ശവം അതിൽ അടക്കം ചെയ്യും.

അതുപ്രകാരം കോമൻ നായർ ഭണ്ഡാരമായി. ഭണ്ഡാരം ഒരു നിത്യസ്മാരകമാണ്.

ശവസംസ്കാരത്തിൽ പങ്കെടുത്തവർ മുറ്റത്തും കോലായിലും വളപ്പിലും കൂടി നിൽക്കുകയാണ്. അപ്പോൾ ഉത്തരവാദപ്പെട്ട ഒരാൾ അകത്തേക്ക് വിളിച്ചു ചോദിച്ചു: "അവരെറങ്ങ്യോ?"

ഉദ്ദേശിക്കുന്നത് കോമൻ നായരുടെ ഭാര്യയേയും കുട്ടികളെയുമാണ്

പെട്ടെന്ന് അവിടം നിശ്ശബ്ദത വ്യാപിച്ചു. ആ നിശ്ശബ്ദതയിലേക്കാണ് വീണ്ടും ചോദ്യം വീണത്: "അവരെറങ്ങ്യോന്നാ ചോദിക്ക്ന്ന്? അവരെറങ്ങീറ്റ് വേണം ബാക്കി കാര്യങ്ങളാലോചിക്കാൻ."

ആൾക്കൂട്ടത്തിന്റെ ശ്വാസം മൊത്തത്തിൽ നിലച്ചതുപോലെ.

മരുമക്കത്തായ സമ്പ്രദായപ്രകാരം തറവാട്ടുകാരണവർ മരിച്ചാൽ അയാളുടെ ഭാര്യയും മക്കളും ശവസംസ്കാരം കഴിയുന്നതോടെ തറവാട്ടിൽ നിന്നിറങ്ങണം. ഇറങ്ങും. അതാണ് കീഴ്വഴക്കം. മേലിൽ അവിടെ താമസിക്കാൻ അവർക്ക് യാതൊരു അവകാശവുമില്ല. സ്വത്തിന് ഭാര്യക്കോ മക്കൾക്കോ അവകാശം ഉന്നയിച്ചുകൂടാ. അതുവരെ അനുഭവിച്ചതുകൊണ്ട് തൃപ്തിപ്പെട്ടുകൊള്ളുക. അവർക്ക് ആകെ തറവാട്ടിൽ നിന്ന് കൊണ്ടുപോകാവുന്നത് ഉടുത്തവസ്ത്രം മാത്രമാണ്.

“അവരെറങ്ങ്ന്ന്ണ്ട്” അകത്തുനിന്ന് പ്രതിവചനമുണ്ടായി.

“എന്നാൽ വേഗം എറങ്ങാൻ പറ” സ്വരത്തിന് ക്ഷമകേടുണ്ട്.

ആൾക്കൂട്ടത്തിന് മുന്നിൽ മനസുലയ്ക്കുന്ന ഒരു രംഗം അരങ്ങേറി: തലയിൽ മുണ്ടിട്ട് ഒരു സ്ത്രീയും അവരുടെ കൂടെ മൂന്നു കുട്ടികളും കോലായിലിറങ്ങി. സ്വന്തമായി ഉടുതുണിമാത്രം. സ്ത്രീ ഒരു കുട്ടിയുടെ കൈപിടിച്ചിട്ടുണ്ട്. ഒരുവനെ അവർ മുന്നോട്ടു തള്ളുന്നുണ്ട്. മൂത്ത പെൺകുട്ടി അമ്മയെ പിന്തുടരുന്നുണ്ട്.

മരിച്ച കോമൻ നായരുടെ ഭാര്യയും കുട്ടികളുമാണത്. ഏതാനും നിമിഷങ്ങൾ മൂകതക്കുള്ളതായിരുന്നു. അകത്തുനിന്നോ പുറത്തുനിന്നോ ഒരു തേങ്ങൽ കേട്ടുവോ? ഇല്ല. തോന്നിയതായിരിക്കണം.

കോലായിൽ കൂടി നിന്നവർ അവർക്ക് പുറത്തേക്ക് വഴിയൊരുക്കി. ഒരുങ്ങിനിന്ന വഴിയിലൂടെ ഇടം വലം നോക്കാതെ അവർ മുറ്റത്തിറങ്ങി. മുറ്റത്തുനിന്ന് നടപ്പാതയിലേക്ക്. അവിടെ നിന്ന് കോണിക്കലേക്ക്. കോണിയിറങ്ങി ഇടവഴിയിൽ.

“എനി ബാക്കിക്കാര്യങ്ങൾ പറഞ്ഞ് തൊടങ്ങാം; അല്ലേ?” ഒരാൾ ആൾക്കൂട്ടത്തോട് അനുവാദം ചോദിച്ചു.

“ഒട്ടും അമാന്തിക്കണ്ട.”

അപ്പോൾ ഇടവഴിയിൽ നിന്ന് ഒരു പഴന്തുണിക്കെട്ട് കുട്ടഞ്ചേരിത്തറവാടിന്റെ മുറ്റത്ത് വന്നു വീണു.

കോമൻ നായരുടെ ഭാര്യയുടെയും മക്കളുടെയും ഉടുതുണികളായിരുന്നു അത്.

അത് ആൾക്കൂട്ടത്തെ സ്തബ്ധരും വിഷണ്ണരുമാക്കി.

16

പെണ്ണരശുകുലം

പാർവതിയമ്മയുടെ കൈകളിലാണ് ഇപ്പോൾ കുട്ടഞ്ചേരിത്തറവാടിന്റെ ഭരണചക്രം. ഭരിക്കാൻ പ്രാപ്തയാണെന്ന് അവർ ഇതിനകം തെളിയിച്ചുകഴിഞ്ഞു. ഭരണസഹായിയായി രൈരുനായരുമുണ്ട്. പക്ഷേ ഭർത്താവിന്റെയും ഭൃത്യന്റെയും മിശ്രിതവ്യക്തിത്വമാണ് ഭാര്യ അയാൾക്ക് കൽപ്പിച്ചു കൊടുത്തിട്ടുള്ളത്. ഇതംഗീകരിച്ചു കൊടുക്കാൻ അയാൾക്ക് വിമ്മിട്ടമുണ്ടെങ്കിലും പ്രത്യേക സാഹചര്യത്തിൽ അതല്ലാതെ നിവൃത്തിയില്ല. കാരണം ഭോഗതല്പരനായ ഏകപത്നീ വ്രതക്കാരനാണയാൾ.

വിവാഹിതരായതുമുതൽ പാർവതിയമ്മയുടെ പ്രധാനജോലികളിലൊന്ന് പ്രസവിക്കുകയും കുട്ടികളെ വളർത്തുകയുമാണ്. ഒന്നിന്റെ മുലകുടിമാറുന്നതിന് മുമ്പ് മറ്റൊന്നിനെ പാത്രത്തിലാക്കും. പ്രസവിച്ച് മതിവരാത്ത സ്ത്രീയെന്നാണ് നാട്ടുകാർ അവരെപ്പറ്റി പറയുന്നത്. ആ ദമ്പതികളുടെ ഉൽപ്പാദന വൈഭവത്തെപ്പറ്റി നാട്ടിപ്പാട്ടുപോലും രഹസ്യമായി പെണ്ണുങ്ങളുടെ ഇടയിൽ പ്രചരിച്ചിട്ടുണ്ട്.

കൈകൾക്ക് ഏറ്റവും കൂടുതൽ എണ്ണപുരണ്ടത് കുട്ടഞ്ചേരിത്തറവാട്ടിൽ നിന്നാണെന്ന് പേറ്റിച്ചി മലിമാണി വീമ്പപറയാറുണ്ട്. വാസ്തവമാണത്.

“കുട്ടഞ്ചേരീലെ പാറോതി അമ്മാരത്തത്തിന്റെ പേറാണ് പേറ്. കാളൂല്ല[1], വിളിക്കൂല്ല, ഞരങ്ങൂല്ല, മൂളൂല്ല. ഒറ്റമുക്കിന് കുഞ്ഞീന്റെ തലപൊറത്തെത്തും. പിന്നൊരു മുക്ക്! ദാ, കുഞ്ഞി മാണീന്റെ കൈമ്മല്.” മലിമാണിയുടെ അനുഭവ വിവരണം ഇങ്ങനെ പോകും.

ഓരോ കുഞ്ഞ് പിറന്നുവീഴുമ്പോഴും പാർവതിയമ്മ ചോദിക്കും: “മാണീ, ആണോ പെണ്ണോ?”

---

1. നിലവിളിക്കില്ല.

"പൊന്നുമോനാ പാറോതി അമ്മാരത്തെ" ലാളിച്ചുകൊണ്ട് മാണി പറയും.

"എനക്കെപ്പാ ഒര് പെണ്ണിനെ കിട്ട്വാ മാണീ?" പരിതാപത്തോടെ പാർവതിയമ്മ ചോദിക്കും

"കോട്ടത്തമ്മേ എന്ന് മനസ്സറിഞ്ഞ് വിളിക്ക് പാറോതിഅമ്മാരത്തെ" മാണി ഉപദേശിക്കും.

കോട്ടത്തമ്മ കന്യകയാണെങ്കിലും ഇഷ്ടസന്താനലബ്ധിയുടെ ദേവതയാണ്.

ഒരു പുരാവൃത്തം: നീലി സുന്ദരിയായ ഒരു പുലയിപ്പെണ്ണായിരുന്നു. ഏതോ ഒരുവിട പ്രഭുവിന്റെ കാമദാഹത്തിന് അവൾ വഴങ്ങിയില്ല. ചാരിത്ര്യദോഷം ആരോപിച്ചാണ് പ്രഭു പകതീർത്തത്. ചാരിത്ര്യദോഷമുള്ള യുവതികളെ കൊല്ലുകയോ നാടുകടത്തുകയോ ചെയ്യണമെന്നാണ് നാട്ടാചാരം. നീലിയുടെ അപ്പനമ്മമാർ ഇതിനൊരു മാർഗം കണ്ടെത്തി. സന്ധ്യാനേരത്ത് മകൾക്ക് ഭക്ഷണം കൊടുത്ത് സമീപപ്രദേശത്ത് തെയ്യം കാണാൻ പോകുന്നുവെന്ന വ്യാജേന കോട്ടത്തിൻ കാട്ടിൽ കടന്നു. അവിടെ കാട് മൂടിക്കിടക്കുന്ന കിണറ്റിൽ അവളെ തള്ളിയിട്ടു കൊന്നു.

ഈ നീലിയാണ് കോട്ടത്തമ്മയായി അവതരിച്ചതത്രേ.

എന്തെല്ലാം പ്രാർഥനകൾ നേർന്നിട്ടും വഴിപാടുകൾ കഴിച്ചിട്ടും പതിനൊന്നു പ്രാവശ്യം പാർവതിയമ്മ പ്രസവിച്ചത് ആൺകുഞ്ഞുങ്ങളെത്തന്നെയാണ്. പതിന്നൊന്നു തവണയും അവർ പ്രസവിച്ചത് ഒരു പെൺകുട്ടിക്ക് വേണ്ടിയായിരുന്നു. ഇപ്രാവശ്യമില്ലെങ്കിൽ അടുത്ത പ്രാവശ്യം എണ്ണിയെണ്ണി പതിനൊന്നായി: ശങ്കരൻ, രാമൻ, ഗോപാലൻ, പരമേശരൻ....

പെൺകുട്ടി പിറന്നില്ല എന്നത് ഒരു സ്ത്രീയുടെ സാധാരണ വ്യസനം മാത്രമല്ല; തറവാട് കുറ്റിയറ്റു പോകുമെന്നതു കൊണ്ടുകൂടിയാണ്. പെൺസന്തതിയില്ലാത്ത തറവാടിന് മറ്റെന്ത് ഐശ്വര്യങ്ങളുണ്ടായിട്ടും ഫലമില്ല. 'പെണ്ണ് പിറന്നു കിട്ടാനാണ് പ്രർഥന, ആണ് ചത്തുകിട്ടാനും' എന്ന ചൊല്ലുപോലുമുണ്ട്.

ഭർത്താവുമായി ബന്ധപ്പെടുമ്പോഴെല്ലാം പാർവതിയമ്മ ഉള്ളഴിഞ്ഞു പ്രാർഥിച്ചു: "എന്റെ നീലിയാർ കോട്ടത്തമ്മേ, എനിക്കൊര് പെൺകുഞ്ഞിനെത്തരണേ... ഞാനമ്മക്ക് പൊന്നും കലം വെച്ചോളാം."

പാർവതിയമ്മ ഉത്സാഹവും പ്രതീക്ഷയും കൈവെടിഞ്ഞില്ല. ആർത്തവരഹിതമാസങ്ങളിലെല്ലാം പാർവതിയമ്മ പൊന്നരഞ്ഞാണമിട്ട് തുള്ളിക്കളിക്കുന്ന പെൺകുഞ്ഞിനെ സ്വപ്നം കണ്ടു.

പാർവതിയമ്മേക്ക് പന്ത്രണ്ടാമത്തെ തവണ പേറ്റ് നോവ് കിട്ടി. പ്രസവിച്ചത് പെൺകുഞ്ഞിനെ. ഉടനെ നാടുമുഴുവൻ കേൾക്കും വിധം കിണ്ണം ശബ്ദിച്ചു.

ആൺകുഞ്ഞ് പിറന്നാൽ മടലടിക്കും. പെൺകുഞ്ഞാണെങ്കിൽ കിണ്ണം മുട്ടും.

"കുട്ടഞ്ചേരീലെ പാറോതി പെണ്ണിനെ പെറ്റൂന്നാ തോന്ന്! കിണ്ണം മുട്ട്ന്ന്ണ്ടല്ലാ" കിണ്ണം മുട്ട് ശ്രദ്ധിച്ച ഒരു സ്ത്രീ പറഞ്ഞു:

കുട്ടഞ്ചേരിത്തറവാട്ടിൽ ഒരു പെൺതരി പിറന്ന വിവരം നാടുമുഴുവ നറിഞ്ഞു. വീട്ടിൽ മാത്രമല്ല നാട്ടിലും സന്തോഷം. കുറേ നാളത്തേക്ക് കുഞ്ഞിനെ കാണാൻ വരുന്നവരുടെ പടയായിരുന്നു. വരുന്നവർക്ക് തല നിറച്ചും എണ്ണതേക്കാൻ കൊടുക്കുന്നത് ഒരാചാരമാണ്. എണ്ണ കാണാത്ത മേലും തലയുമുള്ളവർ പടിയൂരിൽ ധാരാളമുണ്ട്. അങ്ങനെയുള്ളവർക്ക് ഇതൊരു സുവർണാവസരമാണ്. എണ്ണപ്പാത്തിയിൽ കുളിച്ചമട്ടിലാണ് പലരും കുട്ടഞ്ചേരിയിൽ നിന്ന് തിരിച്ചു പോയത്.

മുഹൂർത്തം നോക്കി കുഞ്ഞിന് പാല് കൊടുത്ത് പേര് വിളിച്ചു: അമ്മാളു.

അന്ന് നാട്ടുകാർക്ക് വിഭവസമൃദ്ധമായ സദ്യകിട്ടി.

"അമ്മാളൂ, എന്റെ കുഞ്ഞമ്മാളൂ, എന്റെ പൊന്നമ്മാളൂ..."

താൻ പന്ത്രണ്ടു പ്രസവിച്ച സ്ത്രീയാണെന്ന വസ്തുത പൂർണമായി വിസ്മരിച്ചുകൊണ്ടാണ് പാർവതിയമ്മയുടെ സ്നേഹപ്രകടനവും ലാള നയും.

കുഞ്ഞിന്റെ കൈയോ കാലോ ഏതാണ് വളരുന്നതെന്ന സൂക്ഷ്മ ശ്രദ്ധയിലാണവർ. അമ്മാളുവൊന്ന് പിതുക്കിയാൽ മതി; അമ്മയുടെ അകം നീറാൻ. കുഞ്ഞൊന്ന് ചിരിച്ചാൽ മതി: മനം കുളുർക്കാൻ.

തലയിൽ വെച്ചാൽ പേനരിക്കും; തറയിൽ വെച്ചാൽ ഉറുമ്പരിക്കും എന്ന് പറഞ്ഞു കേട്ടിട്ടേയുള്ളൂ. ഏട്ടന്മാർക്കും അമ്മാളുവിനെ എടുത്തോ മനിക്കാൻ അവസരം കിട്ടിയില്ല. എങ്കിലും ഊഴം പാർത്ത് അവരതു സാധിച്ചെടുത്തു. സദാസമയവും അമ്മയുടെയും ഏട്ടന്മാരുടെയും പണി ക്കാരികളുടെയും കൈയിൽ കഴിഞ്ഞതുകൊണ്ട് അവൾക്ക് നിലം തൊ ടാൻ കഴിഞ്ഞില്ല. പിന്നെ അവളുടെ വാശി മുഴുവൻ നിലം തൊടാനാ യിരുന്നു.

പാർവതിയമ്മയുടെ മുല ഒരു കുഞ്ഞിനു വേണ്ടിയും ഇത്രമാത്രം ചുരത്തിയിട്ടില്ല. മുലക്കണ്ണിൽ അമ്മാളുവിന്റെ ചുണ്ടൊന്ന് സ്പർശിക്കു കയേ വേണ്ടൂ.

അമ്മാളുവിന്റെ കാത് കുത്തണം. കാതുകുത്തും ഒരു കല്യാണ മാണ്. അതിന് പാർവതിയമ്മ തട്ടാൻ കുഞ്ഞമ്പുവിനെ വരുത്തി. കാര മുള്ള് കൊണ്ട് കാതു കുത്തിത്തുളച്ചു. അമ്മാളു വാവിട്ടു കരഞ്ഞു.

"നോവിക്കാതെ മെല്ലെ കുത്ത് കുഞ്ഞമ്പു" അമ്മാളുവിന്റെ കരച്ചിൽ കണ്ട് പാർവതിയമ്മ പറഞ്ഞു.

"ലേശം നോവാതെ എങ്ങന്യാ കുത്ത്വാ പാറോതി അമ്മാരത്തെ!"

അതും പറഞ്ഞ് ഒരു ചിരിയും ചിരിച്ച് രൈരുനായരെ നോക്കി. കു ഞ്ഞമ്പു എന്ത് പറഞ്ഞാലും രണ്ടർഥം കാണും. പെണ്ണുങ്ങൾ സൂക്ഷിച്ചേ അയാളോട് വർത്തമാനം പറയൂ.

അമ്മാളുവിന്റെ പിറവിയോടുകൂടി ഇനിയൊരു പ്രസവം വേണ്ടെന്ന് പാർവതിയമ്മ ഉള്ളാലെ തീരുമാനിച്ചിരുന്നു. ഇത്രയും പ്രസവിച്ച് കൂട്ടി

യതു തന്നെ ഒരു പെൺതരിക്ക് വേണ്ടിയാണ്. അത് സാധിച്ചുവല്ലോ. അതുകൊണ്ട് രൈരുനായരുടെ ഭോഗതാൽപ്പര്യത്തോട് പുറംതിരിഞ്ഞു കിടന്നു. കടന്നാക്രമണത്തെ സ്ത്രീ സഹജമായ രീതിയിൽ പ്രതിരോധിച്ചു.

"മേലിൽ നിങ്ങള് എന്റെ കൂടെ കെടക്കണ്ട" ഒരു ദിവസം പാർവതിയമ്മ രൈരുനായരോട് പറഞ്ഞു.

ഇടിവെട്ടേറ്റതുപോലെ രൈരുനായർ തരിച്ചുനിന്നു.

"എന്താ പാർവതീ, നീയൊരു...." ഒട്ടൊരു ഉൽക്കണ്ഠയോടും സങ്കടത്തോടുകൂടി അയാൾ എന്തോ പറയാനാഞ്ഞു.

"ഒന്നും പറയണ്ട; എനക്ക് പെറ്റിറ്റ് മതിയായി. ഇത്ര മതി."

പാർവതിയമ്മയുടെ മുഖത്തേക്ക് സൂക്ഷിച്ച് നോക്കിയിട്ട് രൈരുനായർ പറഞ്ഞു: "നിനിക്ക് മതിയാറ്റ്ണ്ടാകും. എനിക്ക് മതിയായിറ്റ്ല്ല.. ങ്ഹാ..."

രൈരുനായർ തന്റെ മിശ്രിത വ്യക്തിത്വത്തിൽ നിന്ന് ഭൃത്യന്റെ ഭാഗം വലിച്ച് ദൂരെയെറിഞ്ഞ് ഭർത്താവിന്റെ ഭാഗം നിലനിർത്തി. മേധാവിത്വത്തിന്നു വേണ്ടിയുള്ള അയാളുടെ ശ്രമം പാർവതിയമ്മക്ക് തീരെ ഇഷ്ടപ്പെട്ടില്ല.

അമ്മാളുവിന്റെ വായിൽ നിന്ന് മുല വലിച്ചെടുത്ത് ആ സ്ത്രീ നിന്നു വിറച്ചു. "ചെക്ക്യാട്ടൂര് കൊറേ പുലിയാട്ച്ചികളില്ലെ! ഏതെങ്കിലും പുലിയാട്ച്ചിക്ക് ചെന്ന് കെടന്നോ."

അന്ന് ഇറങ്ങിയതിന് ശേഷം രൈരുനായർ കുട്ടഞ്ചേരിത്തറവാടിന്റെ പടി കയറിയിട്ടില്ല. ചെക്യാട്ടൂരിൽ ചെല്ലുകയോ പാർവതിയമ്മ പറഞ്ഞവരെ കാണുകയോ ചെയ്തില്ല. അയാൾ എങ്ങോട്ടുപോയി എന്ന് ആർക്കും നിശ്ചയമില്ല.

17

നൊമ്പലം*

പുങ്ങൻ[1] കഴിച്ച്, മടിയിലരിയിട്ട് കുഞ്ഞാതിയെ പെറാൻ കൂട്ടാൻ പോയത് കുഞ്ചോറുവിന്റെ ആങ്ങളമാരുടെ പെണ്ണുങ്ങളും ഉറുവാടന്റെ ഓളും അയലക്കത്തെ കുമ്പേമ്മയുമാണ്. അപ്പക്കുട്ടയെടുത്തത് ഉറുവാടന്റെ ഓളാണ്.

"ഊയ്യന്റപ്പാ! ഓളെ ഓലച്ചേരിലെത്തിക്കാൻ ഞാങ്ങപെട്ടപാട്! ഓക്ക്ണ്ടാ കൊടലും കൊണ്ട് നടക്കാൻ കയ്യീന്ന്!" കുഞ്ഞാതിയുടെ അവസ്ഥയെപ്പറ്റി കുമ്പേമ്മ പറഞ്ഞു.

ശരിയാണ്; സാമാന്യത്തിലധികം വയറുണ്ട് കുഞ്ഞാതിക്ക്. വയറ്റിലുള്ളത് ഇരട്ടയായിരിക്കുമോ എന്ന സംശയവും കുമ്പേമ്മക്കുണ്ട്. ഗർഭിണികൾക്ക് സ്വാഭാവികമായുണ്ടാകുന്ന ആലസ്യമല്ല അവളെ ബാധിച്ചിരിക്കുന്നത്; പറഞ്ഞറിയിക്കാനാവാത്ത അസ്വസ്ഥതയും കൺപോളകൾ ഇടിഞ്ഞു വീഴുന്ന തളർച്ചയുമാണ്. ശരീരത്തിൽ നീര് അതിന്റെ പരിധിക്കപ്പുറമാണ്. നീരല്ലേ ചോര വറ്റിക്കുന്നത്?

അമ്മയെന്ന നിലക്ക് കുഞ്ചോറു വേണ്ട ഉപദേശനിർദേശങ്ങളൊക്കെ നൽകുന്നുണ്ടെങ്കിലും അതൊന്നും സ്വീകരിക്കാവുന്ന അവസ്ഥയിലല്ല കുഞ്ഞാതി. ഇതങ്ങനെ അവഗണിക്കാൻ പറ്റുമോ? പറ്റാത്തതുകൊണ്ട് കുറുന്താഴയിലെ വൈദ്യശ്ശനെ ചെന്നുകണ്ട് കഷായവും ഗുളികയും കഴിച്ചു. അതുകൊണ്ടൊന്നും ഉദ്ദേശിച്ച രീതിയിലുള്ള ഫലം ലഭിച്ചില്ല.

നേരം കിട്ടുമ്പോഴെല്ലാം ആരാന്റെ സുഖവിവരങ്ങൾ അന്വേഷിക്കുന്നുവെന്ന വ്യാജേന ഓലച്ചേരിയിൽ വിളയാടുന്ന സ്ത്രീയാണ് ചെറുഅമ്മായി. പേറ് അടുത്ത പുരകളിലാണ് ചെറമ്മായിയുടെ സഹവാസം

---

*. പ്രസവവേദന,

1. ഗർഭിണിക്ക് ഭർത്താവിന്റെ വീട്ടിൽവെച്ച് ചെയ്യുന്ന കർമം.

കൂടുതൽ. വർത്തമാനം പറയാൻ ഒരാൾ നിന്നു കൊടുക്കണം. അധികാര ഭാവത്തിലാണ് നോക്കും വാക്കും പ്രവൃത്തിയുമെല്ലാം.

"ഓട്ത്തൂ കുഞ്ചോറൂ, നിന്റെ കെർപ്പക്കാരത്തി മോള്?" ചെവമ്മായി ചോദിച്ചു.

കുഞ്ഞാതിയെ വിളിച്ചിരുത്തി ചെവമ്മായി പ്രസവപുരാണം പറയാൻ തുടങ്ങി: "ഞാനെത്ര പെറ്റിട്ട്ണ്ടെന്നറിയോ നിനിക്ക്? എണ്ണിക്കൊണ്ട് പന്ത്രെണ്ടെണ്ണത്തിനെ പെറ്റോളാ ഈ ചെറു. ഒന്നിനെ എനക്ക് വേണംന്ന് പറഞ്ഞ് ദൈവം മേണിച്ചു." അൽപ്പനേരം വിഷാദമഭിനയിച്ചതിനു ശേഷം വീണ്ടും ഊർജസ്വലതയോടെ തുടർന്നു: "എത്രാം വയസിലാ ഞാൻ പേറ് തൊടങ്ങിയതെന്നറിയോ നിനിക്ക്? പത്നാലാം വയസിലാ ഞാനെന്റെ ചപ്പിലേന പെറ്റത്! ഞാനെന്റെ എട്ടാമത്തെ മോനെ പടിഞ്ഞാറ്റേല് പെറ്റ് കെടക്ക്മ്പോ, എന്റെ മൂത്ത മോള് ചപ്പില ചായിപ്പില് പെറ്റ് കെടക്ക്ന്. ചപ്പില പെറ്റതോ; പതിമൂന്നാം വയസില്!" പിന്നെ നീണ്ടൊരു ചിരിയാണ് ചെവമ്മായി.

"ചെവമ്മായീ ഞാമ്പോയി കെടക്കട്ടാ" കേട്ടിരിക്കുന്നതിൽ താൽപ്പര്യമില്ലാത്ത കുഞ്ഞാതി വയറും താങ്ങിപ്പിടിച്ച് അവിടെ നിന്ന് എഴുന്നേറ്റു പോയി. പോകുന്ന പോക്കിൽ അവളെ അടി മുതൽ മുടി വരെ നിരീക്ഷിച്ചു ചെവമ്മായി.

"പിന്നെ ഞാനെന്തിനാ ഈട കുത്തിരീക്ക്ന്ന്? ഞാനും പോവ്വോന്ന്." രസം മുറിഞ്ഞ ചെവമ്മായി പറഞ്ഞു.

"കഞ്ഞി കുടിച്ചിറ്റ് പോവ്വാ ചെവമ്മായീ" അകത്തുനിന്ന് കുഞ്ചോറു വിളിച്ചുപറഞ്ഞു.

"എനക്ക് വേണ്ടണെ കുഞ്ചോറു കഞ്ഞി, നിനിക്ക് കൂടാണ്ട് കയീല്ലെന്നുവെച്ചാല് ഞാൻ കുടിക്കാ. ഇങ്ങെട്ക്ക്." ചെവമ്മായിക്ക് കഞ്ഞി കുടിക്കാൻ തിരക്കായി

ചിരോണ്ടൻ അന്തിക്കേറ്റിന് ചെല്ലാൻ തയാറെടുക്കുമ്പോൾ കുഞ്ചോറു ചാടിവന്നു പറഞ്ഞു: "മോനേ, നീ ഒണ്ടേം പിട്ടലും[1] വെച്ച് കെട്ടല്ല. ഓക്ക് നൊമ്പലം തൊടങ്ങീറ്റ്ണ്ട്. ശെണം മലീച്ചേയീനെ വിളിച്ചിറ്റ്വാ."

ഒണ്ടയും കത്തിയും മാറ്റി വെച്ച് ചിരോണ്ടൻ ഇറങ്ങി. നട്ടിക്കണ്ടത്തിൽ വെച്ച് കുഞ്ഞാമനെയും കൂട്ടി.

ഓലച്ചേരി കിഴക്കെക്കരയിലാണ് മലിചേയിയുടെ കുപ്പാട്. വലിച്ചു നടന്നിട്ടും അവിടെയെത്തുമ്പോൾ പകലാറിക്കഴിഞ്ഞിരുന്നു.

ചേയിയുടെ പുരവൻ കിട്ടൻപണിക്കർ കുത്തുവിളക്കിന്റെ പ്രകാശത്തിൽ ചെണ്ടയുടെ കേടുപാട് തീർക്കുകയാണ്. ചിരോണ്ടൻ പ്രസവവേദനയുടെ കാര്യം പറഞ്ഞു.

"നൊമ്പലം തൊടങ്ങീറ്റ് കൊറേ നേരായോ ചിരോണ്ടച്ചാ?" ചേയി എളിമയോടെ ചോദിച്ചു.

---

1. കുല ശരിയുന്ന കത്തി സൂക്ഷിക്കുന്ന മരം കൊണ്ടുള്ള കവചം.

കൃത്യസമയം ചിരോണ്ടനും അറിഞ്ഞുകൂടാ. പതിറ്റടി വിരിഞ്ഞു തുടങ്ങുമ്പോഴെന്നുപറയാം.

ചേയിക്ക് അതറിയണമെന്ന് നിർബന്ധമൊന്നുമില്ല. ഇറങ്ങാനുള്ള തിടുക്കമാണവൾക്ക്. ഒരുങ്ങുന്നതിനിടയിൽ ചോദിച്ചു എന്നുമാത്രം.

തലമുടി മൂർധാവിൽ ഉയർത്തിക്കെട്ടി വെച്ച് ചേയി ഇറങ്ങി. അപ്പോഴേക്കും കിട്ടൻ പണിക്കർ ചൂട്ട് കത്തിച്ച് തുമ്പിൽ വെച്ച് മാറിനിന്നു.

"ചിരോണ്ടച്ചനും കുഞ്ഞാമച്ചനും നുമ്പില് നടന്നോ. അടിയൻ വയ്യീല്ണ്ട്" ചേയി മാറിനിന്ന് സങ്കോചത്തോടെ പറഞ്ഞു.

അവർ വയലിൽനിന്ന് കരപ്പറമ്പിലേക്ക് കയറി. മുറ്റത്തിന് പുറത്ത് ചൂട്ട് കെടുത്തി. പുരയ്ക്കകത്തുനിന്ന് ഞരങ്ങലും മൂളലും അമർത്തിക്കരച്ചിലും കേൾക്കുന്നുണ്ട്.

"ഓ, പേറ്റിച്ചിവന്നു." കന്നിമൂലയ്ക്കലെ കിണറ്റിൻകരയിൽ നിൽക്കുന്ന സ്ത്രീകളിലൊരുവൾ പറഞ്ഞു.

ചേയി നേരെ ചെന്നത് ഈറ്റുമുറിയിലേക്കാണ്. അവൾ കൈക്ക് എണ്ണപുരട്ടി ക്രിയകൾക്ക് തുടക്കം കുറിച്ചു. മുക്കാനൊന്നും കുഞ്ഞാതിക്ക് ശേഷിയില്ലെന്ന് ചേയി പരീക്ഷിച്ചറിഞ്ഞു.

മുന്നീർക്കുടം പൊട്ടിയിട്ടും കുഞ്ഞ് ജനനമുഖത്തേക്കിറങ്ങിവന്നില്ല. നേരം ചെല്ലുന്തോറും പ്രസവം വിഷമകരമാണെന്ന് ചേയിക്ക് മനസിലായി. തനിക്കറിയാവുന്ന മുറകളൊക്കെ പ്രയോഗിച്ചിട്ടും കുഞ്ഞിറങ്ങിയില്ല.

പിള്ളയെ ഒഴിവാക്കി തള്ളയെ രക്ഷിക്കാനുള്ള കൈക്രിയകളും പരാജയപ്പെട്ടു. പിള്ളയുമില്ല; തള്ളയുമില്ല എന്ന സ്ഥിതിവിശേഷത്തിലെത്തിയപ്പോൾ ചേയിക്ക് കൈമലർത്തുകയല്ലാതെ മറ്റെന്താണ് മാർഗം?

"അടിയൻ വിടോണ്ട്." ചേയി കോലായിലിറങ്ങി നിന്ന് എല്ലാവരോടുമായി പറഞ്ഞു.

അതോടുകൂടി അവിടെ കൂടിനിന്നവർക്ക് വിടവാങ്ങലിന്റെ അർഥം മനസിലായി. ഇതിലപ്പുറം അവൾക്ക് മറ്റൊന്നും ചെയ്യാനില്ല.

ചേയിയെ കുപ്പാട്ടിലെത്തിച്ച് തിരിച്ചു വരുന്നവഴി വയലിലെത്തിയപ്പോൾ മാണിക്കത്തിന്റെയും കുഞ്ഞാതിയുടെയും കരച്ചിൽ കേട്ടു. കുഞ്ഞും പോയി; കുഞ്ഞാതിയും പോയി.

പേറിൽ മരിച്ചാൽ ദഹിപ്പിക്കില്ല; മറവുചെയ്യുകയാണ് പതിവ്. അപ്രകാരം പുരയിടത്തിന്റെ തെക്കുപടിഞ്ഞാറെ മൂലയിലെ മുളങ്കൂട്ടത്തിനടുത്ത് മറവുചെയ്തു.

പന്ത്രണ്ടു ദിവസം പുല. പതിമൂന്നാം ദിവസം കാവുതീയൻ വന്ന് ശുദ്ധികർമങ്ങൾ ചെയ്തു.

കുഞ്ചോറുവിന്റെ കണ്ണും മനസും ഇടയ്ക്കൊക്കെ മുളങ്കൂട്ടത്തിനടുത്തേക്ക് പായും. ഒരമ്മയും ഭൂമികാണാത്ത ഒരു കുഞ്ഞും മണ്ണിൽ അഴുകുന്നത് മനസിൽ തെളിയും, ആ കുഞ്ഞ് ആണായിരിക്കുമോ? പെണ്ണായിരിക്കുമോ? ആർക്കറിയാം!

പെണ്ണുങ്ങൾ പേറിൽ മരിച്ചുപോയ സംഭവം ഓലച്ചേരിയിൽ എത്രയോ ഉണ്ടായിട്ടുണ്ട്. കുഞ്ഞുപോയാലും അമ്മ ബാക്കിയാവാറുണ്ട്. അമ്മയും കുഞ്ഞും രണ്ടുപാത്രങ്ങളാവാതെ മരിക്കുന്നത് അപൂർവമാണ്. അമ്മ മരിച്ച് കുഞ്ഞ് ശേഷിക്കുന്നത് അത്യപൂർവവും.

ചിറമ്മലൊതേനന്റെ കുടുംബം സംഭവിച്ച ദുർമരണവുമായി പൊരുത്തപ്പെടാതിരിക്കെ ഒരു ദിവസം കുളമുള്ളവളപ്പിൽ അമ്പുവും ചാർച്ചക്കാരനും കുഞ്ചോറുവിന്റെ രണ്ടാങ്ങളമാരും ഓലച്ചേരിയിൽ വന്നു. അമ്പുവും ചാർച്ചക്കാരനും കോലായിലിരുന്ന് മുറുക്കിത്തുപ്പി.. ആങ്ങളമാർ അകത്തിരുന്ന് പെങ്ങളുമായി കുശുകുശുത്തു. 'ചിരോണ്ടന്റച്ചനോട് ചോയ്ക്ക്' എന്നൊരു വാചകമാണ് സ്വകാര്യ ഭാഷണത്തിന്റെ ഒടുവിൽ കേട്ടത്.

അതോടെ ആങ്ങളമാർ എർത്തുകൾക്ക് പുല്ലിട്ട് കൊടുക്കുന്ന ഒതേനനെ കാണാൻ ആലക്കൽ ചെന്നു. പെങ്ങളോട് പറഞ്ഞത് അളിയന്റെ പരിഗണനയ്ക്കായി അവതരിപ്പിച്ചു. അയാളുടെ മുഖം മങ്ങി.

പെങ്ങളോടും അളിയനോടും ആശയവിനിമയം നടത്തിയ സ്ഥിതിക്ക് അമ്മാവന്മാർക്ക് മരുമകനോട് അതാവാം. പക്ഷേ അവരതിനില്ല. പൂച്ചക്ക് പൊന്നുരുക്കുന്നേടത്തെന്തുകാര്യം?

ആങ്ങളമാർ തിരിച്ചുവന്ന് മുറ്റത്തിന്റെ മൂലയ്ക്കുനിന്ന് കുളമുള്ളവളപ്പിൽ അമ്പുവും ചാർച്ചക്കാരനുമായി വീണ്ടും രഹസ്യസംഭാഷണത്തിലേർപ്പെട്ടു.

ഈ രഹസ്യചർച്ചകളുടെ വിഷയം കുഞ്ഞാതിയുടെ പുരവന്റെ രണ്ടാം മങ്ങലമാണ്. അവന് അധികനാൾ ഓളില്ലാതെ ജീവിക്കാനാവില്ലത്രേ. മാണിക്കം തിരണ്ടുകുളികഴിഞ്ഞു നിൽക്കുന്ന പെണ്ണുമാണല്ലൊ. കുളമുള്ളവളപ്പിൽ അമ്പുവിന് ഈ പെണ്ണ് തന്നെ കൂടിയേതീരൂ എന്ന് നിർബന്ധമൊന്നുമില്ല. ചെക്കന് പെണ്ണിനാണോ ക്ഷാമം! തമ്മിലറിയാവുന്നവരായതുകൊണ്ടും ഒരു ബന്ധം നിലനിന്നതു കൊണ്ടും വേണമെങ്കിൽ ആവാമെന്നു മാത്രം. പെണ്ണുകാണലും അന്വേഷണവും വരവും പോക്കും ഒക്കെ ഒഴിവാക്കാമല്ലൊ. ചടങ്ങുകളൊക്കെ ഉപായത്തിലാക്കി ചെലവ് ചുരുക്കുകയും ചെയ്യാം.

ഈ കെണിയൊരുക്കിയത് കുഞ്ചോറുവിന്റെ ആങ്ങളമാരാണ്.

"ആങ്ങളാറ് എന്ത് തീർമാനിച്ചാലും എനക്ക് സമ്മതാ. എനക്കെന്റെ ആങ്ങളാറാവെല്ത്." കുഞ്ചോറു ഉച്ചത്തിൽ പറഞ്ഞത് ഒതേനൻ കൂടി കേൾക്കാൻ വേണ്ടിയാണ്.

തുടർന്ന് മാണിക്കത്തിന്റെ വിതുമ്പൽകേട്ടു. അതിന് ആക്കം വർധിച്ചു.

"ആരാണെ എനയ്ന്ന്[1]? വൗസ്[2] വന്ന് കേറ്മ്പോ എനയ്യാ? ഓള് ചത്തോനെ ആര്ം മങ്ങലം കയിക്കാറില്ലേ? ഇതെന്താ നാട്ടില് നടപ്പില്ലാത്ത കാര്യാ?" മാണിക്കത്തിന്റെ ശ്രദ്ധ ക്ഷണിക്കാനാണ് ഇളയ ആങ്ങള ശ്രമിച്ചത്.

1. അധികം ശബ്ദമില്ലാതെ കരയുക.
2. ഭാഗ്യം.

"അളിയൻ മൂപ്പറെന്താ ഒന്നും പറയാത്ത്?" മൂത്ത ആങ്ങള ഒതേനന്റെ മറുപടിക്ക് കാത്തു.

"നിങ്ങ എല്ലാരും കൂടി തീര്‍മാനിച്ചതല്ലേ? ഞാനായിറ്റെന്തിനാ മൊടക്കം പറയ്ന്ന്? അയിന് വിതിച്ചത് ഇതായിരിക്കും." ഒതേനന് നിസ്സഹായന്റെ സ്വരമാണ്.

അതോടെ മാണിക്കം നിയന്ത്രണംവിട്ട് കരഞ്ഞു.

'ഈട ആരെങ്കിലും ചത്തിറ്റ്ണ്ടെണെ' എന്നു ചോദിച്ച് ഇളയ ആങ്ങള അകത്തേക്ക് ചാടി ഉച്ചത്തിൽ ശാസിച്ച് മാണിക്കത്തെ നിശ്ശബ്ദയാക്കി. കരയുന്നതിലപ്പുറം ഒരു പ്രതിഷേധം അവളുടെ ഭാഗത്തുനിന്നുണ്ടായില്ല. ഇനി സംഗതികളെല്ലാം ആസൂത്രണം ചെയ്തതുപോലെ നടക്കും.

"കേമായിറ്റൊന്നും വേണ്ട, എല്ലാം ഒതുങ്ങിയ മട്ടത്തില് മതി."

രംഗം ശാന്തമായെന്ന് കണ്ടപ്പോൾ ചാർച്ചക്കാരൻ പറഞ്ഞു.

നിശ്ചയിച്ചതുപോലെ രണ്ടാഴ്ചകഴിഞ്ഞു. ഒരന്തിനേരത്ത് നാലഞ്ചുപേരോടൊപ്പം കുളമുള്ള വളപ്പിൽ അമ്പുവിന്റെ മകൻ ചിറമ്മകലൊതേനന്റെ മകൾക്ക് പുടവകൊടുത്തു. വന്നവർക്കും ചുറ്റുവട്ടത്തുള്ളവർക്കുമായി ചെറിയ ഒരു സദ്യയും.

ചിരോണ്ടൻ അകത്തു പ്രവേശിച്ചില്ല. അവനെ ആരും അന്വേഷിച്ചതുമില്ല. അവഗണന അവന്റെ മനസിനെ മുറിവേൽപ്പിച്ചു. എല്ലാം കണ്ടും കേട്ടും അവൻ ഇറയത്ത് തൂണും ചാരി ഇരുന്നു. അന്നവൻ അത്താഴപ്പട്ടിണികിടന്നു. കുഞ്ഞോറു മിനക്കെട്ട് വിളിച്ചിട്ടും അവൻ ചെന്നില്ല.

18

കേളിപാത്രം

ഒരു ദുർമരണം. സുഖകരമല്ലാത്ത ഒരു മങ്ങലം. മരണമുണ്ടാക്കിയ നഷ്ടം മങ്ങലംകൊണ്ട് നികത്തി എന്ന് ആരെങ്കിലും വിചാരിക്കുന്നുണ്ടോ? ഉണ്ടാവാം. എങ്കിലും ഗൃഹാന്തരീക്ഷത്തിന് എരിച്ചിലും പുകച്ചിലുമുണ്ടെന്ന് തീർച്ച.

കുഞ്ഞാമനെ കണ്ടുകിട്ടിയിരുന്നെങ്കിൽ മനസ്സ് തുറന്ന് വല്ലതും സംസാരിക്കാമായിരുന്നു. ചിരോണ്ടൻ ആശിച്ചു. പക്ഷേ കണ്ടുകിട്ടിയിട്ടു വേണ്ടേ! ഓലച്ചേരി പടിഞ്ഞാറ് അവനിപ്പോൾ വരാറേയില്ല. മാണിക്കത്തിന്റെ മങ്ങലം ക്ഷണിക്കാത്തതിന്റെ കെറുവായിരിക്കുമോ? അങ്ങനെ വേണ്ടിവന്നതിന്റെ സാഹചര്യം അവന് മനസിലാക്കാവുന്നതല്ലേയുള്ളത്രേ.

അങ്ങനെയിരിക്കെ ഒരുദിവസം ഏച്ചിൽക്കുന്നിൽ കുരുന്നുപറിക്കാൻ ചെന്നപ്പോഴാണ് യാദൃച്ഛികമായി കുഞ്ഞാമനെ കണ്ടത്. കാഴ്ചയിൽ അവൻ കഠിനമായ വ്യഥ അനുഭവിക്കുന്നുണ്ടെന്ന് വ്യക്തം. അവന്റെ കക്ഷത്തിൽ ഒരു പഴന്തുണിക്കെട്ടുണ്ട്.

"ഏട്യായ്ര്ന്നു കുഞ്ഞാമാ നീ ഇത്രേം ദിവസം?" സഹികെട്ടവനെപ്പോലെ ചിരോണ്ടൻ ചോദിച്ചു.

അതിന് മറുപടിയില്ല. വാടിയ ചിരിമാത്രം.

തന്റെ പുരയിൽ പെട്ടെന്നു നടന്ന മങ്ങലത്തിന്റെ പശ്ചാത്തലം ചിരോണ്ടൻ വിവരിച്ചു. മരണത്തിന്റെ മണം മാറുന്നതിന് മങ്ങലം വേണമെന്ന് നിർബന്ധം പിടിച്ചത് അമ്മാവന്മാരാണ്. അവരുടെ തന്നിഷ്ടത്തിന് തടയിടാൻ ആരാണുള്ളത്? അച്ഛനമ്മമാർ നിസ്സഹായരാണ്. പിന്നെ ചിരോണ്ടൻ? ഇക്കാര്യത്തിൽ ആങ്ങളയുടെ പങ്ക് നാമമാത്രമാണല്ലോ!

ചിരോണ്ടന്റെ വിശദീകരണങ്ങളിലൊന്നിനും കുഞ്ഞാമൻ ഇടപെട്ടില്ല, അവൻ മറ്റേന്തോ ഓർക്കുകയാണ്.

"നീയെന്താ ഒന്നും മിണ്ടാത്തത് കുഞ്ഞാമാ?" ചിരോണ്ടൻ അവന്റെ ചുമൽപിടിച്ച് കുലുക്കി.

"ഞാനെന്ത് മിണ്ടാനാ!" ചിരോണ്ടന് മുഖം കൊടുക്കാതെയാണ് അവൻ പറഞ്ഞത്.

"നീ എങ്ങോട്ടോ പുറപ്പെട്ടപോലെ?"കക്ഷത്തിലെ പഴന്തുണിക്കെട്ട് നോക്കി ചിരോണ്ടൻ ആരാഞ്ഞു.

"ഞാൻ കൊടകിലേക്ക് പോവ്വാ" തീരുമാനിച്ചുറപ്പിച്ചതുപോലെ കുഞ്ഞാമൻ പറഞ്ഞു.

"കൊടകിലേക്കോ! എന്തിന്?" അവന്റെ മുഖത്ത് സൂക്ഷ്മനിരീക്ഷണം നടത്തി ചിരോണ്ടൻ ചോദിച്ചു.

അതിന് മറുപടിയില്ല. എല്ലാവരിൽനിന്നും രക്ഷപ്പെടാൻ വ്യഗ്രതയുള്ളതുപോലെ അവൻ മുന്നോട്ടു നടന്നു. ചിരോണ്ടൻ വിളിച്ചു. നിന്നില്ല എന്നുമാത്രമല്ല; തിരിഞ്ഞുനോക്കുകപോലും ചെയ്യാതെ അവൻ ധൃതിയിൽ കുന്നുകയറി.

ചിരോണ്ടന് കരച്ചിൽ വന്നു.

ഓലച്ചേരിയിൽനിന്നും പരിസരപ്രദേശങ്ങളിൽനിന്നും നാടുവിടുന്നവരുടെ ലക്ഷ്യം കുടകരശന്റെ നാടാണ്. ബാല്യക്കാരെ കാണാതായാൽ അന്വേഷിക്കുന്നതും അന്വേഷിക്കേണ്ടതും കുടകിലാണ്. കുടകന്മാരിൽ മിക്കവർക്കും തോട്ടങ്ങളും കൃഷിസ്ഥലങ്ങളുമുണ്ട്. ധാരാളം കന്നുകാലികളുമുണ്ട്. അവർക്ക് പണിക്കാരെ വേണം. നാടുവിട്ടെത്തുന്നവരെ പാർപ്പിച്ച് പണിയെടുപ്പിക്കും. ചിലരെല്ലാം മലമ്പനി പിടിപെട്ട് അവശരായി തിരിച്ചെത്താറുണ്ട്. ഒരിക്കലും തിരിച്ചുവരാത്തവർ കൊല്ലപ്പെട്ടിരിക്കാനാണ് സാധ്യത.

ഒറ്റത്തടിയും ചപലമനസുമായി കുടകിലെത്തുന്ന ബാല്യക്കാർ ജാരനോ കമിതാവോ ആയിത്തീരാനുള്ള സാഹചര്യം കൂടുതലാണ്. കുടകത്തികൾ സുന്ദരിമാരാണ്. എന്തുകൊണ്ടാണെന്നറിയില്ല; കുടക് പുരുഷന്മാർ പൊതുവെ ആകർഷകത്വം കുറഞ്ഞവരാണ്. ചോരയും നീരുമുള്ള ബാല്യക്കാരെ കുടകത്തികൾ വശീകരിക്കുമത്രേ. പലനാൾ കക്കുമ്പോൾ ഒരു നാൾ പിടിക്കപ്പെടും. തങ്ങളുടെ സ്ത്രീകളുടെ ചാരിത്ര്യം കവരുന്നത് ക്ഷമിക്കില്ല കുടകന്മാർ. അതോടെ അവൻ അസുരനാകും. അവസരമൊരുക്കി ജാരനെ അല്ലെങ്കിൽ കമിതാവിനെ തോക്കിനിരയാക്കും. തോക്കില്ലാത്ത കുടകന്മാർ ചുരുക്കമാണത്രേ.

എല്ലാംകൊണ്ടും ചിരോണ്ടൻ മുഷിവിന്റെ വക്കിലാണ്. രക്ഷപ്പെടാൻ എന്താണൊരു മാർഗം? പെട്ടെന്ന് എഴുത്തച്ഛൻ മനസിൽ തെളിഞ്ഞു. ചെന്നുകണ്ടാൽ അദ്ദേഹം ഒരു വഴി കാട്ടിത്തരാതിരിക്കില്ല.

ഓലച്ചേരിയിലെ ഇടവഴിയിൽനിന്ന് താളാത്മകമായ ഒറ്റമണിനാദം ചിരോണ്ടൻ കേട്ടു.

കേളിപാത്രത്തിന്റെ വരവാണ്. ആ ഒറ്റമണിനാദത്തിൽ നിന്നാണ് ഓലച്ചേരിക്കാർ കേളിപാത്രത്തിന്റെ വരവറിയുന്നത്.

തലയിൽ സർപ്പഫണമുള്ള കൂർമ്പൻ കിരീടം. പുലിത്തോലിന് സാമ്യമുള്ള ഉടുവസ്ത്രം. തോർത്ത് പിരിച്ച് പൂണൂൽപോലെ ധരിക്കും. ഭസ്മം ശരീരമാസകലം. ഇടതുകൈയിൽ തലയോടിന്റെ ആകൃതിയിലുള്ള മരപ്പാത്രം ചുമലിലേക്ക് ഉയർത്തിപ്പിടിക്കും. അതോടൊപ്പം ഒരു ചൂരലും; ഇടതുകൈയിൽ മണിയും.

മോലോത്തു നിന്നാണ് വേഷഭൂഷാദികളണിഞ്ഞ് കേളിപാത്രം ഓലച്ചേരിയിലിറങ്ങുക. വേഷമഴിക്കുന്നതുവരെ കേളിപാത്രം ഒരക്ഷരം ഉരിയാടുകയില്ല.

ഭിക്ഷാടനത്തിനിറങ്ങിയ ശിവസങ്കൽപ്പമാണ് കേളിപാത്രം.

കൊങ്ങാഴി അരി മുറത്തിലെടുത്ത് കേളിപാത്രത്തെ വരവേൽക്കാൻ കുഞ്ചോറു ഒരുങ്ങിനിന്നു. മണി മുട്ടിക്കൊണ്ട് കേളിപാത്രം ഭിക്ഷാപാത്രം നീട്ടി. കുഞ്ചോറു ഒരു കുടന്ന അരി പാത്രത്തിൽ നിക്ഷേപിച്ചു. കേളിപാത്രം നിന്നു തിരിഞ്ഞു. അങ്ങനെ മൂന്നു പ്രാവശ്യം ഭിക്ഷാപാത്രം നീട്ടി. മൂന്നുപ്രാവശ്യം നിന്നുതിരിയുകയും ചെയ്തു. ഒന്നു തിരിഞ്ഞു നോക്കുകപോലും ചെയ്യാതെ കേളിപാത്രം നാട്ടുവഴിയിലേക്കിറങ്ങി.

ഒരു കെട്ട് വെറ്റിലടയ്ക്കയുമായി എഴുത്തച്ഛനെ കാണാൻ ചിരോണ്ടൻ കാലത്ത് പുറപ്പെട്ടു.

"നീ ഏട്യാ പോന്ന് മോനേ?" സ്നേഹപ്രകടനത്തോടെ കുഞ്ചോറു ചോദിച്ചു.

കുറച്ചുനാളായി ആരുടെ ചോദ്യങ്ങൾക്കും വ്യക്തമായ മറുപടി നൽകുന്ന സ്വഭാവം ചിരോണ്ടൻ ഉപേക്ഷിച്ചിരുന്നു. ശുണ്ഠിയല്ല കാരണം; ഒരു തരം മൗഢ്യം.

എഴുത്തച്ഛനെ കണ്ടിട്ട് നാളുകളെത്ര കഴിഞ്ഞു! കുഞ്ഞാമനെയും കൂട്ടിചെന്നതാണ് ഒടുവിലത്തേത്.

ചെല്ലുന്നേരം ഓലയിലെന്തോ കുറിക്കുകയായിരുന്നു അദ്ദേഹം. ശ്ലോകരചന പണ്ടേയുണ്ട്. കീർത്തനങ്ങളോടാണ് കമ്പം. പാരമ്പര്യമായി കിട്ടിയ സിദ്ധിവിശേഷമാകാം.

ചിരോണ്ടനെ കണ്ടപ്പോൾ എഴുത്തച്ഛൻ അരച്ചിരിയോടെ പറഞ്ഞു:" വഴി തെറ്റീന്ന് തോന്നുന്നല്ലോ ചിരോണ്ടാ. പാറക്കൂളി നിന്നെ വഴി പിഴപ്പിച്ചോ?

വെറ്റിലടയ്ക്ക കാൽക്കൽ വെച്ച് ചിരോണ്ടൻ അൽപ്പം വണങ്ങി നിന്നു. അവന്റെ നോട്ടം ഇടയ്ക്കിടെ അകത്തേക്ക് പാളുന്നതുകണ്ട് എഴുത്തച്ഛൻ പറഞ്ഞു: "നങ്ങ കിടപ്പിലാ. എഴ്ന്നേൽക്കാനും കിടക്കാനും ഒന്നിനും കഴീല്ല. അനുഭവിക്കന്നെ. അല്ലാണ്ടെന്ത് ചെയ്യാനാ."

നങ്ങമ്മയോട് ചിരോണ്ടന് സഹതാപം തോന്നി. ശുദ്ധാശുദ്ധങ്ങൾ പാലിക്കുമെങ്കിലും കാരുണ്യവും വാത്സല്യവുമുള്ള സ്ത്രീയാണവർ. ചിരോണ്ടന്ന് അവർ ഗുരുപത്നി മാത്രമല്ല; അമ്മകൂടിയാണ്.

എഴുത്തച്ഛൻ വീട്ടുകാര്യങ്ങൾ അന്വേഷിച്ചു. പെങ്ങൾ പ്രസവത്തിൽ മരിച്ചതും ഇളയപെങ്ങളുടെ മങ്ങലം കഴിഞ്ഞതും കുഞ്ഞാമൻ നാടു

വിട്ടതുമെല്ലാം ചിരോണ്ടൻ വിസ്തരിച്ച് പറഞ്ഞു. അടുത്ത കാലത്ത് താൻ അനുഭവിക്കുന്ന മൗഢ്യത്തെപ്പറ്റിയും.

"എനിക്ക് നിന്നെപ്പറ്റി ചില സങ്കൽപ്പങ്ങളൊക്കെ ഉണ്ടായിരുന്നു. അതിനടുത്തെത്താൻ നീ ശ്രമിച്ചില്ല. അതെന്റെ പരാതിയാണ്." വെറ്റിലക്ക് നൂറ് തേച്ചുകൊണ്ട് എഴുത്തച്ഛൻ പറഞ്ഞു.

ചിരോണ്ടൻ മുഖംകുനിച്ച് നഖം ചൊറിഞ്ഞു നിന്നു. എഴുത്തച്ഛൻ മുറുക്കിത്തുപ്പി വായ ശുചിയാക്കുന്നതുവരെ അവൻ അതേ നിലയിൽ നിന്നു.

"നിനക്ക് ഇനിയും പഠിക്കണമെന്നുണ്ടോ? എഴുത്തച്ഛൻ ചോദിച്ചു: "വേണമെങ്കിൽ ചക്കവേരിലുമുണ്ടാകും."

ആഗ്രഹമില്ലാത്തതു കൊണ്ടല്ല; അവസരവും സാഹചര്യവും ഒത്തു വരണ്ടേ? ശിഷ്യവത്സലനായ ഗുരുനാഥനും വേണം.

"നീ കേട്ടിട്ടുണ്ടോ തുളുവന്നൂർ ഗുരുക്കളെ? എഴുത്തച്ഛൻ ചോദിച്ചു.

അങ്ങനെയൊരു ഭിഷഗ്വരനെപ്പറ്റി ചിരോണ്ടൻ കേട്ടിട്ടുണ്ട്.

"വൈദ്യശ്രേഷ്ഠനാണ്. കരുത്തുറപ്പിച്ച വിഷഹാരിയാണ്. പാരമ്പര്യമായി ലഭിച്ച ഒറ്റമൂലി പ്രയോഗമുണ്ട്. മാന്ത്രികവിദ്യയും വശമാണ്. നിനക്ക് താൽപ്പര്യമുണ്ടെങ്കിൽ നമുക്ക് ഗുരുക്കളെ ചെന്നു കാണാം. തുളുവന്നൂർ കുറച്ച് ദൂരെയാണ്. അച്ഛനമ്മമാരുടെ അനുവാദവും വാങ്ങണം."

അച്ഛനമ്മമാരുമായി ചിരോണ്ടന് അൽപ്പം അകൽച്ചയുണ്ടെന്ന് വർത്തമാനത്തിൽ നിന്ന് എഴുത്തച്ഛൻ മനസിലാക്കിയിരുന്നു. അതു കൊണ്ടാണ് രക്ഷിതാക്കളുടെ സമ്മതവും അനുഗ്രഹവും തേടണമെന്ന് അദ്ദേഹം പ്രത്യേകം ഓർമിപ്പിച്ചത്.

"അച്ഛനമ്മാരെ ഒരിക്കലും അപമാനിക്കുകയോ വേദനിപ്പിക്കുകയോ ചെയ്യരുത്. അവരാണ് നമുക്കീജന്മം നൽകിയത്. അവരില്ലെങ്കിൽ നമ്മ ളുണ്ടാകുമോ? നമുക്കീ പ്രപഞ്ചജീവിതമുണ്ടാകുമോ?" എഴുത്തച്ഛൻ ഉപ ദേശിച്ചു.

അച്ഛനമ്മമാരുമായുള്ള ബന്ധത്തിന്റെ മറ്റൊരു തലമാണ് എഴുത്ത ച്ഛൻ അനാവരണം ചെയ്തത്. ആലോചനാമൃതമായ എന്തെല്ലാം ചിന്ത കളും കാഴ്ചപ്പാടുകളുമാണ് പണ്ഡിതന്മാർക്കുള്ളത്! ചിരോണ്ടന് അദ്ദേ ഹത്തോടുള്ള ആദരവ് ഇരട്ടിച്ചു. അച്ഛനമ്മമാരോട് ശുണ്ഠികാട്ടിയതിൽ കുറ്റബോധം തോന്നി.

തലേന്ന് രാത്രി എഴുത്തച്ഛന്റെ വീട്ടിൽ തങ്ങി, പിറ്റേന്ന് ഏഴരവെളു പ്പിന് പുറപ്പെടാനാണ് നിശ്ചയിച്ചിരുന്നത്. വലിച്ചു നടന്നാൽ ഉച്ചയോടെ തുളുവന്നൂരെത്താം.

അടുത്തുനിന്നും അകലെനിന്നും കോഴി കൂവി. പുഴയിൽ നിറഞ്ഞ ഏറ്റം. മഞ്ഞിനൊപ്പം നീരാവിയും ജലോപരിതലത്തിൽ തങ്ങിനിന്നു. ദൂരെ ക്കാഴ്ചയ്ക്ക് മഞ്ഞിന്റെ ആവരണം ഒരു തടസമായി.

തുളവന്നൂരിലേക്കുള്ള പെരുവഴിയിൽ സഞ്ചാരികളുണ്ട്. മിക്കവരും ദീർഘദൂരയാത്രക്കാരാണ്. കുടകിലേക്കുള്ളതാണ് ആ പെരുവഴി.

പെട്ടെന്ന് കുഞ്ഞാമനെയാണ് ചിരോണ്ടനോർമവന്നത്. അവനും ഏകനായി ഇതുവഴിയായിരിക്കും കടന്നുപോയിട്ടുണ്ടാവുക. എന്നെങ്കിലും അവൻ തിരിച്ചുവരുമോ? എന്തോ!

വെയിലിന് മൂപ്പ് കൂടിയപ്പോൾ പെരുവഴിയോരത്തുള്ള തണ്ണീർപ്പന്തലിൽ കയറി ദാഹവും ക്ഷീണവും തീർത്തു. ദയാലുക്കളുടെ പ്രാർഥനാകർമമാവാം സംഭാരം വീഴ്ത്തൽ. ചിലരുടെ പാപപരിഹാരാർഥവും.

ദൂരെ, പുഴ വില്ലുപോലെ വളയുന്ന സ്ഥലം ചൂട്ടിക്കാട്ടി "ദാ, തുളുവന്നൂരെത്താറായി" എന്ന് എഴുത്തച്ഛൻ ചിരോണ്ടന് മുന്നറിയിപ്പ് നൽകി.

പുഴയുടെ ഓരത്ത്, വിശാലമായ കരപ്പറമ്പിലാണ് തുളുവന്നൂർ ഗുരുക്കളുടെ ഭവനം സ്ഥിതിചെയ്യുന്നത്. ഫലവൃക്ഷങ്ങളിൽ കവുങ്ങിനാണ് മുൻതൂക്കം. പുഴയുടെ നെഞ്ചിലേക്ക് നീങ്ങിവളരുന്ന തെങ്ങുകളുമുണ്ട്. ഒരു തെങ്ങ് പുഴയ്ക്ക് കുറുകെ പാലംപോലെ കിടക്കുന്നുണ്ട്!

പുഴയിലേക്കിറങ്ങാൻ കരിങ്കൽപ്പടവുകൾ കെട്ടിയൊരുക്കിയിട്ടുണ്ട്. ഒടുവിലത്തെ പടവിൽ ചിത്രപ്പണികളുള്ള ഒരു ചെറുതോണി ബന്ധനത്തിലാണ്. തുളുവന്നൂർ ഭവനക്കാർക്ക് സ്വന്താവശ്യത്തിന് ഉപയോഗിക്കുന്നതാണത്.

ചെല്ലുന്നേരം ഗുരുക്കൾ കോലായിലെ ചാരുപടിമേലിരിക്കുകയാണ്. ആ ഇരിപ്പിൽ പ്രകൃതിയുടെ വിദൂരദൃശ്യം ലഭിക്കും. ഏകാന്തവും മനോഹരവുമായ ദൃശ്യം!

തുളുവന്നൂർ ഗുരുക്കൾക്ക് ഒരു പടയാളിയുടെ മുഖച്ഛായയുണ്ട്. രോമാവൃതമായ നീണ്ടു നിവർന്ന ദേഹം. കൂട്ടുപുരികങ്ങൾക്ക് താഴെ സ്ഫുരിക്കുന്ന കണ്ണുകൾ. കൈയിൽ ഇടയ്ക്കിടെ ഉണരുന്ന രാമച്ചവിശറി. കൈനീട്ടിയാലെത്തുന്നിടത്ത് മുറുക്കാൻ ചെല്ലവും കോളാമ്പിയും.

വിശാലമായ മുറ്റത്തിന്റെ ഇക്കരെ നിന്ന് അക്കരെയുള്ള ഗുരുക്കളെ വണങ്ങി. അദ്ദേഹം സന്തോഷപൂർവം അതേറ്റു വാങ്ങി.

"ങ്ആ! എഴ്ത്തച്ഛനോ! കണ്ടിട്ട് കാലം കുറച്ചായല്ലൊ!" ചുവന്ന പുഞ്ചിരിയോടെ ഗുരുക്കൾ പറഞ്ഞു. പിന്നീടകത്തേക്ക്: "ആരായീ വന്നതെന്ന് നോക്ക്."

വാതിൽക്കൽ ഗുരുക്കളുടെ ഭാര്യ പ്രത്യക്ഷപ്പെട്ടു. കുലീനയായ സ്ത്രീ.

"എഴുത്തച്ഛനെ കാണാനേയില്ലല്ലോ. സമ്പാരമെട്ക്കട്ടെ" ഭാര്യ ആതിഥ്യമര്യാദ കാട്ടി.

തുടർന്ന് എഴുത്തച്ഛന്റെ നിർദേശപ്രകാരം ചിരോണ്ടൻ ഗുരുക്കളുടെ കാൽക്കൽ വെറ്റിലടയ്ക്കവെച്ച് സാഷ്ടാംഗം നമസ്കരിച്ചു. പിന്നെ എഴുന്നേറ്റ് കൽത്തൂണ് പാതി മറഞ്ഞു നിന്നു.

വെറ്റിലടയ്ക്ക ഗുരുക്കളുടെ കാൽക്കൽ സമർപ്പിക്കേണ്ട താമസം; അതപ്രത്യക്ഷമായി. പകരം കുറച്ച് പനയോലക്കഷണങ്ങളും ചെറുകല്ലുകളുമായി രൂപാന്തരപ്പെട്ടു. ചിരോണ്ടന് പരിഭ്രമമായി.

"ഇവനേതാ എഴുത്തച്ഛാ?" ഗുരുക്കളുടെ ചോദ്യത്തോടെ ചിരോണ്ടൻ പൂർണമായും കൽത്തൂണിന് മറഞ്ഞു.

"ഓലച്ചേരീല് ചെറമ്മലൊതേനൻ എന്നൊര് തീയന്ണ്ട്. ആ തീയന്റെ മോനാ. ചിരോണ്ടൻന്നാ പേര്."

"എന്താ ചിരോണ്ടന് വേണ്ടത്?" ഗുരുക്കൾ തൂണ് ലക്ഷ്യമാക്കി ചോദിച്ചു.

"അല്പം സംസ്കൃതം പഠിച്ചിട്ട്ണ്ട്. വൈദ്യം പഠിക്കണമെന്നാ മോഹം. വിശേഷിച്ച് വിഷവൈദ്യം."

ശിഷ്യനാക്കാനുള്ള ശുപാർശയാണെന്ന് ഗുരുക്കൾക്ക് മനസിലായി.

"ഒരു വൈദ്യം പഠിച്ചാലും വിഷവൈദ്യം പഠിക്കൊലാ
വിഷവൈദ്യം പഠിച്ചീടിൽ വിഷമിച്ചു പഠിക്കണം."

ഗുരുക്കൾ ഈരടി ചൊല്ലിയതിനുശേഷം ചിരോണ്ടനെ ആകെയൊന്നു വീക്ഷിച്ചു. വീതിയേറിയ നെറ്റി, നേർത്ത ചുണ്ട്, ആശ്ചര്യം ദ്യോതിപ്പിക്കുന്ന കണ്ണുകൾ.

ചിരോണ്ടൻ കാൽക്കൽ വെച്ച വെറ്റിലടയ്ക്ക പനയോലക്കഷണങ്ങളും ചെറുകല്ലുകളുമായി മാറിയല്ലോ. അതിൽനിന്ന് രണ്ടെണ്ണം വലിച്ചെടുത്ത് നൂറ് തേച്ചു. ചെറു കല്ലുകൾ വായിലേക്കെറിഞ്ഞു.

"നിന്റെ പറമ്പിൽ കൊടിയുണ്ടെടോ? നല്ല രുചിയുള്ള വെറ്റില." ഗുരുക്കൾ സ്വാദറിഞ്ഞ് ചവച്ചുകൊണ്ട് ചിരോണ്ടനോട് ചോദിച്ചു. അവനെന്തു പറയാൻ!

ഗുരുക്കൾ കോളാമ്പിയിലേക്ക് മുഖം താഴ്ത്തിയ നേരത്ത് എഴുത്തച്ഛൻ ചിരോണ്ടനോട് സ്വകാര്യം പറഞ്ഞു.

"നീ അതിശയപ്പെടുന്നുണ്ടാകും, അല്ലേ? ഇതൊക്കെ ഗുരുക്കള്ടെ മാന്ത്രികവിദ്യകളാ. ഇതും ഇതിലപ്പുറോം കാണിക്കും. ഇവ്ടെ നിന്നോ. നിനക്കെല്ലാം പഠിക്കാം."

ഊണു കഴിഞ്ഞ് എഴുത്തച്ഛൻ യാത്ര ചോദിച്ച നേരത്ത് ചിരോണ്ടന് നെഞ്ച് നിറഞ്ഞൊരു വിങ്ങൽ. അകത്തെവിടെനിന്നോ ഒരു വാതിൽ തുറക്കുന്ന ശബ്ദം.

19

കാമപ്പൂങ്കുല

കുട്ടഞ്ചേരിത്തറവാട്ടുവളപ്പിലെ കാവിനുള്ളിൽ ജടപ്പൂങ്കുലകൾ ഭാരം തൂങ്ങിനിന്നു. തിണ്ടിന്മേൽ ചെമ്പകം പൂത്തുലഞ്ഞു. മുരിക്കിൻ പൂങ്കുലകളിൽ തത്തമ്മക്കൂട്ടം ഉന്മാദംകൊണ്ടു. വൃക്ഷങ്ങളിലെല്ലാം താരും തളിരും! എങ്ങും വസന്തത്തിന്റെ വിളയാട്ടം. മീനപ്പൂക്കൾ പൂരോത്സവത്തിന് വരവേൽപ്പ് നൽകുന്നു:

പൂരോത്സവം കന്യകമാരുടേതാണ്. കാമദേവപൂജയാണ്. പൂത്തുലഞ്ഞ പ്രകൃതിയാണതിന്റെ പശ്ചാത്തലം. സാക്ഷാൽ വസന്തോത്സവം.

മകീര്യം മുതൽ ഏഴുദിവസമാണ് പൂരാഘോഷം. വടക്കൻ ദിക്കിൽ കാർത്തികനാളിൽ തുടങ്ങി ഒമ്പതുദിവസമാണ്.

എന്തെല്ലാം ചടങ്ങുകളാണ്! കിണറ്റിൻകരയിൽ പൂവിടണം. മുറ്റത്ത് പൂമെത്തയിൽ കാമനെ പ്രതിഷ്ഠിക്കണം. ചെമ്പകപ്പൂക്കൾകൊണ്ട് കിരീടം. ചെമ്പകമൊട്ടുകൾ കൊണ്ട് മാല. കുന്നിക്കുരുകൊണ്ട് കണ്ണുകൾ. പച്ചരികൊണ്ട് പല്ലുകൾ. മുരിക്കിൻപൂകൊണ്ട് ചുണ്ടുകൾ....

നിലാവത്ത് പൂരപ്പൂക്കൾക്ക് ജലം തെളിച്ച് കുരവയിടണം. പ്ലാവിലയിൽ കാമന് കഞ്ഞിവിളമ്പണം. അട നിവേദിക്കണം. എന്നിട്ട് കാമനെ യാത്രയാക്കണം. അപ്പോൾ കന്യകമാർ ചൊല്ലും:

“നേരത്തെ കാലത്തെ വരണേ കാമാ
കുഞ്ഞങ്ങലത്തെ ആറാട്ടിന് പോല്ലേ കാമാ
വരും കൊല്ലം നേരത്തെ വരണേ കാമാ
തെക്കൻ ദിക്കില് പോല്ലെ കാമാ
തെക്കത്തികള് ചതിക്കേ കാമാ.”

ഇതെല്ലാം നിനച്ചുകൊണ്ട് അമ്മാളു മുരിക്കിൻ പൂങ്കുലയൊടിക്കാൻ കൊക്ക[1] ഉയർത്തിയപ്പോൾ അവളുടെ മുന്നരയിൽ വേദനയുടെ ഒരു

1. ഉയരത്തിലുള്ള എന്തെങ്കിലും പറിക്കാനുള്ള ഉപകരണം

തിരത്തള്ളൽ! അവൾ വയറിൽ കൈയമർത്തിപ്പിടിച്ചു. കൂട്ടുകാരികൾ അവളെ പാർവതിയമ്മയുടെ അടുത്തെത്തിച്ചു.

"എന്ത് പറ്റി എന്റെ പൊന്നുമോൾക്ക്?" പാർവതിയമ്മ പരിഭ്രമിച്ചു.

"അമ്മേ, ചോര!"

പാർവതിയമ്മയുടെ മനസൊന്ന് ആളി.

"ചോരയോ? എവിടെ? കാണട്ടെ."

മകൾ തന്റെ നിതംബം അമ്മയ്ക്ക് നേരെ പിടിച്ചു.

"ദാ, നോക്ക്" കരഞ്ഞുകൊണ്ട് അമ്മാളു പറഞ്ഞു.

ശരിയാണ്. ഉടുവസ്ത്രത്തിന് പിന്നിൽ കൃഷ്ണവർണം കലർന്ന ചോരക്കറ!

പാർവതിയമ്മയ്ക്ക് ശ്വാസം നേരെ വീണു. മുഖത്ത് ഒരൊളിഞ്ഞ പുഞ്ചിരി തെളിഞ്ഞു. അടുത്ത കാലത്തായി മകളുടെ കണ്ണിന് മിന്നെറിയുന്ന തിളക്കം! പോരാതെ മാറിടം ഒന്നു കൂമ്പി വട്ടം വീശിയിട്ടുണ്ട്.

ബാലിക സ്ത്രീയായി എന്നതിന്റെ വിളംബരമാണിത്. ഇനി അവൾക്ക് ഒരു പുരുഷനെ സ്വീകരിക്കാം. ഗർഭിണിയാകാനും പ്രസവിക്കാനുമുള്ള ശരീരത്തിന്റെ സമ്മതപത്രം. ഇങ്ങനെയൊക്കെയാണ് ആ അമ്മ പറയേണ്ടത്. പകരം അവർ ഉമ്പിച്ച് ചിരിച്ചു[1].

പാർവതിയമ്മയുടെ ചിരി ഒന്നുകൂടി തെളിഞ്ഞു.

"എന്റെ ചോര കണ്ടിറ്റ് അമ്മ ചിരിക്വ; അല്ലേ?" അവൾ പരിഭവിച്ചു.

"മോള് ഒട്ടും പേടിക്കണ്ട" എന്നുപറഞ്ഞ് പാർവതിയമ്മ മകളുടെ കവിളിൽ ഒന്നു മൃദുവായി നുള്ളി. ചിരിയും നുള്ളും അവളുടെ ഭീതിയകറ്റി.

ഒലക്കോട്ടിനോടു ചേർന്ന മുറിയാണ് തീണ്ടാരിയായവരുടെ വാസസ്ഥലം. ആ മുറി വൃത്തിയാക്കാൻ പാർവതിയമ്മ പണിക്കാരത്തിയോട് കൽപ്പിച്ചു. അവൾ മാച്ചിയും പാളയുമായി തീണ്ടാരിത്താവളത്തിലേക്കോടി. അമ്മാളുവിനായതു കൊണ്ട് മുറി കുറച്ചുകൂടി വെടിപ്പാക്കി.

തീണ്ടാരികൾ പുറത്തിറങ്ങിക്കൂടാ. കൂട്ടിത്തൊട്ടുകൂടാ. അശുദ്ധമാണ്. ഭക്ഷണത്തിന് പ്രത്യേകം പാത്രം കരുതണം. അത് അവനവൻ തന്നെ കഴുകി കമഴ്ത്തി വെക്കണം. വെറും നിലത്ത് തുണിവിരിച്ച് കിടക്കണം ഉടുക്കാൻ വണ്ണാത്തിമാറ്റ് വേണം. മൂന്നാം ദിവസം കാലത്ത് തീണ്ടാരിക്കുളത്തിൽ ചെന്ന് മുങ്ങണം. കൈയിൽ കരുതിയ പാത്രത്തിൽ വെള്ളമെടുത്ത് തിരിച്ചുവരണം. ആ വെള്ളം പുരപ്പുറത്തേക്ക് എറിയണം. വീഴുന്നവെള്ളം പാത്രത്തിൽ ശേഖരിക്കണം. വീണ്ടും എറിയണം. അതിനുശേഷം നിലം തയ്ച്ച് കുറിതൊടണം.

തറവാട്ടുകാർക്ക് ചത്തതും പെറ്റതും തിരണ്ടതും എല്ലാം കല്യാണമാണ്. കാതുകുത്തുകല്യാണം, തെരണ്ടുകുളികല്യാണം, പുടവമുറി കല്യാണം എന്നിങ്ങനെ കല്യാണങ്ങളെത്ര!

അമ്മാളുവിന്റെ തെരണ്ടുകല്യാണം ഘോഷമായി. തെരണ്ടുകല്യാണവും ഒരു വിളംബരമാണ്. പുരുഷസംസർഗത്തിന് ശാരീരികമായി സന്ന

1. മന്ദഹസിക്കുക

ദ്ധതയുള്ള ഒരു പെണ്ണ്, ദാ ഇവിടെയുണ്ട്. എന്ന് മാലോകരെ അറിയിക്കുന്നതിനാണത്.

ഇതോടെ അമ്മാളുവിന് കല്യാണാലോചനകൾ വന്നുതുടങ്ങി. ഒന്നുകിൽ വരന്റെ ചേർച്ചക്കുറവ്, അല്ലെങ്കിൽ ആഭിജാത്യക്കുറവ്; അതുമല്ലെങ്കിൽ ജാതകദോഷം – ഇതെല്ലാം ആലോചനകൾ അലസാൻ കാരണമായി. കുട്ടഞ്ചേരിയുടെ ഇകഴ്ചകൊണ്ട് അലസുക അസംഭവ്യം. അമ്മയ്ക്കോ സഹോദരങ്ങൾക്കോ ബന്ധുജനങ്ങൾക്കോ ഇതിൽ യാതൊരു ഉൽക്കണ്ഠയുമില്ല. എല്ലാം യഥാവസരം നടന്നുകൊള്ളും എന്നാണവരുടെ വിശ്വാസം. വിശ്വാസം രക്ഷിക്കട്ടെ.

കാലിയാരമ്പലത്തിലെ ഉത്സവക്കാലമായി, ഉത്സവക്കാലത്ത് അമ്മാളുവിനെ ഒന്നുതൊഴുവിക്കാൻ പാർവതിയമ്മയുടെ പ്രാർഥനയുണ്ട്.

"അമ്മാളുവിനെ കാലിയാരമ്പലത്തിൽ ഒന്ന് തൊഴീക്കണമായിര്ന്നല്ലൊ ശങ്കരാ" മൂത്തമകനെ വിളിച്ച് പാർവതിയമ്മ പറഞ്ഞു.

"തൊഴീക്കാമ്മേ."

"നീ അതിന് വേണ്ട ഏർപ്പാടുകൾ ചെയ്യണം."

"ചെയ്യാമ്മേ."

"ഉപേക്ഷ വേണ്ട ശങ്കരാ."

"ഇല്ലമ്മേ."

കുട്ടഞ്ചേരിത്തറവാട് പരിവാരസമേതം കാലിയാരമ്പലത്തിലേക്ക് പുറപ്പെട്ടു. അമ്മാളു, പാർവതിയമ്മ, അവളുടെ തോഴിമാർ, ആങ്ങളമാർ, അടുത്ത ബന്ധുക്കൾ, പണിക്കാർ – നീണ്ട ഘോഷയാത്ര തന്നെ. നാഴികകൾ താണ്ടണം കാലിയാരമ്പലത്തിലെത്താൻ. യാത്രാമധ്യേ വിശ്രമിക്കാൻ പൂർവികർ പണിയിച്ചുവെച്ച മഠമുണ്ട്. അതിനാൽ ഭക്ഷണം തയാറാക്കാനും മറ്റു സൗകര്യങ്ങളൊരുക്കാനും പണിക്കാർ മുൻകൂട്ടി പുറപ്പെട്ടിരുന്നു.

വനമധ്യത്തിലാണ് കാലിയാരമ്പലം. ചുറ്റുവട്ടത്ത് ആദിവാസികളുടേതായ ഏതാനും കൂരകളേയുള്ളൂ. അതിൽത്തന്നെ എല്ലാറ്റിലും സ്ഥിരതാമസക്കാരൊന്നുമില്ല. അമ്പലവും പരിസരവും ഉണരുന്നത് ഉത്സവക്കാലത്തുമാത്രം. അമ്പലത്തിനപ്പുറം ഹിംസ്രജന്തുക്കൾ വിഹരിക്കുന്ന ഘോരവനമാണ്. കാടും മലയും താണ്ടി കാളപ്പുറത്ത് അരിക്കെട്ടുകളുമായി കുടകർ എത്തുന്നതോടെയാണ് ഉത്സവം ആരംഭിക്കുക.

കാലിയാർക്ക് നെയ്യഭിഷേകം നടത്താൻ ആഴ്ചകളോളം വ്രതാനുഷ്ഠാനങ്ങളുമായിക്കഴിഞ്ഞ നെയ്യമൃത് സംഘങ്ങൾ എത്തിക്കഴിഞ്ഞു. വായ്ത്താരികൾ മുഴക്കിക്കൊണ്ടാണ് അവരുടെ വരവ്. ഓമനക്കാഴ്ചയുമായി വരുന്ന നാട്ടുസംഘങ്ങളുമുണ്ട്.

കാലിയാരമ്പലത്തിൽ പ്രസാദം അടയും പായസവുമൊന്നുമല്ല; കറുത്ത കുപ്പിമോതിരങ്ങളാണ്. ഉത്സവം കാണാൻ വരുന്നവർ പ്രസാദം വാങ്ങി സൂക്ഷിക്കും. നാട്ടിൽ കൊണ്ടുപോയി അയൽപക്കക്കാർക്ക് കൊടു

ക്കും. കുപ്പിമോതിരങ്ങളല്ലേ! ദിവസങ്ങളുടെ ആയുസ്സുപോലും അതിനുണ്ടാവില്ല.

ഉത്സവം കാണാൻ സ്ത്രീകൾക്കും പുരുഷന്മാർക്കും പ്രത്യേകം സ്ഥലം നിശ്ചയിച്ചിട്ടുണ്ട്. അഭിമുഖമായി നിലകൊള്ളുന്ന രീതിയിലാണത്.

തിടമ്പെഴുന്നള്ളത്ത് തുടങ്ങിയതോടെ പുരുഷാരം നിറഞ്ഞു. ആർപ്പുവിളിയും വാദ്യഘോഷങ്ങളുമല്ലാതെ മറ്റൊന്നും കേൾക്കാനില്ല. അതിനിടയ്ക്ക് അമ്മാളു ആൺപക്ഷത്തേക്ക് അലക്ഷ്യമായി ഒന്നു കണ്ണോടിച്ചു. തികച്ചും സ്വാഭാവികമായ കണ്ണോടിക്കൽ മാത്രം. നേരിയ നടുക്കത്തോടെ ആൺനിരയിൽനിന്ന് അവൾ കണ്ണുകൾ പിൻവലിച്ച് ഹൃദയമിടിപ്പുമായി നിന്നു. എത്ര ശിക്ഷണം നൽകിയിട്ടും മനസ്സ് അച്ചടക്കം പാലിച്ചില്ല. കണ്ണുകൾ വീണ്ടും പുരുഷപക്ഷത്തേക്ക്!

ബോധപൂർവമാണ് ഇത്തവണ അവളുടെ നോട്ടം. അതെ, ഒരു യുവാവിന്റെ നോട്ടം തന്നിൽ പതിഞ്ഞിരിക്കുന്നത് ഒരു ഉൾപ്പുളകത്തോടെ അവൾ കണ്ടെത്തി. ആ നോട്ടം സ്വീകരിക്കണോ? തിരസ്കരിക്കണോ? അവൾ സ്വയം ചോദിച്ചു.

കുറച്ചു കഴിഞ്ഞപ്പോൾ ആ പുരുഷന്റെ നോട്ടം തന്റെ കണ്ണുകളിലേക്കിറങ്ങാൻ അമ്മാളുവിന് അനുവദിക്കേണ്ടിവന്നു. കണ്ണുകൾ കണ്ണുകളിൽനിന്ന് പറിച്ചെടുക്കുവാൻ ഇരുവരും സമ്മതിച്ചില്ലെന്ന് വേണം പറയുവാൻ.

തിടമ്പ് നൃത്തം അവസാനിച്ചു. കുരുങ്ങിയ കണ്ണുകൾ പാടുപ്പെട്ട് അഴിച്ചെടുക്കാൻ അവർ നിർബന്ധിതരായി. ആൾക്കൂട്ടം പല കൈവഴികളിലൂടെ ഒഴുകിപ്പോയി. അവർ വേർപിരിഞ്ഞു.

വിലപിടിച്ച വസ്തു നഷ്ടപ്പെട്ട പ്രതീതിയോടെ ഇരുവരും ഇങ്ങിനിക്കാണാത്തവണ്ണം മറഞ്ഞുപോയി.

"നീയെന്താ ഇടിതട്ട്യപോലെ നിക്ക്ന്ന്?" സ്തംഭിച്ചു നിൽക്കുന്ന അമ്മാളുവിനെ കണ്ട് പാർവതിയമ്മ ചോദിച്ചു.

ഒന്നുണരാൻ ശ്രമിച്ചതല്ലാതെ അവൾ മറുപടിപറഞ്ഞില്ല. മനസ്സ് കാലിയാരമ്പലത്തിന്റെ തിരുമുറ്റത്ത് ഉപേക്ഷിച്ച് അവൾ യാന്ത്രികമായി സംഘത്തോടൊപ്പം നടന്നു.

കുട്ടഞ്ചേരിയിൽ നിന്ന് കാലിയൂരേക്ക് പോയ അമ്മാളുവല്ല; കാലിയൂരിൽനിന്ന് കുട്ടഞ്ചേരിയിൽ തിരിച്ചെത്തിയ അമ്മാളു. ഇങ്ങനെയും ആളുകൾക്ക് മാറാൻ കഴിയുമോ?

"നിനക്കെന്താ പറ്റ്യത് മോളേ?" പാർവതിയമ്മ ഇടയ്ക്കെല്ലാം ചോദിച്ചു.

ഏകാന്തതയാണ് അവൾക്ക് കൂട്ട്.

ആരാണാ യുവാവ്? തറവാട്? ദേശം? ജാതി? ഒന്നും നിശ്ചയമില്ലല്ലോ. ഈ ജീവിതത്തിൽ എന്നെങ്കിലും തമ്മിൽ കാണാനൊക്കുമോ? കണ്ണിന് മുന്നിൽ എല്ലാ ഭാവങ്ങളോടുംകൂടി ആ രൂപം ഇപ്പോഴുമുണ്ട്. മറക്കാൻ ശ്രമിക്കുന്തോറും ആ പുരുഷൻ സ്മരണയിൽ നിറകുടംപോലെ തെളി

ഞ്ഞുവന്നു. അയാളെ മാത്രമേ താൻ വിവാഹം കഴിക്കൂ എന്നു ലോകത്തോട് വിളിച്ചുപറയണമെന്ന് അവൾക്ക് തോന്നി. അടുത്ത നിമിഷത്തിൽ ത്തന്നെ അതിന്റെ നിഷ്ഫലസാധ്യത അവൾ തിരിച്ചറിഞ്ഞു.

വിവാഹക്കാര്യത്തിൽ സ്ത്രീക്ക് എന്ത് സ്വാതന്ത്ര്യമാണുള്ളത്? വരനെ തെരഞ്ഞെടുക്കുക എന്നതോ പോകട്ടെ; വരനെ മുൻകൂട്ടി കാണാനുള്ള അവസരമോ അനുവാദമോ അവൾക്കില്ല. പേരുപോലും അറിയണമെന്നില്ല. കറുത്തിട്ടാണോ; വെളുത്തിട്ടാണോ? വൈകല്യങ്ങൾ വല്ലതുമുണ്ടോ? രൂപം മനസിന് രുചിക്കുമോ? സ്വഭാവവുമായി പൊരുത്തപ്പെടുമോ? ഒന്നുമറിയില്ല. കാരണവന്മാർ നിശ്ചയിക്കുന്ന പുരുഷനിൽ നിന്ന് പുടവ വാങ്ങണം. അയാളുടെ കൂടെ പൊറുക്കണം. അയാളുടെ കുഞ്ഞുങ്ങളെ പ്രസവിക്കണം. ബന്ധം ഇടയ്ക്കുവെച്ച് മുറിഞ്ഞെന്നുവരാം. അപ്പോൾ മറ്റൊരാൾ രംഗപ്രവേശം ചെയ്യും. ഇങ്ങനെ പുരുഷനെയും സ്ത്രീയെയും പരസ്പരം അടിച്ചേൽപ്പിക്കുകയാണ്. സ്ത്രീയും പുരുഷനും സ്വതന്ത്ര വിവാഹചിന്തകൾ വെച്ചുപുലർത്തുന്നത് സമൂഹത്തിന്റെ കണ്ണിൽ അസംബന്ധമാണ്; ശിക്ഷാർഹമാണ്. പിഴച്ചവർക്ക് പെരുവഴി മാത്രം ശരണം.

അമ്മാളു മറക്കാനുള്ള വരത്തിനുവേണ്ടി കാലിയാരപ്പനോട് പ്രാർഥിച്ചു.

കാലം എല്ലാറ്റിനും മങ്ങലേൽപ്പിക്കും. എല്ലാ തീവ്രതയും തണുപ്പിക്കും. അമ്മാളുവിന്റെ ജീവിതം അതുതെളിയിച്ചു.

അവൾ അവനെ മറന്നോ? അവൻ അവളെ മറന്നോ? ഇല്ലേയില്ല.

കുട്ടഞ്ചേരിയിൽനിന്ന് പത്തിരുപത് നാഴിക അകലെയുള്ള മീനങ്കട ത്തറവാട്ടിലെ രാമർകുട്ടിയാണ് അമ്മാളു കാലിയാരമ്പലത്തിൽ വെച്ചു കണ്ട യുവാവ്. രാമർകുട്ടിയുടെ വിവാഹാലോചന തകൃതിയായി ഒരുഭാഗത്ത് നടക്കുന്നുണ്ട്. ഏകദേശം തീരുമാനിച്ച മട്ടാണ്. ആ സമയത്താണ് ഈ പ്രണയ സംഗമം!

താൻ ഒരു വല്ലാത്ത മാനസികാവസ്ഥയിൽ അകപ്പെട്ടിരിക്കുകയാണെന്ന് രാമർകുട്ടി ചങ്ങാതിയായ നാണുവിനോട് പറഞ്ഞു. അന്ന് നാണുവും രാമർകുട്ടിയുടെ കൂടെ കാലിയാരമ്പത്തിലുണ്ടായിരുന്നു. ഉത്സവം കഴിഞ്ഞ് തിരിച്ചെത്തിയതിനുശേഷം എന്തോ ഒരു ഭാവമാറ്റം രാമർകുട്ടിയെ ബാധിച്ചിട്ടുണ്ടെന്ന് നാണുവിന് മനസിലായിരുന്നു.

ഒരു ദിവസം രാമർകുട്ടി നാണുവിനെ തെക്കിനിമുറിയിൽ വിളിച്ചു കൊണ്ടു പോയി വാതിലടച്ചു. കാലിയാരമ്പലത്തിലുണ്ടായ സംഭവം ആദ്യന്തം വിവരിച്ചു.

"ആ ഉർവ്വശീരെ പേരെന്താ?"നാണു ചോദിച്ചു.

"അറിയില്ല."

"വീട്?"

"അറിയില്ല."

"നാടോ?"

"ജാതി അറിയ്യോ?

"അതുമറിയില്ല."

നാണുവിന് ദേഷ്യമാണ് വന്നത്.

"പിന്നെ്യന്ത് ഒലക്ക്യാഡോ നിനക്കറിയ്വാ?" അവൻ സഹികെട്ട് ചോദിച്ചു.

"എനിക്ക് ഒലക്കേം അറീല്ല; ഒരലും അറീല്ല. നീ ചോദിക്കുന്ന തൊന്നും എനിക്കറീല്ല." രാമർകുട്ടി അൽപ്പം നിർത്തിയിട്ട്: "ഒന്നറിയാം. അവളെ അറിയാം. ഏത് ആൾക്കൂട്ടത്തിലും ഞാനവളെ തിരിച്ചറിയും. അവൾ എന്നെയും തിരിച്ചറിയും."

"നീ എന്ത് ഭ്രാന്താ ഈ പറയുന്നത്? നിന്റെ വിവാഹം ഏതാണ്ടൊക്കെ ഒറപ്പിച്ചതല്ലേ?" നാണു ചോദിച്ചു.

"എനിക്ക് ആ വിവാഹം വേണ്ട." രാമർകുട്ടി തിരിഞ്ഞു നിന്നു.

"വിവാഹം വേണ്ടെന്നോ! അതെന്നോടാണോ പറയുന്നത്? കാരണോര്ടെ മുഖത്ത് നോക്കി പറയാനുള്ള ധൈര്യണ്ടോ നിനക്ക്?" അവനെ അഭിമുഖം നിർത്തിക്കൊണ്ട് നാണു ചോദിച്ചു: "പറയെടോ?"

അങ്ങനെയൊരു കുഴയ്ക്കുന്ന ചോദ്യം നാണുവിൽ നിന്ന് രാമർകുട്ടി പ്രതീക്ഷിച്ചിരുന്നില്ല. ശരിയാണ്; കാരണവരുടെ മുഖത്തു നോക്കി പറയാനുള്ള ധൈര്യമുണ്ടോ തനിക്ക്? അതാലോചിച്ചപ്പോൾ അവൻ തളർന്നു പോയി. പറഞ്ഞാൽ എന്തായിരിക്കും ഫലം? പടിക്ക് പുറത്ത്. ആ ജീവിതത്തെപ്പറ്റി ആലോചിക്കാൻതന്നെ ത്രാണിയില്ല. അങ്ങനെയുള്ള നിഷേധിയായ ഒരാളെ മാതൃകയാക്കാൻ തന്റെ പരിചിതവലയത്തിൽ ആരുമില്ല. പിന്നെന്തു ചെയ്യും?

യാദൃച്ഛികമായി ഉടലെടുത്ത വികാരത്തിന് അടിമയാകുന്നത് ബുദ്ധിശൂന്യതയാണെന്ന് നാണു ഉപദേശിച്ചു. വരുംവരായ്കകളെപ്പറ്റി ആഴത്തിൽ ചിന്തിച്ചപ്പോൾ രാമർകുട്ടി അതിൽനിന്ന് പിൻവലിഞ്ഞു.

കാലിയാരമ്പലത്തിലെ ആ രംഗം സ്വപ്നസംഭവം മാത്രമാണെന്ന് വിശ്വസിച്ചു. അതല്ലാതെ മറ്റൊരു പോംവഴിയില്ല.

20

കൊതിച്ചതും പാല്; വിധിച്ചതും പാല്

അമ്മാളുവിനെ കാണുമ്പോൾ ഗൂഢാർഥമുള്ള മൂളൽ, കള്ളച്ചിരി, മുനയുള്ള വാക്കുകൾ എന്നിവ കുട്ടഞ്ചേരിത്തറവാട്ടിലെ പുതുമകളിലൊന്നായി. ഇതെന്തിന്റെ സൂചനയാണെന്ന് മനസിലാക്കാനും അതിന് പ്രതികരിക്കാനുള്ള പ്രായവും പക്വതയും അമ്മാളുവിനുണ്ട്. പക്ഷേ മനസിന്റെ വാതിൽ തള്ളിത്തുറന്ന് സന്തോഷത്തിനൊട്ട് പ്രവേശിക്കാൻ കഴിയുന്നില്ല.

അമ്മയിൽ നിന്നാണ് അമ്മാളു വിവാഹത്തീയതി അറിഞ്ഞത്. ഒരു പോറലുമേൽക്കാതെ അതവൾ സ്വീകരിച്ചു. വിധിച്ചത് വഴിമാറുകയോ കൊതിച്ചത് ലഭിക്കുകയോ ചെയ്യണമെന്നില്ല. പെണ്ണിന് ഒരാൺ തുണ. അങ്ങനെ ഇണയും തുണയുമായി ശിഷ്ടായുസുമുഴുവൻ ജീവിക്കുക! പ്രണയമാണ് സർവസ്വവും എന്ന് ധരിക്കരുത്.

എന്നാലും കാലിയാരമ്പലത്തിലെ സംഭവം മറക്കാൻ കഴിയുന്നില്ല. ഒരുപക്ഷേ ജീവിതാവസാനംവരെ നിലനിൽക്കുന്ന ഒരോർമയുമാകാമത്. മധുരമായ ഓർമ്മ എന്ന് പറയാവുന്ന ഒന്ന്! ജീവിതത്തിൽ ഓർമിക്കാനെന്തെങ്കിലും വേണ്ടേ? ജീവിതം പൂർണമാകുന്നത് ഓർമകളിലൂടെയാണ്.

മകളോട് കോപിക്കാറുണ്ട് പാർവതിയമ്മ. മകളെ ശാസിക്കാറുമുണ്ട്. എല്ലാറ്റിനും വാത്സല്യത്തിന്റെ സുതാര്യമായ ആവരണമുണ്ടാകും. എങ്കിലും അമ്മ മകൾക്കൊരു ചങ്ങാതി കൂടിയാണ്. അമ്മയോടെന്തും ചോദിക്കാനുള്ള സ്വാതന്ത്ര്യവും അവൾ കൈവശപ്പെടുത്തിയിട്ടുണ്ട്.

അമ്മാളുവിന് അഹന്തയും തന്നിഷ്ടവും കുടുതലാണ് എന്ന ആക്ഷേപം ആളുകളുടെ ഇടയിൽ രഹസ്യമായ ഒരു സംസാരവിഷയമാണ്: ഏട്ടത്തിയമ്മമാർക്കിടയിൽ. അതങ്ങനെയേ വരൂ. അച്ഛന്റെ ശിക്ഷണമില്ല; അമ്മയുടെ അതിവാത്സല്യവും – ഇതാണ് അവർ കണ്ടെത്തിയ കാരണങ്ങൾ.

അങ്ങനെയിരിക്കെ ഒരു ദിവസം അമ്മയുടെ തലയിൽ പേൻ നായാട്ട് നടത്തുകയായിരുന്നു അമ്മാളു. വായും ചെവിയും ഇത്രക്ക് അടുക്കുന്ന മറ്റൊരു സന്ദർഭമില്ല. വായിൽ വരുന്നത് അപ്പപ്പോൾ ചെവിയിലേക്ക് പകരാം. പേനെടുക്കാൻ ഇരിക്കുമ്പോൾ 'നുണപറയാനിരുന്നു' എന്നാണ് ആളുകൾ പൊതുവേ പറയാറ്. അപവാദങ്ങൾ പിറവികൊള്ളുന്ന അവസരമാണിത്.

"അമ്മേ, ഞാനൊര് കാര്യം ചോദിക്കട്ടെ?" അമ്മാളു മുൻകൂർ അനുവാദം ചോദിച്ചു. ശേഷം പിന്നാലെ വരുമല്ലോ എന്നോർത്ത് പാർവതിയമ്മ മറുപടി പറഞ്ഞില്ല.

"പൊടമുറിക്ക് മുമ്പ് ആണും പെണ്ണും തമ്മിൽ ഒന്ന് കണ്ടുപോയാൽ വല്ല ആപത്തും വരുമോ അമ്മേ?" അമ്മാളു സങ്കോചം വെടിഞ്ഞ് ചോദിച്ചു.

"നിനക്കെന്താ ഇപ്പോ ഒര് തോന്നല്? പുടമുറികഴിഞ്ഞിറ്റ് കണ്ടാപ്പോരേ?"

അതിന് അമ്മാളുവിന് കൃത്യമായ മറുപടിയില്ല.

"കാണലും ചിരിക്കലും തൊടലും പിടിക്കലുമൊക്കെ തറവാട്ടിൽ പിറന്ന പെണ്ണുങ്ങൾക്ക് പറഞ്ഞതല്ല. ഓർമവേണം."

പറഞ്ഞത് അബദ്ധമായോ എന്നുതോന്നാതിരുന്നില്ല.

"നിന്റച്ഛനെ ഞാൻ നേരാംവണ്ണം കണ്ടത് എപ്പഴാന്നറിയ്യോ നിനക്ക്? നിന്റെ മൂത്ത ഏട്ടൻ ശങ്കരനെ പെറ്റതിന് ശേഷം!"

അത് അതിശയോക്തിയായിത്തോന്നിയെങ്കിലും അമ്മാളു പ്രതികരിച്ചില്ല.

"നിനക്കെന്തിനാ ആധി? നിനക്ക് യോജിച്ച ചെക്കനാ. പൊടമുറിക്ക് സമ്മതിച്ചത് കാണണ്ടോര് കണ്ട് ബോധിച്ചിറ്റ് തന്ന്യാ." പാർവതിയമ്മ അവകാശപ്പെട്ടു.

"കണ്ണുണ്ടെങ്കിലും കാണാത്തതൊന്നുണ്ട്" അമ്മാളു അയഞ്ഞമട്ടിൽ പറഞ്ഞു.

"കേൾക്കട്ടെ, അതെന്താ ആ "ഒന്ന്"? പാർവതിയമ്മ ചോദിച്ചു.

"മനസ്സ്." അമ്മാളു എടുത്തടിച്ചതുപോലെ പറഞ്ഞു.

"മനസ്സോ!" പെട്ടെന്ന് പാർവതിയമ്മ മകളുടെ കൈതട്ടിമാറ്റി. തലമുടി വലിച്ചു വാരിക്കെട്ടി എഴുന്നേറ്റു നിന്നു. മകളെ അടിമുടി നിരീക്ഷിച്ചു. കണ്ണിലും കവിളിലും മാറത്തും അരക്കെട്ടിലും കണങ്കാലിലും മാറിമാറി നോക്കി.

"എന്താ നിനക്ക് മനസ്സോണ്ടൊര് കളി? കാലിയാരമ്പലത്തില് പോയപ്പഴേ തൊടങ്ങ്യതാ! നിനക്ക് ആരോ കൂടീറ്റ്ണ്ട്. കെന്ത്രോൻ കഴിക്കേണ്ടി വരും എന്നാ തോന്നണത്."

"അമ്മ പറഞ്ഞത് ശരിയാ. കാലിയാരമ്പലത്തിൽ വെച്ച് എന്നെ ഒര് ഗന്ധർവൻ കൂടീററ്ണ്ട്."

പറയണമെന്ന് വിചാരിച്ചതല്ല. അങ്ങ് പറഞ്ഞുപോയി. ഭാഗ്യത്തിന്

പറഞ്ഞതു മുഴുവൻ പാർവതിയമ്മ കേട്ടതുമില്ല. എങ്കിലും പറഞ്ഞതിലെ ന്തോ പതുങ്ങിയിരിപ്പുണ്ടെന്ന് അവർക്ക് മനസിലായി.

"നോക്ക്; പൊടമുറി നിശ്ചയിച്ച പെണ്ണാ നീ. അതോർമവേണം." പാർവതിയമ്മ മകൾക്ക് താക്കീതു കൊടുത്തു.

അമ്മാളുവിന്റെ കല്യാണമടുത്തു.

പെരുന്തട്ടാൻ കുട്ടഞ്ചേരിത്തറവാടിന്റെ കോലായിൽ മാസങ്ങളോളം ആഭരണപ്പണിയിൽ വ്യാപൃതനായിരുന്നു. നെന്മണി, കുന്നിക്കുരു, മഞ്ചാടി എന്നിവയും കാൽപ്പണത്തൂക്കം, അരപ്പണത്തൂക്കം, ഒരുപണത്തൂക്കം, അരക്കാൽ പവൻ, കാൽപ്പവൻ, അരപ്പവൻ, ഒരു പവൻ എന്നീ തൂക്ക ക്കല്ലുകളും; ചുകന്ന ചരട് കോർത്ത, നെയ്ത്തുടത്തിന്റെ ആകൃതിയുള്ള തുലാസും നിരന്നു. അടകല്ല്, നെരിപ്പോട്, തീയൂതുന്ന ഓട എന്നീ ഉപ കരണങ്ങളുമായിട്ടാണ് പെരുന്തട്ടാന്റെ വരവ്.

കാതിലണിയാൻ തക്ക, മാറിലണിയാൻ നാഗപടത്താലി, പാലക്കാ മാല, കാശ്മാല. കൈയിലണിയാൻ കാപ്പ്, രാമായണം കൊത്തിയവള, ഭാരതം കൊത്തിയ വള, പൊഞ്ച്വള. വിരലിൽ പാലക്കാമോതിരം തുടങ്ങി വിവിധതരം മോതിരങ്ങൾ........

പുടമുറിയുടെ തലേന്ന് തന്നെ അടുത്ത ബന്ധുക്കളൊക്കെ വന്നു ചേർന്നു. അമ്മാളുവിനോട് ഒരുവാക്ക് സംസാരിക്കാൻ അവർ ഊഴം കാത്തുനിന്നു. വാക്കുകൾ കൊണ്ടും സമ്മാനങ്ങൾകൊണ്ടും പ്രീതിപ്പെ ടുത്താൻ മത്സരിച്ചു. അവളെ തൊട്ടും തലോടിയും കവിളിൽ നുള്ളിയും പ്രസാദിപ്പിച്ചു.

ഇതിനിടയിലാണ് അമ്മായി 'മോളേ അമ്മാളു, നിന്നെ ദെച്ചു വിളി ക്ക്ന്ന്ണ്ട്' എന്ന് അവളുടെ ചെവിയിൽ പറഞ്ഞത്.

"ഏത് ദെച്ചു? എന്തിന്?" നിഷ്കളങ്കമായി അവൾ അമ്മായിയുടെ നേർക്ക് നോക്കി.

അമ്മായി അവളുടെ ചെവിയിൽ മന്ത്രിച്ചു: "നാദിച്ചിദെച്ചു."

ഉയർന്ന ജാതി സ്ത്രീകളുടെ ക്ഷൗരകർമം നിർവഹിക്കുന്നവരാണ് നാദിയത്തി.

"ശ്ശോ, എന്റമ്മായി." അവൾക്ക് ലജ്ജയും ശുണ്ഠിയും വന്നു.

നാദിയത്തിദെച്ചു മറപ്പുരയുടെ വാതിൽക്കൽ നിന്ന് അമ്മാളുവിനെ കണ്ണുകൊണ്ട് വിളിച്ചു. അമ്മായി മറപ്പുരവരെ അനുഗമിച്ച് അവളെ ദെച്ചുവിന് കൈകാര്യം ചെയ്യാൻ വിട്ടുകൊടുത്ത് തിരിച്ചുപോയി.

ദെച്ചു ശൃംഗാരച്ചിരിയോടെ മറപ്പുരയ്ക്കകത്ത് അവളെ നീക്കിനിർ ത്തി. കൈപിടിച്ചുയർത്തി. ദെച്ചുവിന് ആവശ്യം അമ്മാളുവിന്റെ കക്ഷ മാണ്. ഗൂഢസ്മിതത്തോടെ മടിയിൽനിന്ന് ക്ഷൗരക്കത്തിയെടുത്ത് അമ്മാ ളുവിന്റെ കക്ഷം വടിച്ചു. കക്ഷം ഇളം നീലരാശി കലർന്ന ചന്ദനനിറമായി.

തന്റെ ഉടുമുണ്ടഴിഞ്ഞു വീണത് അമ്മാളു അറിഞ്ഞതേയില്ല. ഒന്നര യുടെ കുത്തഴിക്കാൻ ശ്രമിച്ചപ്പോൾ അവൾ ഒന്നു ചെറുത്തുനിന്നു. പക്ഷേ ദെച്ചു ആ ചെറുത്തുനിൽപ്പ് നിഷ്പ്രയാസം നേരിട്ടു.

പെണ്ണുങ്ങൾക്കിടയിലൂടെ മുഖം താഴ്ത്തിയാണ് അവൾ നടന്നത്. പെണ്ണുങ്ങൾക്ക് പരിചിതമായ രഹസ്യകർമമാണല്ലോ അനുഷ്ഠിക്കപ്പെട്ടത്.

കുട്ടഞ്ചേരിത്തറവാട്ടിൽ ഇതിന് മുമ്പ് ഓർമിക്കത്തക്ക ഒരു വിവാഹമേ നടന്നിട്ടുള്ളു: അത് പാർവതിയമ്മയുടേതാണ്. അതൊന്നും ഇത്ര ആർഭാടമായിരുന്നില്ല.

നാടുമുഴുവൻ അരിച്ചുപെറുക്കിയാണ് ക്ഷണിച്ചത്. പല സംഘങ്ങളാണ് ക്ഷണിക്കാൻ നാനാഭാഗത്തേക്കും പോയത്.

മുറ്റം നിറഞ്ഞ പന്തൽ. അതുപോരാതെ പുറത്തേക്ക് പടർന്നിട്ടുണ്ട്. തൂണുകളെല്ലാം ഈന്തോലകൊണ്ട് അലങ്കരിച്ചിട്ടുണ്ട്. ആളുകൾക്കിരിക്കാൻ പ്രത്യേക സംവിധാനം. ദേഹണ്ഡക്കാർക്ക് നെടുമ്പുര. അതിനോട് ചേർന്നുതന്നെ കലവറ.

മൂന്നുതരം പ്രഥമൻ വലിയവട്ടിളങ്ങളിൽ നിറച്ചുവെച്ചിട്ടുണ്ട്. കൂറ്റൻ ചീനഭരണികളിലാണ് പച്ചടി. മരപ്പാത്തികളിലാണ് കാളൻ. മുണ്ടപ്പായകൾ വിരിച്ച് അതിൽ പുല്ലുംകൂനകണക്കെ പപ്പടംകാച്ചിക്കൂട്ടിയിട്ടുണ്ട്.

മൂന്ന് ചെമ്പുകളിൽ അരിവേവുന്നുണ്ട്; അത്രതന്നെ വെന്തിട്ടുണ്ട്. പലതരം കറികൾ നിറച്ച ചെറുതും വലുതുമായ പാത്രങ്ങൾ ഇലയിട്ട് മൂടിവെച്ചിരിക്കുകയാണ്. കുട്ടുകങ്ങളും വട്ടിളങ്ങളുമായി കാലുകുത്താൻ ഇടമില്ല കലവറയിൽ.

നെടുമ്പുരയിൽ ദേഹണ്ഡക്കാർ വിയർത്തുകുളിച്ച നിലയിലാണ്. തീയുടെയും റാക്കിന്റെയും വീര്യംകൊണ്ട് അവരുടെ മുഖവും നെഞ്ചും ചുവന്നിട്ടുണ്ട്. പേരെടുത്ത പാചകകാരനായ കുണ്ടൻനായരുടെ നേതൃത്വത്തിലാണ് പാചകം.

“ഒന്നിനും ദുർഭിക്ഷം കാണിക്കണ്ട. വെളമ്പിക്കോ പേടിക്കാണ്ട്. ഞാനാ പറയ്ന്ന്. ആറ് പേർക്ക്ള്ള സദ്യ നൂറ്പേർക്ക് വെളമ്പാൻ ഈ കുണ്ടൻനായർക്കറിയാം. കുണ്ടൻ നായരെ ആരും ഒന്നും പഠിപ്പിക്കണ്ട.”

കുണ്ടൻനായരുടെ കൈയെത്താവുന്ന അകലത്താണ് റാക്ക്കുപ്പി. രണ്ടു കവിൾ കുടിച്ച് അനക്കംകേട്ട് ഇരുട്ടിലേക്ക് നോക്കി.

അടിയാക്കൂട്ടം കണ്ടനിടവഴികളിലൂടെ തപ്പിത്തടഞ്ഞു വന്ന് തീണ്ടാപ്പാടകലെ നിൽക്കുന്നുണ്ട്. പുടമുറിക്കാരും സർവാണിയും കഴിഞ്ഞാണ് അവരുടെ ഊഴം. അതും എച്ചിലിലകൾ.

കരിക്കോലങ്ങളെ നോക്കി കണ്ടൻനായർ വിളിച്ചു പറഞ്ഞു: “തെരും. നിങ്ങക്ക് തെരും പൊടോറി കഴിഞ്ഞ് ഉണ്ടതിനുശേഷം. വെറി പിടിച്ച വക..!”

സന്ധ്യക്ക് മുമ്പായി ഒരുക്കങ്ങളെല്ലാം പൂർത്തിയായി. പന്തലിൽ വിളക്കുകൾ തൂങ്ങി. രാത്രിയിലാണ് പുടമുറി.

എല്ലാവരും പുടമുറിക്കാരെ ആകാംക്ഷയോടെ കാത്തിരിക്കുകയാണ്. അപ്പോഴേക്കും കോണിക്കൽ പാനൂസ് വിളക്കുകൾ പ്രത്യക്ഷപ്പെട്ടു.

"ഓ, പൊടോറിക്കാര് വന്നു." ഒരുവൻ ഇത് വിളിച്ചുപറഞ്ഞുകൊണ്ട് മുറ്റം മുറിച്ച് നെടുമ്പുരയിലേക്കോടി.

പന്തലിലും അകത്തളത്തിലും ഉണർവ് പ്രസരിച്ചു.

പുടമുറി സംഘം കൈകാൽ മുഖം കഴുകി പന്തലിൽ പ്രവേശിച്ചു. അവർക്കായി ഒരുക്കിവെച്ച സ്ഥാനത്തിരുന്നു. മുറുക്കാൻതാമ്പാളം കൈ മാറി.

അകത്തളത്തിൽ സ്ത്രീകളുടെ ബഹളമാണ്. വാതിലിൽക്കൂടിയും വടക്കിനിയുടെ ജനലഴിയിൽക്കൂടിയും കല്യാണസംഘത്തെ അവർ വീക്ഷിച്ചു. താഴ്ന്ന ജാതിയിൽപ്പെട്ട സ്ത്രീകൾ കൂടി നിൽക്കുന്നത് അടുക്കള ഭാഗത്തും കിണറ്റിൻകരയിലുമാണ്. വരനെ ഒന്നു നേരാംവണ്ണം കാണാനുള്ള ക്ഷമകേടിലാണവർ. എന്നിട്ടു വേണമല്ലോ ഗുണദോഷ നിരൂപണം ചെയ്യാൻ.

പടിഞ്ഞാറ്റയിൽ വെള്ളയും കരിമ്പടവും വിരിച്ചിട്ടുണ്ട്. അതിന്റെ മധ്യത്തിൽ പ്രതിഷ്ഠിച്ച പലകകൾക്കിരുവശത്തും തെങ്ങിൻ പൂക്കുലകൾ കുത്തി നിർത്തിയ പിച്ചളക്കെട്ടുള്ള നിറപറയുണ്ട്. ഉണങ്ങലരി നിറച്ച വെള്ളോടിന്റെ രണ്ട് ഉരുളികളും ഒരു വെള്ളോട്ടു കിണ്ടിയിൽ ശുദ്ധ ജലവും.

വധു അണിഞ്ഞൊരുങ്ങിയ വിവരം ലഭിച്ചതോടെ നേരം എത്രയാണെന്ന അന്വേഷണമായി. കണിശൻ ഗുരുക്കൾ നക്ഷത്രം നോക്കിവന്ന് സമയം ഗണിച്ചു പറഞ്ഞു. നേരം ഒമ്പതുനാഴിക രാച്ചെന്നിരിക്കുന്നു! നിറഞ്ഞ ഏറ്റം. ശുഭമുഹൂർത്തം. ഇനി ഒട്ടും താമസിക്കേണ്ടതില്ല. ചടങ്ങുകളിലേക്ക് പ്രവേശിക്കാം.

വരനെ പടിഞ്ഞാറ്റയിലേക്ക് ആനയിച്ചു. നിർദേശങ്ങൾക്കു വേണ്ടി കാത്തുനിൽക്കുകയാണ് വരൻ. അപ്രകാരം വെള്ളവിരിയിൽ കടന്നു നിന്നു.

പടിഞ്ഞാറ്റയിലേക്ക് കടക്കാൻ എതിർവശത്ത് മറ്റൊരു വാതിലുണ്ട്. അതിലൂടെയാണ് വധുവിന്റെ പ്രവേശനം. വരന്റെ സംഘം പ്രവേശനം പ്രതീക്ഷിച്ചു നിൽക്കെ അവിടെ നിന്ന് അടക്കിപ്പിടിച്ച ഒരു തേങ്ങൽ കേട്ടു. തേങ്ങൽ കരച്ചിലായിത്തീരാൻ അധികനേരം വേണ്ടിവന്നില്ല.

"ചമഞ്ഞ പെണ്ണിനെ ഇറക്കാൻ എന്താത്ര താമസം" ഉത്തരവാദപ്പെട്ട ഒരാൾ ചോദിച്ചു.

"ഒര് താമസൂല്ല. പെണ്ണല്ലെ ഇത്" ഒരു മുതിർന്ന സ്ത്രീ അമ്മാളുവിനെ മുന്നോട്ട് തള്ളി നീക്കി.

സർവാഭരണ വിഭൂഷിതമായ വധുവിനെ വരന് അഭിമുഖമായി നിർത്തി. ഇനിയാണ് പുടമുറി. വരൻ പുടവ നീട്ടിപ്പിടിച്ച് നിൽക്കുകയാണ്.

ആ പുടവയ്ക്ക് വധുവിന്റെ കൈകൾ നീണ്ടുവരണം. നീണ്ടുവരേണ്ട കൈകളാണ് മുഖം പൊത്തിക്കരയാൻ ഉപയോഗിച്ചത്. പിന്നെങ്ങനെ കൈകൾ നീണ്ടുവരും. കൈകൾ നീണ്ടുചെല്ലാൻ അമ്മായിക്ക് അൽപ്പം ബലം പ്രയോഗിക്കേണ്ടിവന്നു.

പുടവ സ്വീകരിക്കുന്ന നേരത്ത് മനുഷ്യസഹജമായ ചെയ്തിയെന്നോണം വധു വരന്റെ മുഖത്തേക്ക് ഒന്ന് ഒളികണ്ണിട്ടുനോക്കി. ആ നിമിഷം സർവതും കീഴ്മേൽ മറിഞ്ഞു.

സ്വപ്നമോ യഥാർഥമോ എന്ന് നിശ്ചയിക്കാനാവുന്നില്ല. പരിസരം തന്റെ പ്രജ്ഞയിൽനിന്ന് അകന്നുപോകുന്നതായി അമ്മാളുവിന് തോന്നി. എല്ലാം കറങ്ങുന്നു. പിടിച്ചു നിൽക്കാനാവുന്നില്ല. താമസിയാതെ അവൾ കുഴഞ്ഞുവീണു. സർവത്ര ബഹളം. വധു വിവാഹവേദിയിൽ മൂർച്ഛിച്ച് വീഴുകയോ? എന്താണ് സംഭവിച്ചതെന്ന് അകത്തുനിൽക്കുന്നവർക്ക് മനസിലായില്ല. എന്നാൽ പരിഭ്രമിച്ചത് പുറത്തുനിൽക്കുന്നവരാണ്.

കാലിയാരമ്പലത്തിൽ ഉത്സവത്തിന് ചെന്നപ്പോൾ അമ്മാളു കണ്ടു മോഹിച്ച ആ യുവാവാണ് വരൻ. മീനങ്കടത്തറവാട്ടിലെ രാമർകുട്ടി!

അപ്പോൾ അമ്മാളു വീണത് ആനന്ദമൂർച്ഛയിലാണ്.

21

ഗുരുപ്രസാദം

ഗുരുവിന്റെ ദൃഷ്ടിയിൽ ശിഷ്യരെല്ലാം സമന്മാരാണെങ്കിലും ഗുരുത്വവും വൈഭവവും ഉള്ളവരോട് ഒരു പണത്തൂക്കം മമത കൂടുതൽ കാണിച്ചെന്നു വരും. അത് ഗുരുവിന്റെ അവകാശമാണ്; ശിഷ്യന് ലഭിക്കുന്ന അനുഗ്രഹവും. വിദ്യാദാനത്തിന്റെയും സ്വീകരണത്തിന്റെയും സ്വാഭാവികതയിൽപ്പെടുന്നതാണത്.

ഇങ്ങനെയൊരു അനുഗ്രഹത്തിന് ചിരോണ്ടൻ പാത്രമായി.

തുളുവന്നൂർ ഗുരുക്കൾ ചികിത്സാർഥമുള്ള തന്റെ പര്യടനങ്ങളിലെല്ലാം തുണയാവാൻ തെരഞ്ഞെടുക്കപ്പെട്ടത് ചിരോണ്ടനെയാണ്. അവൻ ചെല്ലപ്പെട്ടിയുമെടുത്ത് ഗുരുക്കളെ അനുഗമിക്കണം. ആജ്ഞാപിക്കുന്നതൊക്കെ അനുസരിക്കണം. ഗുരുക്കളുമൊത്തുള്ള അനുഗമനങ്ങൾ പ്രത്യേകിച്ചും ദംഷ്ട്രചികിത്സാവേളകളിലാണ്. ദിവസങ്ങളോളം രോഗിയോടൊപ്പം കഴിച്ചുകൂട്ടേണ്ടിവരും. പഠിച്ചത് എപ്പോൾ, എങ്ങനെ പ്രയോഗിക്കണം എന്ന അറിവിന് ഇതിൽപ്പരം മറ്റൊരു സന്ദർഭം ലഭിക്കില്ലല്ലോ.

ദംഷ്ട്രചികിത്സ ദൂതലക്ഷണം മുതൽ ആരംഭിക്കുന്നു. സർപ്പദംശനമേറ്റ വാർത്ത ആരാണോ വിഷഹാരിയെ അറിയിക്കുന്നത്; അയാളാണ് ദൂതൻ. ദൂതനിൽ നിന്ന് വിഷഹാരി ചില ലക്ഷണങ്ങൾ ഗ്രഹിക്കും. അയാളുടെ വേഷം, സംസാരം, ഭാവഹാവാദികൾ, വസ്തുതകൾ അറിയിക്കുന്ന രീതി എന്നിവയിലൂടെ ഇത് സാധിതമാകും. നേരം, നാള്, പക്കം എന്നിവയും ദംശിതനെ അനുകൂലമായും പ്രതികൂലമായും ബാധിക്കുന്ന ഘടകങ്ങളാണ്.

സർവ ജീവിദന്തം വിഷമയം. പല്ല് മാത്രമല്ല; മലം, മൂത്രം, ശുക്ലം എന്നിവയും വിഷമാണ്. വിഷം സ്ഥാവരമെന്നും ജംഗമമെന്നും രണ്ടു വിധത്തിലുമുണ്ട്. പാമ്പ്, ഭ്രാന്തൻ നായ, തേള്, ഉറുളി, എലി, കടന്നൽ,

കരിങ്കണ്ണ് തുടങ്ങിയവയിൽ കാണപ്പെടുന്നത് ജംഗമവിഷം. വൃക്ഷലതാദികളിൽ നിന്നുണ്ടാകുന്നത് സ്ഥാവരവിഷം. ചേര്, മേത്തോന്നി, ഉമ്മം, കുന്നിക്കുരു, കഞ്ചാവ്, നായ്ക്കുരണപ്പൊടി.... ഇവയുടെ പൂവിലും പാലിലും വേരിലും തോലിലും വിത്തിലും ഒക്കെ വിഷം അടങ്ങിയിട്ടുണ്ട്. ചേരിന് താന്നി, ഉമ്മത്തിനും മേത്തോന്നിക്കും ഇളനീർ വെള്ളത്തിൽ ചന്ദനമരച്ച് കഴിക്കുക, നായ്ക്കുരണപ്പൊടിക്ക് തൈര് സർവാംഗം തേക്കുക. മേത്തോന്നിക്കിഴങ്ങ് തിന്ന് ആത്മഹത്യക്ക് ശ്രമിച്ചവർക്ക് മുക്കടക്കിഴങ്ങ് കലക്കി കുടിപ്പിച്ച് ഛർദിപ്പിക്കും. മുക്കടക്കിഴങ്ങെന്നു വെച്ചാൽ നായത്തീട്ടം.

വിഷങ്ങളിൽ മാരകം സർപ്പവിഷം തന്നെ.

'ഗാത്രസ്തംഭോ ഗുരുത്വം...' സർപ്പവിഷമേറ്റാലുള്ള ലക്ഷണമാണിത്. ശരീരം ചലിപ്പിക്കാൻ സാധിക്കാതാവുക, കൈകാലുകൾക്ക് ഘനം തോന്നുക, ദീർഘശ്വാസം, പാരവശ്യം, ഉറക്കം, രോമാഞ്ചം, കോൾവായിൽ കഠിനവേദന, നീര്, ചുട്ട് നീറൽ...

വിഷത്തിന് വേഗങ്ങളുണ്ട്. ശരീരത്തിൽ വിഷം കടന്നുകൂടിയാൽ സപ്തധാതുക്കളിൽ ഓരോന്നിലും വ്യാപിക്കുമ്പോളുണ്ടാകുന്ന ലക്ഷണമാണ് വിഷവേഗങ്ങൾ. വിഷം കടിദേശത്ത് നിൽക്കും മാത്രാശതം/ അവിടന്നുടനെ വായുവോടുകലർന്നുടൻ/നെറ്റിമേൽ ചെന്ന് വ്യാപിക്കും/ പിന്നെ കണ്ണിൽ പരന്നിടും/അവിടുന്ന് മുഖത്തെല്ലാം പിന്നെ നാഡിയിൽ... വിഷവേഗങ്ങൾക്കനുസരിച്ചാണ് ഔഷധപ്രയോഗം. വേഗത്തെ തടഞ്ഞു നിർത്തുക. നിന്നേടത്തുവെച്ച് വിഷത്തെ സാവധാനം നിർവീര്യമാക്കുക.

ഓരോ വിഷഹാരിയും ഓരോ രീതി അവലംബിക്കുന്നു.

പാമ്പുകൾക്ക് വിഷകാല ഭേദങ്ങളുണ്ട്. മൂർഖന് ബാല്യത്തിലും വർഷകാലത്തും, മണ്ഡലിക്ക് യുവത്വത്തിലും ശീതകാലത്തും, രാജിലത്തിന് വാർധക്യത്തിലും ശീതകാലത്തും വിഷശക്തി വർധിച്ചിരിക്കും. മൂർഖന്റെ കടിയേറ്റാൽ മുഖം തുടങ്ങി ശരീരഭാഗങ്ങൾ കരുവാളിക്കും. ചെറിയ മുഴകൾ തടിച്ചുയർന്ന് കാണപ്പെടും. തലയ്ക്ക് ഭാരം, കാഴ്ചമങ്ങൽ, കൂടെക്കൂടെ കാർക്കിച്ച് തുപ്പുക, ഛർദ്ദി, അതിതീവ്രമായ വേദന, സർവാംഗം പുകച്ചിൽ, എക്കിൾ... മണ്ഡലിയുടെ കടിയേറ്റാൽ രക്തത്തിനും ദേഹത്തിനും മഞ്ഞ നിറം, നീര്, കോൾവായിൽ പഴുപ്പ്, സർവാംഗം പുകച്ചിൽ, വിയർപ്പും ചൂടും പനിയും... രാജില വിഭാഗത്തിലുള്ളവയുടെ വിഷമേറ്റാൽ ശരീരം വിളറും. ശരീരത്തിന് ഭാരം, കോൾവായിൽ പഴുപ്പ്, സംസാരിക്കാൻ പ്രയാസം...

വെറ്റിലനീരിൽ വിഷഹാരിലേഹ്യം സേവിക്കാൻ കൊടുത്താൽ എരിവാണെന്ന് ദംശിതൻ പറയുകയാണെങ്കിൽ ദംശിച്ചത് മൂർഖൻ, പുളിരസമാണെങ്കിൽ മണ്ഡലി, മധുരമാണെങ്കിൽ രാജില, കയ്പാണെങ്കിൽ നിർവിഷം.

വിഷഹാരിക്ക് സാധ്യാസാധ്യ ലക്ഷണങ്ങൾ ദംശിതനിൽ കാണാൻ കഴിയും. തുടർച്ചയായി വിയർത്തുകൊണ്ടിരിക്കുക, കുളിര്, ദീർഘ

ശ്വാസം, വിറയൽ, നെഞ്ച്വേദന, ഛർദിയിൽ കഫം, പല്ലും നഖവും കരുവാളിക്കുക, കടക്കണ്ണിൽ ചോരപൊടിയുക, കോൾവായിൽനിന്ന് കറുത്ത രക്തമൊഴുകുക എന്നിവ കാണിക്കുന്നത് മരണലക്ഷണമാണ്.

പാമ്പുകടിയേറ്റാൽ രോഗിയെ തുറന്ന സ്ഥലത്ത് ഇളകാതെ കിടത്തുക. കൈയിലോ കാലിലോ കടിയേററാൽ ആ ഭാഗങ്ങൾ താഴ്ത്തിവെക്കുക. കാൽമുട്ടിന്റെ മുകളിൽ കടിയേറ്റാൽ തല ഉയർത്തിവെച്ച് കിടക്കുക. രോഗിക്ക് ഭയാശങ്കകളുണ്ടാക്കുന്ന യാതൊന്നും പറയുകയോ പ്രവർത്തിക്കുകയോ അരുത്. വെള്ളമല്ലാതെ ഭക്ഷണപദാർഥങ്ങൾ കൊടുക്കരുത്. കടി കൈകാലുകളിലാണെങ്കിൽ രക്തസഞ്ചാരം തടസപ്പെടാത്തവിധം ചരടുകൊണ്ട് കെട്ടാം.

വൈദ്യ പഠനത്തിൽ ചിരോണ്ടനെ ബഹുദൂരം മുന്നിലെത്തിച്ചത് ഗുരുക്കളുമൊത്തുള്ള അനുഗമനങ്ങളാണ്.

ഒരു ദിവസം ഗുരുക്കളും ചിരോണ്ടനും ചികിത്സ കഴിഞ്ഞ് ദൂരം വഴിക്കുനിന്നും മടങ്ങുകയായിരുന്നു. തോണിയിലാണ് മടക്കം. തോണിയിൽ വെച്ച് ഒന്നു ചവക്കണമെന്ന് തോന്നലുദിച്ചു ഗുരുക്കൾക്ക്. വെള്ളികെട്ടിയ പിശ്ശാങ്കത്തി എപ്പോഴും ഗുരുക്കളുടെ എളിയിലുണ്ടാകും. അടയ്ക്ക ചുണങ്ങിക്കൊണ്ടിരിക്കെ അബദ്ധത്തിൽ പിശ്ശാങ്കത്തി വെള്ളത്തിൽ വീണു പോയി. മുങ്ങിയെടുക്കാൻ ചിരോണ്ടൻ തയാറാണ്. നിലയില്ലാത്ത ആഴമാണ്. അതിന് തുനിയേണ്ടെന്ന് ഗുരുക്കൾ വിലക്കി. വിലക്ക് വകവെക്കാതെ ചാടാൻ തുനിഞ്ഞപ്പോൾ, പിശ്ശാങ്കത്തി നഷ്ടപ്പെട്ടിട്ടില്ലെന്നും അത് തുളുവന്നൂർ ഭവനത്തിലെ പടിഞ്ഞാറ്റയിലെ വെള്ളോട്ടുതളികയിൽ കിടപ്പുണ്ടെന്നും അൽപ്പം ചളിപറ്റിയിട്ടുണ്ടാകുമെന്നും ചെന്നു നോക്കിയാൽ കാണാമെന്നും ഗുരുക്കൾ പറഞ്ഞു. അതെങ്ങനെ എന്ന ചിരോണ്ടന്റെ ചോദ്യത്തിന് അതങ്ങനെ എന്നായിരുന്നു ഗുരുക്കളുടെ മറുപടി.

ശരിയായിരുന്നു ഗുരുക്കൾ പറഞ്ഞത്. പിശ്ശാങ്കത്തി ഗുരുക്കൾ വിവരിച്ച എല്ലാ ലക്ഷണങ്ങളുമായി വെള്ളോട്ടുതളികയിൽ കിടക്കുന്നു! അത്ഭുതം തന്നെ.

മാന്ത്രിക വിദ്യ പഠിക്കാൻ ചിരോണ്ടന് ഇതൊരവസരമായി ഭവിച്ചു. അല്ല; ചിരോണ്ടനെ മാന്ത്രിക വിദ്യപഠിപ്പിക്കാൻ ഗുരുക്കൾ ബോധപൂർവമുണ്ടാക്കിയ സന്ദർഭമോ! രണ്ടായാലും ഫലം ഒന്നു തന്നെ.

കയ്യടക്കത്തിൽ നിന്നുതുടങ്ങി മാന്ത്രികവിദ്യാപഠനം.

22

മരുന്നും മന്ത്രവും

ചിരോണ്ടന്റെ തുളുവന്നൂർ വാസത്തിനിടയിൽ ഓലച്ചേരിയിൽ പല തവണ മഴ പെയ്തു, മഞ്ഞ് പെയ്തു, വെയിലും പെയ്തു. വയലിൽ നാട്ടി നടന്നു, മൂർച്ച നടന്നു. വേനലിൽ വെന്തു കിടന്നു.

കുറേ നാൾ കൂടുമ്പോൾ ചിരോണ്ടൻ ഒന്നു വരും. ഒരന്തി തങ്ങി പുലർച്ചെ തിരിച്ചു പോവുകയും ചെയ്യും. തീരെ വരാതാവുമ്പോൾ സുഖ വിവരങ്ങളന്വേഷിച്ച് അപൂർവമായി ഒതേനൻ തുളുവന്നൂർക്ക് ചെല്ലും. ചെല്ലുമ്പോൾ കാഴ്ചയെന്തെങ്കിലും കരുതും.

കുറച്ചു ദിവസങ്ങളായി കുഞ്ഞോറുവിന് മകനെ കാണാനുള്ള നിനവ് തുടങ്ങിയിട്ട്: "ഓൻ വെർന്ന കാണ്ന്നില്ലല്ലാ! ഓന് വല്ല ബെരുത്തൂം പിടിച്ചാ? നിങ്ങ്യൊന്ന് പോയിറ്റ് വാ തുളുന്നൂർക്ക്."

"നിനിക്കെളക്കം തൊടങ്ങി; അല്ലേ? ഓന് മൊല കൊട്ക്ക്ണാ നിനിക്ക്? മന്ശനായാല് സൊയ്രം തെരണം" സഹികെട്ട് ഒതേനൻ പറഞ്ഞു.

"ഓന് ഞാൻ നല്ലോണം മൊലകൊട്ത്തിറ്റ്ണ്ട്. ഓൻ നല്ലോണം മൊലു കുട്ച്ചിറ്റൂംണ്ട്. അത് നിങ്ങ പറയണ്ടാ."

കുഞ്ഞോറു മുലകുടി വിഷയം മാറ്റി. "ഓൻ ആട നിന്നതും മതി പടിച്ചതും മതി. എത്ര കാലാ പടിപ്പ്? പടിപ്പിനും ഒര് കണക്കില്ലേ? ആയ്സ്സ് തേച്ചും പടിപ്പാ? നിങ്ങ ഓനെ കൂട്ടീറ്റ് വെർണം. ഞാമ്പറഞ്ഞില്ലാന്ന് വേണ്ട." ഒടുവിലത്തെ വാചകത്തിന് ഭീഷണിയുടെ സ്വരമുണ്ടോ?

ഒതേനനും ആ അഭിപ്രായം തന്നെയാണ്. തുറന്നു പറയുന്നില്ല എന്നേയുള്ളു. അയാൾ പണ്ടത്തെപ്പോലെയല്ല; ക്ഷീണിതനാണ്. വയസ്സായി വരികയല്ലേ! മകനെ കൂട്ടിക്കൊണ്ടു വന്ന് കുടുംബഭാരം അവനെ ഏൽപ്പിക്കണം. ഉത്തരവാദിത്തം വഹിക്കേണ്ട കാലവും പ്രായവുമായി, മുമ്പത്തെപ്പോലെ പണിയെടുക്കാൻ കുഞ്ഞോറുവിനാവുന്നില്ല.

മണങ്ങിയാൽ നടു നിവർക്കാനാണ് പാട്! അടക്കവും, ഒതുക്കവുമുള്ള, അകത്തും പുറത്തും പറ്റുന്ന, ഒരു കുഞ്ഞിപ്പെണ്ണിനെ ചിരോണ്ടന് കൊണ്ടുവരണം.

ഇത്രയൊക്കെ ഒതേനനും ചിന്തിക്കാറുണ്ട്. എന്നിട്ടും ചിരോണ്ടന്റച്ഛന് ഒന്നിലും ഗൗരവമില്ലെന്നാണ് കുഞ്ചോറുവിന്റെ പരാതി.

മുമ്പ് എഴുത്തച്ഛന്റടുക്കൽ നിന്ന് ചിരോണ്ടനെ കൂട്ടിക്കൊണ്ടുവരാൻ ചെന്ന അനുഭവം ഒതേനന്റെ ഓർമയിലുണ്ട്. എഴുത്തച്ഛന് അവനെ വിട്ടു തരാൻ മനസില്ലായിരുന്നു; അവന് എഴുത്തച്ഛനെയും. അങ്ങനെ ബലാബലം നോക്കി പിന്നെയും കാലം കഴിച്ചു. ആ നിലയ്ക്ക് തുളുവന്നൂരിൽ നിന്നും ചില ന്യായങ്ങൾ കേട്ടുകൂടായ്കയില്ല. ചെന്നു പറയുമ്പോഴേക്കും അവനവിടെ നിന്ന് ഊരിപ്പോരാൻ പറ്റുമോ? എല്ലാറ്റിനും സാവകാശം വേണ്ടേ? ഗുരുക്കളുടെ മനസിലിരിപ്പ് എന്തെന്ന് ആരറിഞ്ഞു ദൈവമേ!

ഏതായാലും അവനെയൊന്ന് കണ്ടിട്ട് വരാം. ഒതേനൻ വിചാരിച്ചു. സൗകര്യവും സാഹചര്യവും ഒക്കുകയാണെങ്കിൽ ചിരോണ്ടന്റെ വിടുതലിന് ഗുരുക്കളോട് അപേക്ഷിക്കുകയും ചെയ്യാം.

ഒതേനൻ കുഞ്ചോറുവിനെ വിളിച്ച് കാര്യം പറഞ്ഞു. കോഴി കൂവുന്നതിന്ന് മുമ്പ് പുറപ്പെടണം.

ഒതേനൻ തുളുവന്നൂരിലെത്തിയ നേരത്ത് ഗുരുക്കൾ ശിഷ്യന്മാരോടൊപ്പമാണ്. ശിഷ്യൻമാരിൽ തലയെടുപ്പുള്ളവൻ ചിരോണ്ടൻ തന്നെ. ഒത്ത ആളായ്മ , മാറിൽ നിറയെ രോമം. എപ്പൊഴോ മുഖക്ഷൗരം ചെയ്തതിന്റെ ലക്ഷണമുണ്ട്. മകൻ തികഞ്ഞ ബാല്യക്കാരനായിക്കഴിഞ്ഞ വസ്തുത അച്ഛൻ ഇപ്പോഴാണ് ശ്രദ്ധിച്ചത്. ഗുരുക്കളുടെ സമീപത്തുള്ളതും അവൻ തന്നെ.

അച്ഛൻ പടവു കയറിവരുന്നത് ചിരോണ്ടൻ ദൂരെ നിന്നു തന്നെ കണ്ടിരുന്നു. പ്രായത്തിന്റെ അവശത വർധിച്ചിട്ടുണ്ടെന്ന് ഒറ്റ നോട്ടത്തിൽ മനസിലായി. ആകൃതിക്കും പ്രകൃതിക്കും ഒരു മാറ്റം! പെട്ടെന്ന് പ്രായം എടുത്തു ചാടിയതുപോലെ! അമ്മയുടെ അവസ്ഥയും ഇതിൽനിന്ന് ഭിന്നമാകാനിടയില്ല. ഇതവനെ സ്വൽപ്പം ആകുലനാക്കി.

ഇരിക്കാൻ പടുത്തിരിക്കയും ദാഹശമനത്തിന് സംഭാരവും ഒതേനന് കിട്ടി. ചിരോണ്ടൻ അച്ഛന്റെ നേർക്ക് സ്നേഹബഹുമാനങ്ങൾ പ്രകടിപ്പിച്ച് മുറ്റം മുറിച്ച് കടന്നു പോയി. ശ്രദ്ധയിൽപ്പെടുന്ന ആളായ്മയും തന്റേടവും അവനിലുണ്ട്.

തുളുവന്നൂർ ഗുരുക്കൾ പൊതുവെ സംഭാഷണ പ്രിയനാണ്. ഒതേനനും അക്കാര്യത്തിൽ ഒട്ടും പിന്നിലല്ല. അതിനാൽ ഇരുവരും നാട്ടുവിശേഷങ്ങൾ സംസാരിച്ച് വീട്ടുവിശേഷങ്ങളിലെത്തി. ഗുരുക്കൾക്ക് ചിരോണ്ടനെപ്പറ്റി നല്ലതേ പറയാനുള്ളൂ. അവന്റെ ഗുണഗണങ്ങൾ വിസ്തരിക്കുമ്പോൾ സത്യത്തിൽ ഒതേനന് അഭിമാനമല്ല; ഒരുതരം അസ്വസ്ഥതയാണ് അനുഭവപ്പെട്ടത്. ഇതെല്ലാം ചിരോണ്ടനെ തുളുവന്നൂരിൽത്തന്നെ

തളച്ചിടാനുള്ള സൂത്രവിദ്യകളാണോ? പ്രശംസയിൽ അടി തെറ്റാത്ത മനുഷ്യരില്ലല്ലോ. അയാൾക്ക് കണ്ഠം കനത്തു വന്നു.

ഒതേനന്റെ അപേക്ഷയിൻമേൽ ഗുരുക്കൾ ഒരു തീരുമാനമെടുത്തു കഴിഞ്ഞുവെന്ന് അദ്ദേഹത്തിന്റെ വാക്കുകളിൽനിന്ന് വ്യക്തമായി. ആൺമക്കൾ അച്ഛനമ്മമാരെ ശുശ്രൂഷിച്ച് അവർക്ക് സാന്ത്വനമായിത്തീരണം. ബ്രഹ്മചര്യം, ഗാർഹസ്ഥ്യം, വാനപ്രസ്ഥം, സന്യാസം എന്ന ചതുരാശ്രമങ്ങളിലൂടെ ജീവിതം മുന്നോട്ട് പോകണം. ധർമം. അർഥം, കാമം, മോക്ഷം എന്നീ പുരുഷാർഥങ്ങൾ നേടേണ്ടതുണ്ട്. ഇതൊന്നുമില്ലെങ്കിൽ മനുഷ്യ ജീവിതത്തിനെന്തർഥം? അദ്ദേഹം പറഞ്ഞു.

വർത്തമാനത്തിനിടയിൽ ഇരുവരും ഒരു തവണ മുറുക്കിത്തുപ്പി. രണ്ടാമതും നിനവ് വന്നപ്പോൾ വെറ്റിലയ്ക്ക് നൂറ് തേച്ചു. പക്ഷേ ചെല്ലത്തിൽ അടയ്ക്കാകഷ്ണങ്ങളില്ല. അകത്തേക്ക് വിളിച്ചു ചോദിച്ചു. അകത്തുള്ളതും തീർന്നിരിക്കുന്നുവത്രേ.

“കിണറ്റിന്റട്ത്തുള്ള പീറ്റകഴുങ്ങിൽ അടക്കയുണ്ട് പഴുത്തിട്ട്.” ഗുരുക്കൾ പറഞ്ഞത് ആരോടാണെന്നറിയാതെ ഒതേനൻ നാലുപാടും നോക്കി. തന്നോടായിരിക്കും എന്ന വിശ്വാസത്തോടെ അയാൾ ആവശ്യപ്പെട്ടു: “തള കൊണ്ടാ” ഒതേനൻ എഴുന്നേറ്റ് മുണ്ട് മുറുക്കിയുടുത്തു. കവുങ്ങിൽ കയറാനുള്ള തയാറെടുപ്പ്.

“ബാല്യക്കാരുള്ളപ്പോഴാണോ വയസ്സന്മാര്! ഒതേനനവിടെയിരിക്ക്” ഗുരുക്കൾ പറഞ്ഞു.

ഇതു കേട്ടപാടെ ചിരോണ്ടൻ കിണറ്റിൻകരയിലുള്ള പീറ്റക്കവുങ്ങി[1]നെ ലക്ഷ്യമാക്കി നീങ്ങി. അവന്റെ കൈയിൽ തളയില്ല. തളയില്ലാതെ കവുങ്ങിൽ കയറുകയോ?

ഇങ്ങനെ ചിന്തിച്ച ഒതേനൻ നിൽക്കുമ്പോൾ ചിരോണ്ടൻ പീറ്റക്കവുങ്ങിന്റെ ചുവട്ടിൽനിന്ന് ഏതാണ്ട് പത്തിരുപതു വാര അകലെയായി ചെന്നു നിന്ന് ആകാശത്തേക്ക് കൈയുയർത്തി. അത്ഭുതമെന്നല്ലാതെ മറ്റെന്തു പറയാൻ! കവുങ്ങ് വില്ലുപോലെ വളഞ്ഞു വന്നു. കവുങ്ങിൻ തലപ്പ് ചിരോണ്ടന്റെ കൈകളെ സ്പർശിച്ചു. ഇളം തിരിയോലകൾ അവന്റെ മുഖത്തുരുമ്മി. അവനതിൽനിന്ന് ആവശ്യമുള്ള അടയ്ക്ക പറിച്ചെടുത്തശേഷം കവുങ്ങിനെ സ്വതന്ത്രമാക്കി.

കവുങ്ങ് സാവധാനം ആകാശത്തേക്കുയർന്ന് പൂർവസ്ഥിതി പ്രാപിച്ചു! ഒതേനൻ ശ്വാസമടക്കിപ്പിടിച്ച് ഇത് കണ്ടു നിന്നു. അവിശ്വസനീയം!

യാതൊന്നും സംഭവിക്കാത്ത മട്ടിൽ പറിച്ചെടുത്ത അടയ്ക്ക പിളർന്ന്, കുച്ചു കളഞ്ഞ്, തോണ്ടിയെടുത്ത് ചുണങ്ങ് കളഞ്ഞ് കഷ്ണിച്ച് ചെല്ലത്തിലിട്ടു.

ഗുരുക്കൾ ഒതേനനെ മുറുക്കാൻ ക്ഷണിച്ചു. ഒതേനൻ മുറുക്കി പക്ഷേ യാന്ത്രികമാണെന്ന് മാത്രം. ആകെ ഒരു ആശയക്കുഴപ്പം.

---

1. പ്രായവും ഉയരവുമുള്ള കവുങ്ങ്.

“ഗുരുക്കളേ, അടിയനൊന്ന് ചോയ്ച്ചോട്ടെ?”

“ഒന്നാക്കേണ്ട ഒതേനാ എത്ര വേണെങ്കിലും ചോദിച്ചോ.” ഗുരുക്കൾ ചെറുചിരിയോടെയാണ് പറഞ്ഞത്.

“ഗുര്ക്കളേ, തുളുന്നൂര് തേങ്ങേം ഇങ്ങന്യാ പറിക്കല്?”

“തേങ്ങ മാത്രമല്ല; വേണെങ്കില് ചക്കേം മാങ്ങേം ഇങ്ങനെതന്നെ പറിക്കും. എന്താ പാടില്ലെന്നുണ്ടോ?”

ഗുരുക്കളുടെ ചിരി സ്വൽപ്പം ഉച്ചത്തിലായി.

“ഒതേനാ, നിഷിദ്ധമായതൊന്നും അവൻ പഠിച്ചിട്ടില്ല. ഞാൻ പഠിപ്പിച്ചിട്ടുമില്ല. ഇതൊക്കെ കൺകെട്ട് വിദ്യകളാ. ഒക്കെ നിങ്ങൾക്ക് തോന്നുന്നതാ. നിങ്ങൾ കാണുന്നതൊന്നും സംഭവിക്കുന്നില്ല. സംഭവിക്കുന്നതൊന്നും നിങ്ങൾ കാണുന്നുമില്ല. മനസിലായോ?” ഇതും പറഞ്ഞ് ഗുരുക്കൾ ഉച്ചത്തിൽ ചിരിച്ചു.

ഗുരുക്കൾ പറഞ്ഞും ചിരിച്ചും അന്തരീക്ഷത്തിന് ലാഘവം വരുത്താൻ ശ്രമിച്ചെങ്കിലും തുളുവന്നൂർ നിഗൂഢത നിറഞ്ഞ സ്ഥലമാണെന്ന് ഒതേനന് തോന്നി.

“ഒതേനാ, വേവലാതിപ്പെടണ്ട. ശുനകന്റെ ശ്രാദ്ധം കഴിഞ്ഞ് മകൻ ഓലച്ചേരിയിലെത്തും പോരേ”ഗുരുക്കൾ അയാളെ സമാധാനിപ്പിച്ചു.

എന്തൊക്കെ കർമങ്ങളാണിവിടെ? മനുഷ്യന്മാർക്ക് ചാവടിയന്തിരം കേട്ടിട്ടുണ്ട്. ഇവിടെ നായകൾക്കും ചാവടിയന്തിരമോ? തുളുവന്നൂരിൽ സംഗതികളെല്ലാം ബഹുവിചിത്രം തന്നെയാണല്ലോ! ഒതേനൻ സ്വയം സമാധാനിച്ചു.

ശ്രാദ്ധത്തിന്റെ കഥയും ഗുരുക്കൾ പറഞ്ഞു: തുളുവന്നൂർ ഗുരുക്കളുടെ പൂർവികനായ കാരണവർക്ക് ഭയങ്കരനായ ഒരു വളർത്തു നായ ഉണ്ടായിരുന്നു. അവൻ എപ്പോഴും കാരണവരെ നിഴൽപോലെ പിന്തുടരും. കാരണവരുടെ സാമീപ്യമില്ലാതെ അരനാഴികനേരംപോലും അവന് ജിവിതമില്ല. വേളിപോലും അവൻ ത്യജിച്ച മട്ടിലാണ്.

ഇണയിൽ പ്രവേശിക്കാൻ ലോകത്തിന്റെ ഏതറ്റത്തോളം സഞ്ചരിക്കാനുള്ള സന്നദ്ധതയുമായി, ഭക്ഷണപാനീയങ്ങളുപേക്ഷിച്ച്, ആപൽ സാധ്യതകളെ നിർഭയം അവഗണിച്ച്, ലൈംഗിക എതിരാളിയെ നിർദയം നേരിടാനുള്ള കരുത്തുമായി, അന്തശ്ചോദനകളും സ്രവങ്ങളുമായി നിർലജ്ജം അലയുന്ന ജീവിതം ഏത് ശുനകനാണ് ബോധപൂർവം ത്യജിക്കുക?

ഒരുദിവസം കാലത്ത് കാരണവർ പതിവുപോലെ എണ്ണതേച്ച് കുളിക്കാൻ പുഴക്കരയിലേക്ക് നടന്നു. അവൻ കാരണവരെ അൽപ്പംപോലും മുന്നോട്ട് നീങ്ങാൻ അനുവദിക്കുന്നില്ല. ശല്യം പൊറുക്കാനാവാതെ വന്നപ്പോൾ കാരണവർ നായയെ പുറം കാല്കൊണ്ട് തട്ടിയെറിഞ്ഞുകളഞ്ഞു. കാരണവർ പുഴയിലിറങ്ങുന്നതിന് തൊട്ടുമുമ്പ് തന്നെ അവൻ പുഴയിലേക്കെടുത്തുചാടി. നായ വെള്ളത്തിൽ ചാടേണ്ട താമസമേ ഉണ്ടാ

യുള്ളൂ; ഒരു കൂറ്റൻ മുതല അവനെയും വായിലാക്കി പുഴയുടെ അടിത്തട്ടിലേക്ക് ഊളിയിട്ടു കഴിഞ്ഞു.

യജമാനന്റെ ജീവൻ രക്ഷിക്കാൻ ആത്മത്യാഗം ചെയ്ത വിശ്വസ്തനായ ജന്തുവിന് അദ്ദേഹം ശ്രാദ്ധമൂട്ടി. ഗുരുക്കളും തന്റെ പൂർവികനെയോർത്ത് ആ പതിവ് തുടരുന്നു.

ഒതേനൻ ഗുരുക്കളെ വിസ്തരിച്ച് തൊഴുത് വിടവാങ്ങി.

സന്ധ്യാനേരത്ത് ഗുരുക്കൾ പുഴയിലേക്ക് കെട്ടിയിറക്കിയ പടവുകളിൽ ചെന്നിരിക്കാറ് പതിവുള്ളതാണ്. ആ ഇരിപ്പ് രാവേറെച്ചെല്ലുവോളം തുടങ്ങും. അഷ്ടാംഗഹൃദയത്തിലെ ശ്ലോകങ്ങൾ സ്മൃതിപഥത്തിൽനിന്ന് തപ്പിയെടുത്ത് ഒന്നുകൂടി ഉറപ്പിക്കുകയാവാം. അല്ലെങ്കിൽ മാന്ത്രിക വിദ്യകളുടെ അനുശീലനത്തിലാവാം. അതുമല്ലെങ്കിൽ പുതിയവയുടെ സജ്ജീകരണത്തിലായിരിക്കും. ഈ സമയത്ത് ആരും അദ്ദേഹത്തിന്റെ ഏകാന്തതയ്ക്കും ഏകാഗ്രതയ്ക്കും ഭംഗം വരുത്താറില്ല.

ശ്രാദ്ധം കഴിഞ്ഞ ദിവസം സന്ധ്യാനേരത്ത് ഗുരുക്കൾ ചിരോണ്ടനെ പുഴക്കരയിലേക്ക് വിളിപ്പിച്ചു. ആചാരവാക്കുകൊണ്ട് തന്റെ സാന്നിധ്യമറിയിച്ച് ഭയഭക്തിപുരസ്സരം അവൻ ഗുരുക്കളുടെ സമീപത്ത് ചെന്നു നിന്നു.

കുറേ നേരം ഗുരുക്കൾ ചിരോണ്ടനെ ശ്രദ്ധിക്കുകയോ അവനോട് ഉരിയാടുകയോ ചെയ്തില്ല. അദ്ദേഹത്തിന്റെ മുഖത്ത് ഒരു മൗനമുദ്രിത ഭാവം.

പുഴ ഏറ്റത്തിന്റെ അസ്വാസ്ഥ്യത്തിലാണ്. പടവുകൾ കയറിവരുന്ന പുഴവെള്ളം.

“ചിരോണ്ടാ, ഇനി നീ ഓലച്ചേരിക്ക് മടങ്ങിക്കോളൂ. നിന്റെ സേവനരംഗം മേലിൽ അവിടെയാകട്ടെ” അദ്ദേഹം തുടർന്നു: “നിന്റെ അച്ഛനമ്മമാർക്ക് വയസാവുകയാണ്. അവർക്ക് നീയാണ് തുണയാവേണ്ടത്. അവരെ ആശ്വസിപ്പിക്കാനും സഹായിക്കാനും നിനക്ക് കടമയുണ്ട്. അതുകൊണ്ട് നീ മടങ്ങുക. അതിന് മുമ്പ് ചില കർമങ്ങൾ അവശേഷിക്കുന്നുണ്ട്.”

ഗുരുക്കൾ സാവധാനം എഴുന്നേറ്റ് പുഴയിലേക്കുള്ള പടവുകൾ ഇറങ്ങി. തന്നെ പിന്തുടരാൻ അദ്ദേഹം ചിരോണ്ടനോട് ആംഗ്യം കാണിച്ചു. ജലം ഇരുവരേയും സ്പർശിച്ചു.

“പഠനം ഒരിക്കലും അവസാനിക്കുന്നില്ല. പക്ഷേ പ്രയോഗമില്ലാത്ത പഠനം വിരസവും നിഷ്ഫലവുമാണ്. അതുകൊണ്ട് പഠിച്ചതെന്തോ അത് നീ പ്രയോഗിക്കണം. എന്നാൽ പ്രയോഗത്തിന് പ്രതിഫലം ഇച്ഛിക്കരുത്. വൈദ്യന്റേതും എഴുത്തച്ഛന്റേതും പ്രതിഫലത്തിനുള്ള പ്രവൃത്തികളല്ല. അത് ലോകസേവനമാണ്. അതിനാൽ വൈദ്യനും എഴുത്തച്ഛനും നിസ്വനായി ജീവിക്കേണ്ടിവരും.”

പുഴയുടെ പ്രവാഹം ചിരോണ്ടനറിഞ്ഞതേയില്ല. ഏതോ ലോകത്തുനിന്നാണ് ഗുരുക്കൾ സംസാരിക്കുന്നതെന്നും അവന് തോന്നി.

"രോഗിക്ക് ഒന്നാമത്തെ ഔഷധം ചികിത്സകനാണ്. ഔഷധത്തിന് രണ്ടാം സ്ഥാനമേയുള്ളൂ." വേദനയുടെ സംഹാരകനാണ് ചികിത്സകൻ. ലോകത്തിൽ സൗഖ്യവും സന്തോഷവും നിലനിർത്തുകയാണ് ചികിത്സകന്റെ കർത്തവ്യം."

ഗുരുക്കൾ കഴുത്തറ്റം പുഴയിലിറങ്ങി. ചിരോണ്ടനും അത് അനുകരിച്ചു. ഇരുവരും നിലയില്ലാത്ത ആഴത്തിലേക്ക് തുഴഞ്ഞു ചെന്നു. അവർ ചലനരഹിതരായി നിലകിട്ടാക്കയത്തിൽ, തറയിലെന്നപോലെ നിലയുറപ്പിച്ചുനിന്നു; നാഴികകളോളം.

ഗുരുക്കളുടെ ചലിക്കുന്ന ചുണ്ടുകൾ തന്റെ കാതിനെ സ്പർശിച്ചത് ചിരോണ്ടനറിഞ്ഞു. നിശ്വാസവായുവിന്റെ ചൂട്. ചെവിയും വായും മാത്രമറിയുന്ന അതിരഹസ്യമായ ഉപദേശപ്രക്രിയ. അഞ്ചക്ഷരങ്ങളുള്ള ഒരു ഔഷധിയുടെ പര്യായപദങ്ങൾ ഒരു ശ്ലോകരൂപത്തിൽ മനസിലേക്ക് പ്രവഹിച്ചുകൊണ്ടിരുന്നു.

"ദീർഘശ്വാസമെടുത്ത് മുങ്ങുക. നീന്തുക. നീന്തി കരപറ്റുക. ഈ രാത്രിയിൽത്തന്നെ ഓലച്ചേരിക്ക് മടങ്ങുക. ഔഷധിയുടെ പര്യായപദങ്ങൾ ഉരുവിട്ടുകൊണ്ടിരിക്കുക. ഒരിഴജന്തുപോലും നിന്റെ വഴിയിലുണ്ടാവില്ല. ഉണ്ടെങ്കിൽ അത് നിനക്ക് വഴിമാറിത്തരും."

ഞൊടിയിടയിൽ ഗുരുക്കൾ അപ്രത്യക്ഷനായി.

ചിരോണ്ടൻ ദീർഘശ്വാസമെടുത്ത് മുങ്ങി. അരനാഴിക ദൂരത്തോളം പുഴയുടെ അടിത്തട്ടിലൂടെ ഒരു ജലജീവിയെപ്പോലെ നീന്തി. മത്സ്യങ്ങൾ അവനെ മുട്ടിയുരുമ്മി. വെള്ളത്തിലേക്ക് ചാഞ്ഞുകിടക്കുന്ന കടമ്പുവൃക്ഷക്കൊമ്പിൽ പിടിച്ച് അവൻ കരപറ്റി.

കടമ്പിൻപൂക്കളുടെ ഗന്ധം. വിഷംപോലെ പരന്നുകിടക്കുന്ന ഇരുട്ട്.

ഓലച്ചേരിയിലെത്തിയതും കോഴികൂവിയതും ഒന്നിച്ച്. അൽപ്പസമയം കഴിഞ്ഞ് വാതിൽ തുറക്കുന്ന ശബ്ദം ചിരോണ്ടൻ കേട്ടു. അത് തന്റെ പുരയുടെ വാതിൽ തന്നെയായിരിക്കാമെന്ന് അവന് തോന്നി. തുറക്കുമ്പോഴും അടയ്ക്കുമ്പോഴും നാടറിയുന്ന അപശബ്ദമുണ്ടതിന്.

മുറ്റത്തുചെന്നുനിന്ന് ചിരോണ്ടൻ അമ്മയെ വിളിച്ചു.

23

കുറുന്തിനിപ്പാട്ട്

"**അ**മ്മാളു അമ്മാരത്തത്തിന് കെർപ്പൂണ്ടാ?"

കുട്ടഞ്ചേരിത്തറവാട്ടിലെ സ്ഥിരം പണിക്കാരത്തി ചപ്പില പാർവതിയമ്മയോട് ഇടയ്ക്കിടെ ചോദിക്കാറുള്ള ചോദ്യമാണിത്. ഇല്ലെന്ന് ചപ്പിലയ്ക്കറിയാം. എങ്കിലും ഒരുനുള്ള് സങ്കടം മറ്റുള്ളവർക്ക് കൊടുക്കാൻ കഴിഞ്ഞാൽ അത്രയെങ്കിലുമായല്ലോ! ഇത്തരം മനഃസ്ഥിതിയുള്ളവർ ഒന്നും രണ്ടുമല്ല ആ ദേശത്തുള്ളത്.

'ആയാൽ അങ്ങോട്ട് പറയും ചപ്പിലേ' എന്നുപറയാനോങ്ങിയതാണ് ഒരു ദിവസം. ഒരു തുള്ളി കയ്പ് ഇറ്റിക്കേണ്ട എന്നു കരുതി മിണ്ടാതിരുന്നു. മറ്റൊരു ദിവസം ചോദിച്ചപ്പോൾ 'നിനക്കെന്താത്ര തെരക്ക് ചപ്പിലേ' എന്നു സ്വല്പം മയപ്പെടുത്തി. നാട്ടുകാരെല്ലാം ചോദിക്കുന്നത് അവളോടാണത്രേ! മറുപടി പറയാൻ തനിക്ക് ബാധ്യതയുണ്ടെന്നാണ് ചപ്പിലയുടെ ഞായം. കാരണം കുട്ടഞ്ചേരിത്തറവാട്ടിലെ സ്ഥിരം പണിക്കാരത്തിയാണവൾ. ആ നിലയ്ക്ക് ചില അവകാശങ്ങളും കടമകളും ഉണ്ടെന്നത് ശരിതന്നെ. പക്ഷേ അതല്ലല്ലൊ ഉദ്ദേശ്യം!

ഒന്നാലോചിച്ചാൽ ചപ്പിലയെ മാത്രം കുറ്റപ്പെടുത്തുന്നതിൽ അർഥമില്ലെന്ന് പാർവതിയമ്മക്ക് തോന്നി. അടുത്ത ബന്ധുക്കളിൽ പലരും ചോദിക്കുന്നുണ്ട്. ചപ്പില ചോദിക്കുന്നത്ര പച്ചയായല്ല എന്നുമാത്രം. വിശേഷമുണ്ടോ, വയറ്റിലുണ്ടോ, കുളിതെറ്റിയോ എന്നൊക്കെ. ആള് കൂടുന്ന ദിക്കിൽ ചെല്ലാൻ മടിതോന്നാൻ തുടങ്ങിയിട്ടുണ്ട് പാർവതിയമ്മക്ക്.

ആലോചിച്ചുനോക്കിയാൽ കല്യാണപ്പിറ്റേന്ന് മുതൽ ചോദിക്കാൻ തുടങ്ങിയതല്ലേ ഈ ചോദ്യം! ഇക്കൊല്ലം പുടമുറികഴിഞ്ഞാൽ അടുത്ത കൊല്ലം ഇരട്ട പ്രസവിക്കണമെന്ന് ഇക്കൂട്ടർക്കെന്താ ഇത്രവാശി? പാർവതിയമ്മ രോഷംകൊണ്ടു.

നാക്കെടുക്കുന്നവരെല്ലാം ഇതുതന്നെ ചോദിച്ചുകളയുമോ എന്ന ഭയവും പാർവതിയമ്മയെ പിടികൂടിയിട്ടുണ്ട്. ചോദിക്കാൻ ഭാവിക്കുന്നു എന്നു മനസിലായാൽ ബോധപൂർവം വിഷയം മാറ്റാൻ ശ്രമിക്കാറുണ്ട്. പുടമുറി, ഗർഭം തുടങ്ങിയ വാക്കുകൾ സംസാരത്തിൽനിന്ന് കഴിവതും ഒഴിവാക്കി. എന്നിട്ടെന്താ പ്രയോജനം? വളഞ്ഞുപിടിച്ച് വീഴ്ത്തിക്കളയും നശൂലങ്ങൾ. സംയമനം മാത്രം രക്ഷ.

ആളുകളുടെ വായക്ക് കൊട്ടയിടാൻ പറ്റില്ല. പുടമുറികഴിഞ്ഞിട്ട് കൊല്ലം രണ്ടുകഴിഞ്ഞില്ലേ? എല്ലാം തികഞ്ഞ പെണ്ണ് ഗർഭിണിയാകാൻ ഇത്രയും കാലം വേണോ? തനിക്കറിയാവുന്ന കാര്യമല്ലേ ഇത്? ഓരോന്ന് ഓർത്തപ്പോൾ രൈരുനായർ മനസിൽ മിന്നിമറഞ്ഞു. അയാളുടെ മിടുക്കുകളോർത്തപ്പോൾ പാർവതിയമ്മയ്ക്ക് ദേഹം കോരിത്തരിച്ചു. പന്ത്രണ്ടുതവണ തുടരെത്തുടരെ തന്റെ പാത്രം നിറച്ചുതന്ന അയാളെ എന്തിന് നിഷ്കരുണം പുറന്തള്ളി? അതിന് വ്യക്തമായ ഉത്തരമില്ല പാർവതിയമ്മക്ക്. അതാണ് സ്ത്രീമനം എന്നുപറയുന്നത്.

പാർവതിയമ്മ ഭയപ്പെടുന്നത് മറ്റൊന്നാണ്: അമ്മാളുവിന് ഗർഭധാരണ ശേഷിയില്ലെങ്കിൽ സ്വത്ത് അന്യാധീനപ്പെടും; തീർച്ച. സ്വത്ത് ആൺമക്കൾക്കടങ്ങും. ഇതൊന്നും സഹിക്കാനേ ആവതല്ല. എത്രയെത്ര വഴിപാടുകൾ നേർന്നിട്ടാണ് ഈയൊരു പെൺതരിയെ ദൈവം തന്നത്! അതിനൊരു പുരുഷബീജം സ്വീകരിക്കാൻ ശേഷിയില്ലെന്നു വന്നാൽ? എന്റെ കോട്ടത്തമ്മേ! പാർവതിയമ്മയുടെ മനസുരുകി. അമ്മാളു പെറ്റുകൂട്ടിയ കുഞ്ഞുങ്ങൾ കുട്ടഞ്ചേരിത്തറവാടിന്റെ മുറ്റത്ത് ഓടിച്ചാടിക്കളിക്കുന്നത് സങ്കൽപ്പിച്ച് അവർ മൂക്കുപിഴിഞ്ഞു. കണ്ണ് തുടച്ചു.

വണ്ണാത്തി താല ഒരു മാസക്കുളിപ്പഞ്ചാംഗമാണ്. നാട്ടിലെ പെണ്ണുങ്ങൾക്ക് മാസക്കുളിമുടങ്ങിയാൽ അതാദ്യമായി അറിയുന്നത് വണ്ണാത്തി താലയാണ്. മാസാമാസം തീണ്ടാരിമാറ്റ് എത്തിച്ചു കൊടുക്കുന്നതും തീണ്ടാരിത്തുണികൾ ചാരമിട്ട് പുഴുങ്ങി തല്ലി വെളുപ്പിച്ചെടുക്കുന്നതും അവളാണ്. അവളെ കബളിപ്പിച്ച് ശീലാവതി ചമയാൻ ആരും ശ്രമിക്കേണ്ടതില്ല. ലക്ഷണങ്ങളെല്ലാം അവൾ മാറ്റിൽ നിന്ന് ഗ്രഹിച്ചു കൊള്ളും. മാറ്റ് ചാരിത്ര്യശുദ്ധിയുടെ പര്യായമാണ്.

ഇന്ന പെണ്ണ് ഇത്രാം തീയതിക്കുള്ളിലോ പുറത്തോ തീണ്ടാരിമാറ്റ് വാങ്ങിയില്ലെങ്കിൽ ആ പെണ്ണ് താലയുടെ സൂക്ഷ്മനിരീക്ഷണത്തിന് വിധേയമാകും. വഴിവിട്ട് സഞ്ചരിക്കുന്ന പെണ്ണുങ്ങൾക്കെല്ലാം പേടിയാണവളെ. അവിഹിതഗർഭമാണെങ്കിൽ താല വിചാരിച്ചാൽ നാട്ടിൽ പാട്ടാവാതെ കുറച്ചുനാൾ കൊണ്ടു നടക്കാനായെന്നു വരും. അതിന് അവളെ പ്രസാദിപ്പിക്കണം. പ്രസാദിപ്പിച്ചാലും ഇല്ലെങ്കിലും മലിമാണിക്ക് താല രഹസ്യം കൈമാറാതിരിക്കില്ല. അതിന്റെ പിന്നിൽ അവർ തമ്മിൽ ചില സാമ്പത്തികസൗഹൃദങ്ങളുണ്ട്.

പേറെടുക്കുന്നതുപോലെ ഗർഭമലസിപ്പിക്കുന്നതിലും മലിമാണി വിദഗ്ധയാണ്. രണ്ടുരംഗത്തും ജീവനെയാണ് കൈകാര്യം ചെയ്യുന്നത്.

ഒന്ന് ജീവനെ കൈപിടിച്ച് ഭൂമിയിലേക്കിറക്കിക്കൊണ്ടുവരുന്നു: മറ്റേത് ഒരു ജീവനെ കയ്യോടെ പരലോകത്തേക്കയക്കുന്നു. അവളുടെ പച്ചമരുന്നിന്റെ പ്രയോഗമേറ്റാൽ എത്ര മൂത്ത കരുവും മെഴുകുപോലെ ഉരുകിപ്പോകും. അവിഹിതഗർഭമാണെങ്കിൽ ഉത്തരവാദി ആരാണെന്നറിഞ്ഞേ അവൾ കർമരംഗത്ത് പ്രവേശിക്കുകയുള്ളു.

വണ്ണാത്തി താല ഒരു കെട്ട് ഈക്ക്[1] തുണി തലയിൽ വെച്ച് കുട്ടഞ്ചേരിത്തവാടിന്റെ അടുക്കളപ്പുറത്തെത്തി. വണ്ണാത്തിക്കും മലിക്കും നാദിച്ചിക്കും വരാനും പോകാനും ഒരു രഹസ്യവഴിയുണ്ട്. ഗൂഢതാൽപ്പര്യങ്ങളുടെ മേഖലയാണത്. അവിടെവെച്ച് ചില ഇടപാടുകളുണ്ട്.

ഈക്ക് തുണിക്കെട്ട് തുമ്പിന് പുറത്തിട്ട് താല ഒലക്കോട്ടിന് നേർക്ക് നടന്നു. അവൾക്ക് വാരിക്കെട്ടിയെടുക്കാനുള്ളത് അവിടെയാണ്. ഇതിനിടയിൽ അവൾ പാർവതിയമ്മയോട് ചോദിച്ചു. "അതെന്താ പാറമ്മാരത്തേ, മോക്ക് കുളി നിക്കാത്ത്?"

"ഞാനെന്ത് പറയാനാ താലേ," പാർവതിയമ്മ താടിക്ക് കൈകൊടുത്തു.

ആ ചോദ്യത്തിനുമുമ്പിൽ പാർവതിയമ്മ പരിക്ഷീണയായി.

രാമർകുട്ടി ഇടയ്ക്കിടെ ഭാര്യവീട്ടിൽ വന്നുപോകുന്നുണ്ട്. അപ്പോഴെല്ലാം വിഷയം അവന്റെ ശ്രദ്ധയിൽപ്പെടുത്തണമെന്ന് പാർവതിയമ്മയ്ക്ക് തോന്നാറുണ്ട്. പക്ഷേ ഒരു സങ്കോചം. ആണുങ്ങളല്ലേ? ദുർവ്യാഖ്യാനം ചെയ്താലോ? പറയാതിരുന്നാൽ അതും മനസിനൊരു അലോസരം. ഇങ്ങനെയിരിക്കെ ഇലക്കും മുള്ളിനും കേട് പറ്റാത്ത വിധം കൈകാര്യം ചെയ്യാൻ പാർവതിയമ്മ തീരുമാനിച്ചു.

രാമർകുട്ടിയും അമ്മാളുവും സല്ലപിച്ചിരിക്കുമ്പോൾ പ്രസന്നയും അൽപ്പം ശൃംഗാരവുമായി പാർവതിയമ്മ അവിടേക്ക് കടന്നു ചെന്നു. നോട്ടം മകളുടെ മുഖത്ത്, ചോദ്യം രാമർകുട്ടിയോട്: "പൊടമുറി കഴിഞ്ഞിട്ട് കൊല്ലം രണ്ടു കഴിഞ്ഞല്ലോ രാമർകുട്ടീ."

ശരിവെക്കുംവിധം രാമർകുട്ടി മൃദുവായി ഒന്നു ചിരിച്ചു. ചിരിയുടെ നല്ലൊരു ഭാഗം അമ്മാളുവിന് കൊടുത്തു. ആ ചിരി അമ്മാളു ഏറ്റുവാങ്ങി സ്വന്തം പുഞ്ചിരിയിൽ കലർത്തി.

"എന്നിട്ടെന്താ ഇവളിങ്ങനെ ഒറ്റത്തടി?" പാർവതിയമ്മ രാമർകുട്ടിയെ നോക്കി.

രാമർകുട്ടിക്ക് സങ്കോചം തോന്നി. ചിരി മാഞ്ഞുപോയി. തന്റെ പുരുഷത്വത്തേയാണോ സംശയിച്ചത്? പാത്രദോഷവും ആകാമല്ലോ. അങ്ങനെ ചിന്തിച്ചു രാമർകുട്ടി.

"ഇവള് ഇവ്ടെയും നീ അവ്ടെയും ആയാലെങ്ങനെയാ? ഒന്നു രണ്ട് മാസം അടുപ്പിച്ച് നീയിവ്ടെ താമസിക്ക്." പാർവതിയമ്മ നിർദേശിച്ച പരിഹാരമാർഗം അതാണ്.

1. മുഷിഞ്ഞ.

ഭാര്യവീട്ടിൽ സ്ഥിരമായി താമസിക്കുന്നത് തന്റെ കാരണവർക്ക് ഇഷ്ടമാവില്ലെന്ന് രാമർകുട്ടി പറഞ്ഞു. അതു കേട്ടതോടെ പാർവതിയമ്മ യുടെ മട്ടുമാറി. "അങ്ങനെ പറഞ്ഞാലെങ്ങനെയാ?"

"പ്രസവിക്കാനിപ്പോ മനസില്ല. എന്നാലോ?" അവൾ അമ്മയുടെ നേർക്ക് തിരിഞ്ഞു.

പാർവതിയമ്മ ഇരുവരെയും മാറി മാറി നോക്കി.: "രണ്ടാളും ഇങ്കാ കുഞ്ഞു[1]ങ്ങളെപ്പോലെ കളിച്ച് നടന്നോ. ഞാനൊന്നും പറയ്ന്നില്ല."

രാമർകുട്ടി ജാള്യത മറച്ചുവെക്കാനാവാതെ വിഷമിച്ചു: പുരുഷത്വ ത്തിന്റെ പൂർണത പിതൃസ്ഥാനത്തിലാണ്.

പാർവതിയമ്മ ആൺമക്കളെ വിളിച്ചു കൂട്ടി. മക്കൾ അമ്മയ്ക്ക് ചുറ്റും നിന്നു.

"ചോദിക്കട്ടെ, നിങ്ങൾക്ക് എത്ര പെങ്ങമ്മാരുണ്ട്? അതുകേട്ട് ആൺ മക്കൾ അത്ഭുതപ്പെട്ടു.

പാർവതിയമ്മ തുടർന്നു: "നിങ്ങക്ക് പെങ്ങളെപ്പറ്റി വല്ല ചിന്തയുമു ണ്ടോ? അവളിങ്ങനെ ഒറ്റത്തടിയായി നിൽക്കുന്നത് നിങ്ങള് കാണ്ന്നി ല്ലേ?"

എന്ത് മറുപടി പറയണമെന്നറിയാതെ ആൺമക്കൾ കുഴങ്ങി.

"അമ്മാളുവിന് കുറുന്തിനി കഴിക്കണം."

പെണ്ണ് ഗർഭിണിയാവാൻ കാലതാമസം നേരിടുമ്പോൾ നടത്തുന്ന അനുഷ്ഠാനമാണ് കുറുന്തിനിയെന്ന് ആൺമക്കൾക്കറിയാം.

"കഴിക്കാലോമ്മേ. എപ്പഴാ വേണ്ടമ്മേ?" മൂത്ത മകൻ ശങ്കരന്റെ ചോ ദ്യവും മറുപടിയുമെല്ലാം 'അമ്മ'മയമായിരിക്കും.

കുറുന്തിനിയുടെ ഉത്തരവാദിത്വം മുഴുവൻ ശങ്കരൻ ഏറ്റെടുത്തു. ചെലവു ചെയ്യാനൊക്കുന്ന ഒരവസരവും അയാൾ പാഴാക്കാറില്ല. പത്തു വേണ്ടുന്ന ദിക്കിൽ നൂറ് ചെലവു ചെയ്യും. വലിമ നടിക്കാൻ തരമാവുന്ന സന്ദർഭവുമാണെങ്കിൽ അതും പ്രയോജനപ്പെടുത്തും. ഒന്നും ആവില്ലെന്ന് പറയില്ല ശങ്കരൻ.

"നാളത്തന്നെ പെർണാനെ വര്ത്താമ്മേ. പോരേമ്മേ?" ശങ്കരൻ ചോദിച്ചു.

"മതി ശങ്കരാ."

"ആയ്ക്കോട്ടമ്മേ."

ശങ്കരൻ പോകുന്നതിന് മുമ്പു തന്നെ പാർവതിയമ്മ സ്ഥലം വിട്ടു. ഇല്ലെങ്കിൽ അവൻ 'അമ്മ'യെ വിടില്ല.

മുറ്റത്ത് പന്തലിട്ടു. കുരുത്തോല കൊണ്ട് അലങ്കരിച്ചു. പന്തലിന്റെ മധ്യത്തിൽ നാഗക്കളം വരഞ്ഞു. നാലു മൂലയ്ക്കും വിളക്കുകൾ തൂക്കി. നാഗക്കളത്തിൽ നിലവിളക്ക് പ്രതിഷ്ഠിച്ചു. കളം തിളങ്ങി.

പെരുവണ്ണാനും സംഘവും കാലേക്കൂട്ടി വന്ന് ഒരുക്കങ്ങൾ തുടങ്ങിയി രുന്നു.

---

1. ഇളംകുഞ്ഞ്.

ബന്ധുക്കളെയൊക്കെ ക്ഷണിച്ചിട്ടുണ്ട്. രാമർകുട്ടിയുടെ തറവാട്ടിൽ നിന്നും വേണ്ടപ്പെട്ടവരെത്തിയിട്ടുണ്ട്. ചുറ്റുവട്ടത്തുള്ളവർ ആരും ഒഴിഞ്ഞിട്ടില്ല. കുറുന്തിനി കാണാൻ വരുന്നവർക്ക് മുറുക്കാനും സദ്യയുമുണ്ട്.

കാലത്ത് പത്തുനാഴിക കഴിഞ്ഞ് തുടങ്ങിയാൽ പിറ്റേന്ന് പുലർച്ചെ കുറുന്തിനി ഭഗവതി പുറപ്പെടുന്നതുവരെ ചടങ്ങുകൾ തുടരും.

അരിയും തിരിയും വന്നു. പെരുവണ്ണാൻ കൊടിയിലവാങ്ങി.

"അടിയൻ തൊടങ്ങിക്കോട്ടോ പാറമ്മാരത്തെ[1], ശങ്കരൻ കൈക്കോറെ[2]" പെരുവണ്ണാൻ അനുവാദം ചോദിച്ചു.

"പെർണാൻ ചോദിച്ചത് കേട്ടില്ലേമ്മേ?"

"കേട്ടു ശങ്കരാ; കേട്ടു" പാർവതിയമ്മ തലയ്ക്ക് തല്ലി.

"എന്നാൽ തൊടങ്ങിക്കോട്ടല്ലമ്മേ?"

പാർവതിയമ്മ ഗൗരവം വിടാതെ തലയാട്ടി.

"അകത്ത്ള്ളാളെ കളത്തിലിർത്താം."

പെരുവണ്ണാന്റെ നിർദേശം വന്നു.

നാഗക്കുളത്തിന്റെ മധ്യത്തിൽ വെള്ളയും കരിമ്പടവും വിരിച്ചിട്ടുണ്ട്. വിരിയിൽ അമ്മാളുവിനെ കൊണ്ടുവന്നിരുത്തി. കുളിച്ച് കുറിയിട്ട്, താറുടുത്ത്, തലമുടി മൂർധാവിൽ കെട്ടിനിർത്തിയിട്ടുണ്ട്.

കളത്തിൽ കടന്ന് അമ്മാളു മടം കാലിട്ടിരുന്നു. കൊട്ടും പാട്ടും കേട്ട് ഒരു കാഴ്ചവസ്തുവായി പുലരുവോളം അവളങ്ങനെ ഇരിക്കണം. മടങ്കാല് മാറ്റി മാറ്റി ഇരിക്കാം. എഴുന്നേറ്റു കൂടാ. ഉറങ്ങാൻ പാടില്ല. പക്ഷേ, കൊട്ടിന്റെയും പാട്ടിന്റെയും വെളിച്ചത്തിന്റെയും ധോരണിയിൽ തൂങ്ങി വീണുപോകും.

പെരുവണ്ണാൻ മദ്ദളം കൊട്ടിത്തുറന്നു. കുറുന്തിനി പാടാൻ തുടങ്ങി.

"പൊലികെൻ പൊലികെൻ ദൈവമേ...
ഹരി തിന്മ പോകാ...
ദീപം പൊലിക ദൈവമേ...
ഹരി നന്മ വരികാ....
വർദ്ധിക്കവാണോരുനാളും
ശ്രീയും സമ്പത്തും പെരുകിനില്ക്കേണം
നാഗ ലോകത്തിൽ നാഗരാജാവ്
പൊലികാ....."

അതല്ലേ പറയേണ്ടത്. കുറുന്തിനി പാടിയത് കൊണ്ടാണോ എന്നറിയില്ല; രാമർ കുട്ടി കുഞ്ചേരിയിൽ സ്ഥിരതാമസമാക്കിയതു കൊണ്ടാണോ എന്നറിയില്ല; അതാണ് പറയുന്നത്, അമ്മാളു ഗർഭം ധരിച്ചു.

വണ്ണാത്തിതാല കുട്ടഞ്ചേരിയിൽ നിന്ന് വെറും കൈയോടെ തിരിച്ചുപോയി. അവൾക്ക് മാറ്റ് കൊടുക്കുകയും വേണ്ട; തീണ്ടാരിത്തുണി എടുക്കുകയും വേണ്ട. ഇനി മലിമാണിയുടെ ഊഴമാണ്.

---

1. താഴ്ന്ന ജാതിക്കാർ നായർ സ്ത്രീകളെയും പുരുഷന്മാരെയും ബഹുമാനസൂചമായി സംബോധന ചെയ്യുന്നത്.

അമ്മാളു ഇടയ്ക്കിടെ ഛർദിച്ചു. കൂടെക്കൂടെ മൂത്രമൊഴിക്കാൻ മറയ്ക്കകത്തു ചെന്നു.

"എനക്ക് പച്ചപ്പുളിങ്ങ വേണം. ഇല്ലെങ്കില് പച്ചമാങ്ങവേണം" അമ്മാളു രാമർകുട്ടിയോട് കൊഞ്ചിപ്പറഞ്ഞു.

"രണ്ടും കിട്ടാത്ത സമയമാണല്ലൊ അമ്മാളൂ ഇത്" രാമർകുട്ടി ഖേദത്തോടെ പറഞ്ഞു.

"പുളിക്കുന്നതെന്തെങ്കിലും കൊണ്ടുത്താ" അവൾ സഹികേടോടെ പറഞ്ഞു.

ഗർഭലക്ഷണങ്ങൾ പ്രകടമായതു മുതൽ ഗർഭ ശുശ്രൂഷകളും ആരംഭിച്ചു. സുഖ പ്രസവത്തിന് പാൽക്കഷായങ്ങൾ. ഗർഭം അലസാതിരിക്കാൻ തിരുതാളിവേര് അരച്ച് പാലിൽ സേവിച്ചു. മലിമാണി വന്ന് ഇടയ്ക്കിടെ ജപിച്ചൂതി. കാലിയാരമ്പലത്തിൽ ചെന്ന് പഞ്ചഗവ്യം സേവിച്ചു. നേർച്ചകളുടെ ആദ്യതവണയായി കാവിലേക്കും മോലോത്തേക്കും പോയി.

മകൾ ഗർഭവതിയായതിൽ സന്തുഷ്ടയാണെങ്കിലും അതിനെക്കാളുപരി അസ്വസ്ഥതയിലാണ് പാർവതിയമ്മ. മകൾ നിൽക്കുമ്പോഴും നടക്കുമ്പോഴും കിടക്കുമ്പോഴുമെല്ലാം തികഞ്ഞ ഉൽക്കണ്ഠയിലാണവർ. പകലുറങ്ങാനും മലർന്നു കിടക്കാനും അമ്മ മകളെ അനുവദിച്ചില്ല. മുറ്റമടിക്കാൻ നിർബന്ധിച്ചു. ധാന്വന്തരം കുഴമ്പുപുരട്ടി മിതോഷ്ണജലത്തിൽ കുളിപ്പിച്ചു. പാൽക്കഞ്ഞിയിൽ പശുവിൻ നെയ്യ് ചേർത്ത് കഴിപ്പിച്ചു.

അമ്മാളു നേരിയ അസ്വസ്ഥതയെങ്ങാൻ പ്രകടിപ്പിച്ചാൽ മതി; പാർവതിയമ്മ നെട്ടോട്ടം തുടങ്ങും, വിളിയും പടയുമായി. പിന്നെ പണിക്കാരത്തികൾക്ക് നിൽക്കപ്പൊറുതിയുണ്ടാവില്ല.

"മോക്ക് വേണ്ടി അമ്മച്ചി പെറ്റക്കാ!" പാർവതിയമ്മയുടെ പൊറുതികേട് കണ്ട് സ്ഥിരം പണിക്കാരത്തി ചപ്പില മറ്റുള്ളവരോട് സ്വകാര്യം പറഞ്ഞു.

സാധിക്കുമെങ്കിൽ മകൾക്കുവേണ്ടി പാർവതിയമ്മ പ്രസവിച്ചേക്കുമായിരുന്നു. സാധിക്കില്ലല്ലോ. ഒന്നേ അവർക്ക് ചെയ്യാനുള്ളു: അകമഴിഞ്ഞ് പ്രാർഥിക്കുക.

"എന്റെ കോട്ടത്തമ്മേ, തട്ടാണ്ട് മുട്ടാണ്ട് രണ്ടും രണ്ട് പാത്രാക്കിത്തരണേ!"

പാത്രം തന്നെ വേണം. അതായത് പെണ്ണ്. പെണ്ണരശുകുലത്തിനാണ് പ്രാർഥന. പാത്രത്തിനാണ് വില; വിത്തിനല്ല. പാത്രത്തിൽ വീഴുന്ന വിത്ത് ആരുടേതുമാകാം. അതുകൊണ്ട് അമ്മയാണ് സത്യം.

അതെന്തെങ്കിലുമാകട്ടെ. തന്റെ പുരുഷത്വം അംഗീകരിക്കപ്പെട്ടല്ലോ. അതുമതി. രാമർകുട്ടി അഭിമാനംകൊണ്ടു. താനൊരു അച്ഛനായിത്തീരാൻ പോകുന്നുവെന്ന വസ്തുതയും അവനെ സന്തോഷിപ്പിച്ചു.

24

ഏറിയോരു കുളിർമ

തുലാവർഷം നീളാത്തതുകൊണ്ട് നിലത്തിന്റെ നീര് നേരത്തെ ഉൾവലിഞ്ഞു. നേരത്തെ പൂട്ടിയിടേണ്ടതായും വന്നു. ഉണങ്ങി കൊരടാവുന്നതിന് മുമ്പ് കട്ടയും പൊളിച്ചു. കാലിവളവും വെണ്ണീരും ഉണക്കച്ചപ്പും കണ്ടത്തിന്റെ മൂലയിൽ കൂട്ടിവെച്ചു.

ആയിടക്കാണ് ഓലച്ചേരിയിൽ ലക്ഷണം കെട്ട കാറ്റ് വീശാൻ തുടങ്ങിയത്. മണ്ണും പുല്ലും പൊടിയും ഉണക്കിലകളും വാരിയെടുത്ത് 'ചുയിപ്പു'കൾ രൂപംകൊണ്ടു. കാറ്റ് വാഴത്തോട്ടത്തിൽ പാഞ്ഞുകയറി ബലാൽക്കാരം നടത്തി. കവുങ്ങിൻ പട്ടകളും ഓലമടലുകളും തലങ്ങും വിലങ്ങും ഇടിഞ്ഞു വീണു. രാത്രിയിൽ ഓരിക്കുറുക്കൻ നിലവിളിച്ചുകൊണ്ട് ഓലച്ചേരിവയലിന്റെ നടുവിലൂടെ ലക്ഷ്യമില്ലാതെ പാഞ്ഞു.

"ചീർമ്പ വിളയാട്ന്ന കാറ്റാ" ഒതേനന്റെ നിരീക്ഷണത്തിന് മുന്നിൽ ഉറുവാടൻ ഭയചകിതനായി.

നാളുകളധികം വേണ്ടിവന്നില്ല; പടിഞ്ഞാറെക്കരയിലുള്ള അപ്യാലന്റെ പുരയിൽ ചീർമ്പ വിളയാടിയെന്നു കേട്ടു. കേട്ടവർ ഒന്നുനടുങ്ങി.

"ആടാടപ്പൊന്ത്യത് ആടാട അമർന്നോട്ടെടന്റെ പുതിയോതീ" കുഞ്ചോറു നെഞ്ചത്തു കൈവെച്ച് പുതിയ ഭഗവതിയെ വിളിച്ചു.

അവിടവിടെ പൊന്തിയത് അവിടവിടെ അമർന്നില്ല. എറിഞ്ഞവിത്തെല്ലാം നിറമണികളായി. കേട്ട എകരത്തെപ്പുരയിൽ പൊന്തിയെന്ന് കേട്ടു പനക്കടവളപ്പിൽ, ഇതോടെ ഓലച്ചേരിയിലെങ്ങും ഉൾക്കിടിലമുണ്ടാക്കുന്ന ഭീതിപരന്നു. പുതിയോതിയുടെ പ്രീതിക്കുവേണ്ടി സന്ധ്യവേലയും ചൊവ്വാളക്കും കഴിച്ചു.

കുരിപ്പ് പൊന്തിയവരെ കണ്ട് പേടിച്ചാൽ മതി; പാറിപ്പിടിക്കുമെന്നാണ് വിശ്വാസം. അതുകൊണ്ട് പൊന്തിയ പുരയുടെ സമീപത്തുകൂടി

ആരും വഴിനടക്കില്ല. നടന്നാലും അങ്ങോട്ട് ദൃഷ്ടിപായിക്കില്ല. കറിക്ക് വറുത്തിടില്ല. അപ്പം ചുടില്ല. എണ്ണതേക്കില്ല. എല്ലാം രോഗപ്രതിരോധങ്ങളാണ്.

കുരിപ്പ് പൊന്തിയാൽ ഉറ്റവരെല്ലാം അവരെ ഉപേക്ഷിക്കുകയാണ് പതിവ്. അവർക്ക് തിന്നാനും കൊടുക്കില്ല; കുടിക്കാനും കൊടുക്കില്ല. രോഗശുശ്രൂഷ തീരെയില്ല. ശരിക്കും പുഴുത്തുചാകലാണ്. ഈ മഹാമാരിയെ മുഖത്തോട് മുഖം നോക്കാനുള്ള ധൈര്യമുള്ളവർ ചുരുക്കമാണ്.

ഓലച്ചേരിയിൽ പടർന്നുപിടിച്ചത് ആനയടിയൻ കുരിപ്പാണെന്ന് ചിരോണ്ടൻ തിരിച്ചറിഞ്ഞു. ആനയടിയൻ ഭയങ്കരനാണ്. വലിപ്പമുള്ള മണികളായിരിക്കും. എല്ലോളം വേരുകളിറക്കാൻ കഴിവുള്ളവൻ.

കുരിപ്പ് ബാധിച്ച പുരകളിലെല്ലാം ചിരോണ്ടൻ നിത്യസന്ദർശകനായി. സഹായികളായി അച്ചു, ചന്തൻകുഞ്ഞി എന്ന രണ്ടുപേരെ കൂടി കിട്ടി. മരിച്ചവരെ കുഴിച്ചിടാനാണ് മുഖ്യമായും അവരുടെ സഹായം വേണ്ടി വന്നത്.

എരിപൊരി സഞ്ചാരം കൊള്ളുന്നവർക്ക് വെള്ളം കൊടുത്തു. ഭക്ഷണം കൊടുത്തു. ദേഹമാസകലം പൊട്ടിയൊലിക്കുന്നവരെ വേപ്പിലത്തണ്ടുകൊണ്ട് വീശി. വേപ്പില കരിച്ചുപൊടിച്ച് ആഴമുള്ള വ്രണങ്ങളിൽ നിറച്ചു. പൊറ്റ ഉണങ്ങിയവരെ കുളിപ്പിച്ചു.

മരണത്തിൽനിന്ന് പലരേയും രക്ഷിച്ചത് ചിരോണ്ടനാണ്. യഥാർഥത്തിൽ അവനായിരുന്നു ഓലച്ചേരിയുടെ രക്ഷകൻ.

ചിലരുടെ കണ്ണ് പോയി. മൂക്ക് വികൃതമായി. മുഖം അമ്മിക്ക് അരം കൊത്തിയതുപോലെയായി.

ഒരു വെള്ളിയാഴ്ച ഉച്ചതിരിഞ്ഞ നേരത്താണ്. കുഞ്ഞോറു മൂടിപ്പുതച്ച് കിടന്നത്. കടുത്ത പനി. തലയ്ക്കും പുറത്തും കഠിന വേദന. ശരീരം മുഴുവൻ ചുവന്ന് തിണർത്തു. മൂന്നാം ദിവസം കൈപ്പത്തികളിൽ മണികൾ പ്രത്യക്ഷപ്പെട്ടു. പിന്നീട് വയറ്റത്തും കീഴ്ഭാഗത്തും മുഖത്തും കുരുക്കൾ നിറഞ്ഞു. ഏഴാം ദിവസം കഴിഞ്ഞപ്പോൾ കുരുക്കൾ പഴുക്കാൻ തുടങ്ങി.

“മോനേ ചിരോണ്ടാ” കുഞ്ഞോറു അകത്തെ ഇരുട്ടിൽ നിന്ന് ക്ഷീണിതയായി വിളിച്ചു: “കഞ്ഞിവെച്ച് തെരാൻ ഒരാള് വേണ്ടേ? നീ ചെന്ന് മാണിക്കത്തോട് വെരാൻ പറ. നീ പോയാലേ ഓളെ പുരുവൻ ഓളെ വെരാൻ വിടൂ. പിള്ളറെ കൂട്ടണ്ടാന്നും പറ.”

ശരിയാണ്; ചിരോണ്ടൻ ചെന്നില്ലെങ്കിൽ മാണിക്കത്തെ അയക്കില്ല.

അന്നുതന്നെ ചിരോണ്ടൻ കല്ലൂരിയിലേക്ക് ചെന്നു. വിവരങ്ങളെല്ലാം പറഞ്ഞു. മനസില്ലാ മനസോടെയാണ് മാണിക്കത്തെ അവർ ഓലച്ചേരിയിലേക്കയച്ചത്.

കഴിയാവുന്ന ശുശ്രൂഷകളെല്ലാം അമ്മയ്ക്ക് ചെയ്തത് ചിരോണ്ടൻ തന്നെ. അമ്മകിടക്കുന്ന ഭാഗത്തേക്ക് മാണിക്കം ചെന്നതേയില്ല. മുള്ളിന്മേൽ നിൽക്കുന്നതു പോലെയാണ് അവൾ പെരുമാറിയത്.

പെണ്ണുണ്ടായിട്ടെന്താ കാര്യം? ആ അവസ്ഥയിൽ കുഞ്ഞോറു ചിന്തിച്ചുകാണും.

ചീർമ്പ വിതച്ചത് പുതിയോതി തുടച്ചെടുക്കും. പുതിയോതിക്കാവിൽ നിന്ന് ഒണക്കൻ വെളിച്ചപ്പാടൻ ഓലച്ചേരിയിലൂടെ എഴുന്നള്ളി വന്നു. പട്ടും അരമണിയും ചിലമ്പും ധരിച്ച്, വാളും പരിചയുമണിഞ്ഞ്, ആർപ്പുവിളിയും വാദ്യഘോഷങ്ങളുമായി മഹാമാരി വിളയാടുന്ന പുരകളിലേക്ക് ഒണക്കൻ വെളിച്ചപ്പാടൻ ഓടിക്കയറി അരിയും കുറിയും വാരിയെറിഞ്ഞ് വായ്‌വാക്ക് പറഞ്ഞു: "ഗുണം വരുത്തി രക്ഷിക്കട്ടും എന്റെ പൈതങ്ങളേ... കുന്നി ഒന്ന്, മഞ്ചാടി ഒന്ന്, ഉക്കൽ തട്ടിയത് ഒന്ന്, ദത്ത് കൊണ്ടത് ഒന്ന് എന്ന ഭേദാവസ്ഥ കൂടാതെ കുഞ്ഞുകുട്ടി കന്നു കിടാങ്ങൾക്കൊക്കെ, തൊണ്ണൂറ്റാറ് മഹാവ്യാധിക്കും വൈദ്യനാഥനായിട്ട് നിലനിന്നുപോരാം. ഭക്തി പെട്ടോളേ വേണ്ടു. ഏറിയോരു കുളിമ...."

പരിചമേൽ വെച്ച് വാൾ വിറപ്പിച്ച് വെളിച്ചപ്പാടൻ സങ്കടക്കാരെ അനുഗ്രഹിച്ചു.

വാദ്യക്കാരും ആർപ്പുവിളിക്കാരും മുറ്റത്തിന്റെ പുറത്തു നിന്നതേയുള്ളു. വെളിച്ചപ്പാടനോടൊപ്പം കുറിത്തട്ടുകാരനും അകത്തേക്ക് ഓടിക്കയറി.

ഓലച്ചേരിയിൽ കുരുപ്പിന്റെ അവസാനത്തെ ഇര കുഞ്ഞോറുവാണെന്ന് തോന്നുന്നു. മുഖത്ത് ആഴമുള്ള പാടുകളുണ്ട്. കുഞ്ഞോറുവിന്നല്ലാതെ മറ്റാർക്കും അസുഖംബാധിച്ചതുമില്ല. മാണിക്കം പേടിച്ചിരുന്നു.

കുഞ്ഞോറു കുളിച്ച് രണ്ടുവാവ് കഴിഞ്ഞതിന് ശേഷമാണ് മാണിക്കത്തെ കല്ലൂരിയിൽ കൊണ്ടുചെന്നാക്കിയത്.

തിരിച്ചുവന്നപ്പോൾ കുഞ്ഞോറു ചിരോണ്ടനോട് ചോദിച്ചു: "ഓളെ പുവ്വൻ എന്തെങ്കിലും പറഞ്ഞിനാ?"

ഇല്ലെന്ന് ചിരോണ്ടൻ.

"ഓന്റമ്മ്യോ?"

"പറഞ്ഞത് ഞാനിപ്പം നിങ്ങളോട് പറയ്ന്നില്ല." ചിരോണ്ടന്റെ മുഖം അൽപ്പം മങ്ങി.

"ഓന്റമ്മച്ചി നിസ്സാരം പറയും.. എനക്കറിയാ." അൽപ്പം കഴിഞ്ഞിട്ട് കുഞ്ഞോറു തുടർന്നു: "ഞാമ്പറയ്ന്ന ഒര് കാര്യം നീ കേക്കാ? എനക്ക് വെക്കാനും കയീല്ല; വെളമ്പാനും കയീല്ല. വെച്ചോ, തിന്നോ. ആവൂല്ലെങ്കില് ഏട്ന്നെങ്കിലും ഒന്നിനെ കൂട്ടിക്കൊണ്ടന്നോ! എനക്കിനി ഒന്നിനും കയീല്ല."

മങ്ങലം കഴിക്കാനാണ് സാഹചര്യം ചിരോണ്ടനിൽ സമ്മർദം ചെലുത്തുന്നത്.

ചിരോണ്ടനിൽനിന്ന് യാതൊരു പ്രതികരണവുമുണ്ടായില്ല. എന്ത് പറയണമെന്ന് അവന് നിശ്ചയവുമില്ല.

ഏതാനും ദിവസം കഴിഞ്ഞ് ചിരോണ്ടൻ ഉച്ചക്കേറ്റിന് പോയ നേരം നോക്കിയാണ് കുഞ്ഞോറുവിന്റെ മൂത്ത ആങ്ങളവന്നത്. വന്നതല്ല; കുഞ്ഞോറു വരുത്തിയതാണ്.

“എന്തിനാ പെങ്ങളെ എന്നെ വെരാൻ പറഞ്ഞിന്?” മൂത്ത ആങ്ങള ചോദിച്ചു.

“നിന്റെ മർമോനല്ലേ ചിരോണ്ടൻ? ഓന്റെ കാരണോനല്ലേ നീ ? ഓന്റെ പ്റായക്കാരെല്ലം മങ്ങലം കയിച്ചില്ലേ? എനി ഏത് ബാല്യക്കാരനാ ഓല ച്ചേരീല് മങ്ങലം കയിക്കാൻ ബാക്കി? ഓനോട് മങ്ങലം കയിക്കാൻ പറയണം നീ. ഓന് പറ്റ്യ പെണ്ണിനെ നീ കാണണം” സങ്കടവും പരിഭവവും ആജ്ഞയും കുഞ്ചോറുവിന്റെ സ്വരത്തിലുണ്ട്.

“എന്തിനാപെങ്ങളേ പെണ്ണിനെ വേറെ കാണ്ന്ന്! പെണ്ണ് എന്റടുക്കലില്ലേ?”

ആങ്ങളയുടെ മകളെപ്പറ്റിയാണ് സൂചന. ഇങ്ങനെയൊരു നിർദേശം വരുമെന്ന് കുഞ്ചോറു പ്രതീക്ഷിച്ചിരുന്നില്ല. മന്ദബുദ്ധിയായ ഒരു പെണ്ണ്. അതിനെ ആരുടെയങ്കിലും തലയിൽ കെട്ടിവെക്കാനാണ് ആങ്ങള ശ്രമിക്കുന്നതെന്നും കുഞ്ചോറുവിനറിയാം. ഇതൊരു മാലക്കെട്ടായല്ലോ!

ചിരോണ്ടന്റെ ഉറച്ച നിലപാടാണ് കുഞ്ചോറുവിനെ രക്ഷിച്ചത്. ആ പെണ്ണ് തനിക്ക് വേണ്ടെന്ന് തീർത്തു പറഞ്ഞു. പറയാനും വേണം ധൈര്യം. വേണ്ടെന്നു പറയുന്നത് കാരണവന്റെ മകളെയാണ്.

ഇതോടെ പെണ്ണ് കാണൽ ഉറുവാടന്റെ നിയന്ത്രണത്തിലായി. അരയാലയിലെ കുട്ട്യപ്പക്ക് ഒരു മകളുണ്ടെന്നും അവൾ ചിരോണ്ടന് നന്നായി ചേരുമെന്നും അയാൾ പറഞ്ഞു.

“എനക്ക് പെണ്ണിനെ കാണണം. പെണ്ണ് എന്നെയും കാണണം.” ചിരോണ്ടൻ തന്റെ മനോഭാവം വെളിപ്പെടുത്തി.

അപ്രകാരം അരയാലച്ചെന്ന് കുട്ട്യപ്പയുടെ മകൾ കല്ലുവിനെ കണ്ടു. വട്ടമുഖവും ഒത്ത നീളവും തടിയുമുള്ള കുറ്റിയുറച്ച പെണ്ണ്. അകത്തും പുറത്തും പറ്റും. അടുക്കളപ്പണിക്കും വയൽപ്പണിക്കും ചേരുമെന്നർഥം.

രണ്ടക്ഷരം പഠിച്ചവനെ മകൾക്ക് പുരുഷനായി ലഭിക്കുന്നതിൽ കുട്ട്യപ്പക്ക് അഭിമാനമുണ്ട്. മാത്രമല്ല ആളായ്മയുള്ള ബാല്യക്കാരനാണ് ചിരോണ്ടൻ. പക്ഷേ പഠിച്ച ചെക്കന് പഠിക്കാത്ത പെണ്ണ് എന്നൊരു കുറവേയുള്ളൂ. പഠിച്ച പെണ്ണിനെ എവിടെനിന്ന് കിട്ടാനാണ്!

“നിനിക്ക് പെണ്ണിനെ പിടിച്ച്നാ?” വഴിക്ക് വെച്ച് ഉറുവാടൻ ചിരോണ്ടനോട് ചോദിച്ചു.

മറുപടി പറയാതെ അവൻ രഹസ്യമായൊന്ന് പുഞ്ചിരിക്കുക മാത്രം ചെയ്തു.

25

പുരപുത

അടുത്തകാലത്തൊന്നും ഓലച്ചേരിയിൽ പുരപുതയ്ക്കാൻ ഇത്ര വൈകിയിട്ടില്ല. ചീർമ്പ വിതച്ചത് ഒന്നടങ്ങാനും പുതിയോതി തുടച്ചെടുക്കാനും കാത്തു നിന്നതാണ് കാരണം.

കോട്ടൂർക്കുന്നിൽനിന്ന് ധനുമാസത്തിൽ പറിച്ച പുല്ല് പറമ്പിന്റെ മൂലയ്ക്ക് പറം കെട്ടി അട്ടിവെച്ചിട്ടുണ്ട്. മടല് കീറി അടുപ്പിന്റെ അട്ടത്തും അടുക്കിയിട്ടുണ്ട്. ഇതെല്ലാം മഴക്കാലത്തെ നേരിടാനുള്ള തയാറെടുപ്പുകളാണ്. മങ്ങലമല്ലേ വരുന്നത്! കുറച്ചുകൂടുതലായി നെല്ല് പുഴുങ്ങിക്കുത്തിവെച്ചിട്ടുമുണ്ട്. പുരപുതയും കഴിഞ്ഞാൽ കുറഞ്ഞൊരു സമാധാനമായി.

അപ്പേഞ്ഞനാണ് ഓലച്ചേരിയിലെ പുരകളെല്ലാം പുതക്കുന്നത്. 'അപ്പേഞ്ഞൻ' എന്നുപറഞ്ഞാൽ ആളുതെറ്റാനിടയുണ്ട്. ഓലച്ചേരിയിൽ ഒന്നിൽ കൂടുതൽ അപ്പേഞ്ഞനുണ്ട്. അതിനാൽ'പൊരപൊതക്കുന്ന അപ്പേഞ്ഞൻ' എന്നുപറഞ്ഞാൽ പിന്നെയൊരു വിശദീകരണത്തിന്റെ ആവശ്യം വരില്ല. പുരപുതയ്ക്കുന്ന അപ്പേഞ്ഞനെ ഓലച്ചേരിയിലെ ഏത് കുഞ്ഞിനുമറിയാം.

തോർത്തുമുണ്ടും തൊപ്പിക്കുടയും അരയിൽ ചെരുതി വെച്ച തുമ്മാൻ പൊതിയും പത്തമ്പതു കമ്പുള്ള ഏണിയുമായാൽ പുരപുതയ്ക്കുന്ന അപ്പേഞ്ഞനായി. ഓലച്ചേരിയിലെ ഏതു മോന്തായത്തിനുമപ്പുറം അയാളുടെ ഏണി കടന്നുനിൽക്കും. ആവശ്യമില്ലാത്തപ്പോഴൊക്കെ കുഞ്ഞപ്പ ചെട്ട്യാന്റെ ആട്ടാലയുടെ ഇറയിൽ കെട്ടിത്തൂക്കും; മഴയും വെയിലും കൊണ്ടിട്ട് ദ്രവിച്ചു പോകാതിരിക്കാൻ.

കുംഭമാസത്തിൽ തുടങ്ങി ഇടവപ്പാതിവരെ ഒരൊറ്റദിവസമൊഴിയാതെ പുരപുതയുണ്ടാകും. മഴയെങ്ങാനും ചാറിയാൽ അപ്പേഞ്ഞനെ

പിടിയും വലിയുമായി. പുരപുതക്കാലം കഴിഞ്ഞാൽ വേലികെട്ടുക, ആല പണിയുക, മൺകിളയുണ്ടാക്കുക എന്നിവയാണ് അയാളുടെ പ്രധാന ജോലികൾ.

പുരപുതയിൽ വിദഗ്ധനാണ് അപ്പേഞ്ഞൻ. കോരിച്ചൊരിയുന്ന മഴയത്തു പോലും അപ്പേഞ്ഞൻ പുതച്ച പുര ഒരു തുള്ളി പോലും ചോർന്ന ചരിത്രമില്ല. കുറച്ചു കൊല്ലം മുമ്പ് അയാൾ ഏണി വഴുതി പുരപ്പുറത്തു നിന്ന് വീഴുകയുണ്ടായി. അക്കൊല്ലം പുര പുതയ്ക്കാൻ ആളില്ലാതായപ്പോൾ മുണ്ടപ്പുറത്തുള്ള ഒരാളാണ് പുതച്ചത്. എന്താണ് പറയേണ്ടത്! അക്കൊല്ലം ചോരാത്ത ഒരൊറ്റ പുരപോലുമില്ല ഓലച്ചേരിയിൽ. സകല പാത്രങ്ങളും നിരത്തിവെച്ചിട്ടും ഫലമുണ്ടായില്ല. പല രാത്രികളിലും മൂലയ്ക്ക് കുത്തിയിരുന്ന് നേരം വെളുപ്പിക്കേണ്ടിവന്നു.

പുര പുതയും മങ്ങലവും എന്ന ഒരു ചൊല്ലുപോലുമുണ്ട്: ചിരോണ്ടന്റെ മങ്ങലം ഉറപ്പിച്ചതുകൊണ്ട് അപ്പേഞ്ഞൻ പുരപുത തുടങ്ങിയത് ചെറമ്മലൊതേനന്റെ പുര തൊട്ടാണ്. കഴിഞ്ഞ കൊല്ലം ഓല മാറ്റാത്തതു കൊണ്ട് അതും മാറ്റി കെട്ടണം. ഒതേനൻ പാണ്[1] വെള്ളത്തിൽ പൊതിർത്ത് ഊൻ്ന് വെച്ചിട്ടുണ്ട്, ഓലകെട്ടാൻ.

അപ്പേഞ്ഞൻ ഏണി മോന്തായത്തിൽ ചാരി വെച്ച് പഴയ പുല്ലും ഓലയും വലിച്ച് താഴത്തിട്ടു. കുഞ്ചോറു അതെല്ലാം വാരിക്കെട്ടി പിലാവിന്റെ ചുവട്ടിൽ കൊണ്ടിട്ടു. ദ്രവിച്ച പുല്ല് പിലാവിന്റെ കീഴിലിട്ടാൽ നല്ല വണ്ണം പൂതല് പൊട്ടും.

അടുക്കള ഭാഗത്തുള്ള പുല്ലും ഓലയും വലിച്ചിറക്കുമ്പോഴാണ് അപ്പേഞ്ഞൻ കരിക്കോലമാവുക.

ആഹാരത്തിനും ചില ചിട്ടകളൊക്കെയുണ്ട് അപ്പേഞ്ഞന്. ഉച്ചയ്ക്ക് മുമ്പ് തേങ്ങ ചിരകിയിട്ട് നല്ലവണ്ണം ഉപ്പിട്ട കഞ്ഞി കോരിക്കുടിക്കാൻ കിട്ടണം. ഉച്ചയ്ക്ക് കഞ്ഞിയും പുഴുക്കും മൃഷ്ടാന്നം, പുരപ്പുറത്തുനിന്നിറങ്ങിയാൽ ഒരു തൊട് കയ്പ്പ് കള്ള് കിട്ടിയാൽ സന്തോഷമായി. ഏറ്റില്ലാത്ത പുരക്കാർ അപ്പേഞ്ഞന് കൊടുക്കാൻ കള്ള് വാങ്ങി വെക്കും.

പുല്ല് നനച്ച് കെട്ടുകളാക്കി എറിഞ്ഞ് കൊടുക്കാൻ ഒരു സഹായി വേണം. സഹായിയായി ചിരോണ്ടൻ നിന്നു.

“ഒരു പെണ്ണു വന്ന് കേറുന്നതല്ലേ? പൊര കൊറച്ച് വൃത്തിയാവട്ട്.” അപ്പേഞ്ഞൻ പുരപ്പുറത്തുനിന്ന് ചിരോണ്ടൻ കേൾക്കാൻ വേണ്ടി കുഞ്ചോറുവിനോട് പറഞ്ഞു.

“വൃത്തീല് തന്നെ പൊതച്ചോ അപ്പേഞ്ഞാ” കുഞ്ചോറു അയാളെ പിൻതുണച്ചു.

പുതകഴിഞ്ഞ് ഇറയോലകെട്ടി. മഴവെള്ളം ഇറച്ചാലിൽ വീഴണമെങ്കിൽ ഇറയോലകെട്ടണം. കാറ്റടിച്ച് പുതച്ച പുല്ല് പറന്ന് പോകാതിരിക്കാൻ മോന്തായത്തിന്റെ നാല് മൂലയ്ക്കും മോന്തായത്തിൻമേലും ആവശ്യമെന്ന് തോന്നുന്ന സ്ഥലത്തെല്ലാം പച്ചോല കൊത്തി മട്ടലോടെ കമിഴ്ത്തി

1. കൊതുമ്പ്.

യിടണം. സ്ഥാനം തെറ്റാതിരിക്കാൻ അവ പരസ്പരം തുമ്പ് കെട്ടിയിടുകയും വേണം.

രണ്ടുദിവസംകൊണ്ട് പുര പുതച്ചു. പിറ്റേന്ന് ആലയും.

ഇല്ലത്തു ചെന്ന് മങ്ങലത്തിന് അനുവാദം വാങ്ങണം. കാഴ്ചയും കൊണ്ട് ചെല്ലണം. അതിന് ഒതേനൻ പോയി.

എഴുത്തച്ഛനേയും തുളുവന്നൂർ ഗുരുക്കളേയും ചിരോണ്ടൻ ചെന്ന് കണ്ടു. രണ്ടുപേരും അനുഗ്രഹിച്ചു.

കീഴ്ജാതിക്കാരുടെ മങ്ങലത്തിന് ഉയർന്ന ജാതിക്കാർ പങ്കെടുക്കാറില്ല. ഇല്ലെങ്കിലും ക്ഷണിക്കും.

തുളുവന്നൂർ ഗുരുക്കളുടെ ശിഷ്യത്വം ചിരോണ്ടന്റെ ജീവിത വീക്ഷണത്തിന് തന്നെ മാറ്റം വരുത്തിയിട്ടുണ്ട്. ആചരിക്കുന്ന പലതും പഴഞ്ചനാണ്. തന്റേടം ഉണ്ടെങ്കിൽ പഴയത് ഉപേക്ഷിക്കണമെന്ന പക്ഷക്കാരനാണ് അദ്ദേഹം.

ഗുരുക്കളെ പിൻതുടരണമെന്ന മനോഗതിയാണ് ചിരോണ്ടന്. ആണും പെണ്ണും പരസ്പരം കണ്ടിട്ടുമതി മങ്ങലമെന്നു തീരുമാനിച്ചതും തുളുവന്നൂർ സ്വാധീനമാണ്. എളിയതോതിൽ ഇലയിട്ട് സദ്യ. ചടങ്ങുകളെല്ലാം പകൽ മതി. പ്രാണൻ പോയാലും ചെറുക്കേണ്ട മറ്റൊരു കാര്യമുണ്ട്. അത് അപ്പോൾ പറയാം. മങ്ങലം കഴിയട്ടെ. ചിരോണ്ടൻ മനസിൽ പറഞ്ഞു.

രണ്ടുദിവസം മുമ്പേ പന്തലൊരുങ്ങി. കുരിപ്പ് വിളയാടിയകാലത്ത് ചിരോണ്ടന്റെ സന്തത സഹചാരിയായി പ്രവർത്തിച്ച അച്ചുവിന്റെയും ചന്തൂട്ടിയുടെയും നേതൃത്വത്തിലാണ് സദ്യക്കുള്ള ശ്രമം തുടങ്ങിയത്. അവരാണ് ഇപ്പോൾ ചിരോണ്ടന്റെ ചങ്ങാതിമാർ.

അയൽപക്കത്തുനിന്നും അമ്മികളെത്തി. പാത്രങ്ങൾ കൊണ്ടു വന്നു. മുറിയും തറിയുമായി. ചിരകലും അരവുമായി. മേൽനോട്ടം വഹിച്ച് ഉറുവാടനുണ്ട്. കുഞ്ചോറുവിന്റെ ആങ്ങളമാരുണ്ട്. മാണിക്കവും അവളുടെ പുരുവനും കുഞ്ഞുങ്ങളും നേരത്തെ വന്നു.

എരിശ്ശേരിയും പുളിശ്ശേരിയുമാണ് കറികൾ. തൊട്ടുകൂട്ടാൻ നാരങ്ങാക്കറി. മധുരത്തിന് ചക്കരച്ചോറ്.

മങ്ങലദിവസം രാവിലെ കാതിയൻ ചീരൻ വന്ന് ചിരോണ്ടന്റെ മുടിമുറിച്ചു. താടിവടിച്ചു.

കുളിച്ച് പുതുമുണ്ടുടുത്തു, ഒന്ന് പുതച്ചു.

പുതിയോന് ചങ്ങായി വേണം. അച്ചുവിനെ ചങ്ങായി ആക്കി. മങ്ങലം കഴിച്ചവനായിരിക്കണം ചങ്ങായി. പുതിയോന് വേണ്ട ഉപദേശ നിർദേശങ്ങൾ കൊടുക്കേണ്ടത് ചങ്ങായിയാണ്.

പടിഞ്ഞാറ്റയിലിരുത്തി പുതിയോനെയും ചങ്ങാതിയെയും ബന്ധുക്കൾ അരിയിരിച്ചു.

"മങ്ങലക്കാറൊപ്പം പോകുന്നാളൊക്കെ ചോറ് വെയ്ക്കാനിരുന്നോ. നിശ്ചയിച്ച ആളിൽ കൂടുതൽ ഒരൊറ്റ ആളും മങ്ങലത്തിന് പോണ്ട.

ഒരൊറ്റ പിള്ളറും പോണ്ട." ഈ അറിയിപ്പുകൾ വരുന്നത് കുഞ്ചോറുവിന്റെ മൂത്ത ആങ്ങളയിൽ നിന്നാണ്.

മാണിക്കത്തിന്റെ പുരുവന്റെ പെങ്ങൾ കുഞ്ഞിനെ കൂട്ടിയത് സംസാര വിഷയമായി. കുത്തുവാക്ക് കേട്ടതുകൊണ്ട് ആ സ്ത്രീ സംഘത്തിൽ നിന്ന് പിൻവലിഞ്ഞു. ഇതിന്റെ പഴി മുഴുവൻ കേൾക്കേണ്ടിവരിക മാണിക്കമാണെന്ന് തീർച്ച. അതിന്റെ മനോവിഷമത്തിലാണ് മാണിക്കം.

അരയാലയാണ് പെണ്ണിന്റെ പുര. ഓലച്ചേരിയിൽനിന്ന് അരയാലയെത്താൻ അഞ്ചെട്ട് നാഴിക നടക്കണം; കരപ്പറമ്പുകളും വയലും സ്പർശിച്ചുകൊണ്ട്.

സാധാരണയായി രാത്രിയിലാണ് മങ്ങലം. അതിന് വിപരീതമായി പകൽ സമയത്താക്കിയത് മാറ്റത്തിന്റെ തുടക്കമായി. ഇതിനനുകൂലമായും പ്രതികൂലമായും പ്രതികരണങ്ങളുണ്ട്. മേൽജാതിക്കാർക്ക് മുറുമുറുപ്പുണ്ടെന്നാണ് കേൾവി.

പെണ്ണിന്റച്ഛൻ കല്ലൂരിയിലെ കുട്ട്യപ്പയും മാറ്റത്തിന്റെ വക്താവാണ്.

മങ്ങലക്കാർ കാലും മുഖവും കഴുകി പന്തലിലേക്ക് പ്രവേശിച്ചു. പന്തലിൽ കാതിയനും കണിശനും തട്ടാനും ഉണ്ട്.

കണിശൻജാതകം നോക്കി മുഹൂർത്തം നിശ്ചയിച്ചു.

തട്ടാൻ മങ്ങലപ്പെണ്ണിന്റെ ചിറ്റ്കാത് പന്തലിൽ വെച്ച് കുത്തുന്ന ചടങ്ങിനൊക്കെ മാറ്റം വന്നു കഴിഞ്ഞു. കാത് കുത്തുന്ന പ്രായത്തിൽ തന്നെ ചിറ്റ്കാതും കുത്തും. ദ്വാരം അടഞ്ഞ് പോകാതിരിക്കാൻ തുളസി ത്തണ്ട് ഇട്ട് വെക്കും. മങ്ങലനേരത്ത് ചിറ്റ് ഇട്ട് കൊടുക്കുകയേ തട്ടാൻ ചെയ്യേണ്ടതുള്ളൂ.

പണം കിഴികെട്ടി വെച്ചു. 'മച്ചിനിയൻ പണം' കൊടുത്തു. പുടമുറി കഴിഞ്ഞു.

കുട്ട്യപ്പ സ്വൽപ്പം ഭേദപ്പെട്ട ചുറ്റുപാടുള്ള കൂട്ടത്തിലാണ്. നാലഞ്ചു പുല്ലു കൂനയും വലിയ ആലയുമുണ്ട്. കുടിയിരിക്കുന്ന പറമ്പിൽ പച്ചപ്പുമുണ്ട്. മൂത്ത പെണ്ണാണ് കല്ലു.

അവില് കൊഴയും ഇലവെച്ച് സദ്യയും ഒരുക്കിയിട്ടുണ്ട്. അവില് കൊഴ താൽപ്പര്യപ്പെടുന്നവർക്ക് അതാവാം; ഇലവെച്ച് സദ്യ വേണ്ടവർക്ക് അതും ആവാം. രണ്ടും വേണ്ടവർക്ക് രണ്ടുമാവാം. പലരും രണ്ടും കഴിച്ചു.

പെണ്ണിനെ കൂട്ടിയിറങ്ങാൻ നേരമായി. സാധാരണയായി പുതുപ്പെണ്ണിന് ഉണർന്ന് കരയാനുള്ള സന്ദർഭമാണിത്. എന്നാൽ കല്ലു നിറകണ്ണു കൊണ്ട് സ്വന്തക്കാരെ ഒന്നൊഴിഞ്ഞതേയുള്ളൂ. തനിക്ക് തുണയായവന്റെ നിലയും വിലയും അറിഞ്ഞ് അവൾ അകമേ സന്തോഷിച്ചിരിക്കണം.

ഒരു മുഴുക്കാശ് കഴുത്തിൽ. കാതിൽ സ്വർണത്തിന്റെ ഓല. മൂക്കിൽ ചെറിയൊരു ഞേറ്റമുള്ള മൂക്കുത്തി. ഇരുകൈയിലും വണ്ണമുള്ള ഓരോ വെള്ളിവള. നടപ്പനുസരിച്ച് നോക്കുമ്പോൾ ഇത് ഭേദപ്പെട്ടതാണ്.

മൂന്നാല് കരകടന്ന് വേണം ഓലച്ചേരിയിലെത്താൻ. നാട്ടുവഴിയിലൂടെ മങ്ങലസംഘം പെണ്ണിനെയും കൂട്ടി നീങ്ങുകയാണ്. പുതിയോളെ

കാണാൻ വഴിയോരത്ത് പെണ്ണുങ്ങൾ കൂടിനിൽപ്പുണ്ട്. പകൽ നേരത്ത് മങ്ങലക്കാർ പോകുന്നത് അപൂർവമാണ്.

"ഏ.....അമ്മായീ മങ്ങലക്കാറല്ലേ പോന്ന്!" ഒരുവൾ പരിസരം മറന്ന് വിളിച്ചു പറഞ്ഞു.

"ആടനിക്കണേ, ഞാനും വെരുന്ന്" അമ്മായി അവളുടെ പിറകേ ഓടി.

"കൊട ലേശം പൊന്തിക്ക്പ്പാ. പുതിയോളെ ഒന്ന് കാണട്ടപ്പാ" എല്ലാവരുടെയും ആഗ്രഹമാണ് ഒരുവൾ അവതരിപ്പിച്ചത്.

പെണ്ണിനെ കൂട്ടി പോകുന്ന സ്ത്രീകളിൽ ഒരുവൾ കല്ലു പിടിച്ച ഓലക്കുട അൽപ്പം ഉയർത്തി കാണികളുടെ ആഗ്രഹം സാധിപ്പിച്ചു. ഏതാനും നിമിഷങ്ങൾകൊണ്ട് സൂക്ഷ്മ നിരീക്ഷണവും കഴിഞ്ഞു. മുടിയിൽ, കണ്ണിൽ, മൂക്കിൽ, കവിളിൽ, ചുണ്ടിൽ, പല്ലിൽ, കഴുത്തിൽ, നെഞ്ചിൽ....... പറയത്തക്ക ദോഷങ്ങളൊന്നും അവർക്ക് കണ്ടെത്താനായില്ല.

"പുതിയോനും പുതിയോളും നല്ല ചേർച്ചീണ്ട്; അല്ലേടോ?" ഒരുവൾ കൊതിയോടെ പറഞ്ഞു.

"ചെക്കന്റത്ര തെളിച്ചം പോര പെണ്ണിന്" മറ്റൊരുവളുടെ അഭിപ്രായം അങ്ങനെയാണ്.

"പെണ്ണിനെന്താത്ര തെളിച്ചക്കേട്? ഇത്ര തെളിച്ചൂല്ല പെണ്ണൊന്നും ഈ കരക്കില്ല." വേറൊരുവൾ ഇടപെട്ടു.

കൂട്ടത്തിലെ ഒരവിവാഹിത ദീർഘമായൊന്ന് നിശ്വസിച്ചു. അത് കരയിലെ അമ്മായിയുടെ ശ്രദ്ധയിൽപ്പെട്ടു.

"നീയെന്തിനാണേ ദീർഗ്ഗശ്ശാസം കയിക്ക്ന്ന്? നിനിക്കും വെരുന്നേ. ഈനേക്കാളും നല്ല പുരുവൻ."

"നിങ്ങ ആ പാവം പിടിച്ച പെണ്ണിനെ കാളിക്കല്ല പണ്ടാരക്കാലാ" മറ്റൊരു സ്ത്രീ ദീർഘശ്വാസക്കാരിയുടെ രക്ഷയ്ക്കെത്തി.

വെയിൽ ചായുന്ന നേരത്ത് മങ്ങലക്കാർ ഓലച്ചേരിയിലെത്തി. മാണിക്കം പുതിയ പെണ്ണിന്റെ കാലിൽ വെള്ളമൊഴിച്ചു.

പെണ്ണിനെ കൂട്ടി അരയാലയിൽനിന്ന് വന്നവർ ഒന്നിരുന്നെഴുന്നേറ്റ് അപ്പോൾ തന്നെ മടങ്ങി. ഇപ്പോൾ പുറപ്പെട്ടാൽ വിളക്കുവെക്കും അങ്ങെത്താൻ.

അയൽവക്കത്തെ പെണ്ണുങ്ങളും ബാല്യക്കാരും പാത്രങ്ങൾ കഴുകുന്ന തിരക്കിലാണ്. ചിലർ മറ്റു പുരകളിൽ നിന്ന് കൊണ്ടുവന്ന അമ്മി തിരിച്ചേൽപ്പിക്കുന്നതിനും. കുഞ്ഞോറും ചിരോണ്ടനും ഒതേനനും ബന്ധുക്കളെ യാത്രയാക്കുന്നതിലും. അതിനിടയിലാണ് കല്ലു മുറ്റമടിക്കാനിറങ്ങിയത്.

"ഓ, പുതിയപെണ്ണ് മുറ്റമടിക്കാനെറങ്ങി! ഇന്ന് പൊരപ്പൊറോം അടിക്കും" ആരോ പതുക്കെ പറഞ്ഞു.

അടിക്കുമ്പോൾ ചാണോപ്പൊടി പാറുന്നുണ്ടെന്ന് അവൾ മനസിലാക്കി. പിന്നീടവൾ മുറ്റമടിച്ചത് കുളുർക്കെ വെള്ളം കുടഞ്ഞാണ്.

തുമ്പിൽ കയറിനിൽക്കുന്ന ചിരോണ്ടനെ തൊട്ടുവിളിച്ച് ഉറുവാടൻ സ്വകാര്യം ചോദിച്ചു: "ഇവളേം കൂട്ടീറ്റ് ഇല്ലത്ത് പോന്നില്ലേ?"

ഓലച്ചേരിയിലെ പുരുഷന്മാർ മങ്ങലം കഴിച്ചു കൊണ്ടുവന്നാൽ പുതുപ്പെണ്ണിനെ ആ രാത്രി ഇല്ലത്ത് പാർപ്പിക്കണം. ഭർത്താവോ ബന്ധുക്കളോ ആരെങ്കിലും അവളെ ഇല്ലത്തെത്തിക്കണം. പിറ്റേന്ന് കാലത്ത് വിളിച്ചിറക്കിക്കൊണ്ടുവരാം. ഇതൊരു നിർബന്ധിതമായ ആചാരമാണ്. ഇന്നുവരെ ആരും ലംഘിച്ചിട്ടുമില്ല.

"ഞാനതിന് ഉദ്ദേശിച്ചിട്ടില്ല. കൊണ്ടുപോവാൻ ആരെയും ചുമതലപ്പെടുത്തുന്നുമില്ല. അതിനല്ല ഞാൻ അക്ഷരം പഠിച്ചത്."

ചിരോണ്ടന്റെ മനസിലിരിപ്പ് ഇതാണെങ്കിലും പറഞ്ഞില്ല. പറഞ്ഞില്ലെങ്കിലും മനസിലിരിപ്പുപോലെ തന്നെ തീരുമാനിച്ചു. ആ തീരുമാനത്തിന് വലിയ വില കൊടുക്കേണ്ടി വന്നു.

പിറ്റേന്ന് കാലത്ത് തളിവാരത്തെ കാര്യസ്ഥൻ ചിറമ്മലൊതേനന്റെ പുരയിലേക്കുവന്നു. ഒതേനൻ തമ്പുരാനെ ഉടൻ മുഖം കാണിക്കണമത്രെ! ചെന്നപ്പോൾ പണ്ടുപണ്ടേ കുടിയാന്മയുള്ള നിലം ഒഴിയാനുള്ള കൽപ്പനയാണ് ലഭിച്ചത്. ഒതേനന് അതൊരു കടുത്ത ആഘാതമായിരുന്നു.

26

ദൂതലക്ഷണം

വിശാലമായ കുട്ടഞ്ചേരിത്തറവാട്ടു വളപ്പിൽ ഏതാണ്ട് നാലിലൊരുഭാഗം നാഗക്കാടാണ്. നട്ടുച്ചയ്ക്ക് പോലും ആ ഭാഗത്ത് ത്രിസന്ധ്യയാണ്. തടിച്ചു തൂങ്ങുന്ന വള്ളിപ്പടർപ്പുകളും കാശാവും കനിയും താന്നിയും ചേരും നീരളവും ഭദ്രാക്ഷവും പടർന്നു പന്തലിച്ചു നിൽക്കുന്ന അവിടേക്ക് ആരും പ്രവേശിക്കാറില്ല. പ്രവേശിച്ചുകൂടാ എന്നാണ്. എന്നാൽ കുട്ടികൾ മുതിർന്നവരുടെ കണ്ണുവെട്ടിച്ച് താന്നിക്ക പെറുക്കാനും കനിപ്പഴം പെറുക്കാനും കാട്ടിനുള്ളിൽ കടന്നു കൂടാറുണ്ട്. കൊടിയ വേനലിൽ പോലും വറ്റാത്ത ഉറവക്കുഴി അതിനുള്ളിൽ എവിടെയോ ഉണ്ട്. അടിക്കാടുകളില്ലാത്ത നിലം പഴുത്ത ഇലകളും കൊഴിഞ്ഞ പൂക്കളും വാടിയ തളിരുകളും ഉണങ്ങിയ പഴങ്ങളും വീണ് കിടന്ന് തൽപ്പ സദൃശമാണ്. പക്ഷികളും ഇഴജന്തുക്കളും ചെറുതരം മൃഗങ്ങളും അവിടെ സ്വൈര വിഹാരം നടത്താറുണ്ട്.

തറവാട്ടിലേക്ക് ചെല്ലുന്ന നടപ്പാതയുടെ വലതുഭാഗത്തേക്കുള്ള വഴി അവസാനിക്കുന്നത് ഒരു ഇലഞ്ഞിത്തറയിലാണ്. വയോവൃദ്ധയാണ് ഇലഞ്ഞി. പണ്ടെങ്ങോ ഉരുളൻ കാട്ടുകല്ലുകൾ പെറുക്കിക്കെട്ടിയ പ്രാകൃതമായ തറ അതിന് ചുറ്റുമുണ്ട്. അതിലൊന്നിലെ കൽക്ഷണത്തിൽ പ്രകൃതിദത്തമായ കുഴിയിൽ മൂവന്തിക്ക് എണ്ണയൊഴിച്ച് തിരിവെക്കാറുണ്ട്. ശുദ്ധിയുള്ളവർ മാത്രമേ അത് ചെയ്യാൻ പാടുള്ളൂ. തീണ്ടാരിയായവരുടെ ദൃഷ്ടി പോലും ആ ഭാഗത്ത് ചെന്നുകൂടാ എന്നും ശാസനയുണ്ട്.

ശുദ്ധയായിരിക്കുന്ന നാളുകളിലെല്ലാം തിരിവെക്കാറുള്ളത് അമ്മാളുവാണ്. പാർവതിയമ്മയ്ക്ക് അശുദ്ധി ഇനി ഈ ജീവിതത്തിൽ ഇല്ലാത്തതുകൊണ്ട് എന്നുമാകാം. ചെറിയകുട്ടികൾക്കുമാവാം.

തിരിവെക്കുന്ന ആൾ കുളിച്ചിരിക്കണം. നെറ്റിയിൽ കുറിയിട്ടിരി

ക്കണം. അലക്കിയ വസ്ത്രം ധരിക്കണം. നാമം ചൊല്ലണം. ഭയഭക്തി വിശ്വാസങ്ങളൊക്കെ വേണം.

ചങ്ങലവട്ടയിൽ എണ്ണനിറച്ച്, അതിൽ തിരി കുതിർത്ത്, പടിഞ്ഞാറ്റയിൽ കൊളുത്തിയ തൂക്കു വിളക്കിൽനിന്ന് പകർന്ന ദീപവും കൊണ്ടാണ് മൂവന്തിയിലേക്കിറങ്ങേണ്ടത്. നടവഴിയുടെ തുടക്കംതൊട്ട് നാമജപം മുഖേന മനുഷ്യ സാന്നിധ്യത്തെക്കുറിച്ച് നാഗക്കാട്ടിലേക്ക് അറിയിപ്പ് കൊടുക്കണം. നല്ലവരുണ്ടെങ്കിൽ അവർ മാറി നിന്നോട്ടെ! നല്ലവരെന്നു പറയുന്നത് പാമ്പുകളെയാണ്.

അമ്മാളുവിന്റെ പാദസരം നടവഴിയിൽ മൃദുവായി ശബ്ദിച്ചു. ചങ്ങലവട്ടയിൽ തെളിയിച്ച തിരി അവളുടെ മുഖം ഒന്നുകൂടി പ്രകാശിപ്പിച്ചു.

അമ്മാളു കൽക്കുഴിയിൽ എണ്ണ പകർന്ന്, തിരിവെച്ച്, തറയെ വന്ദിച്ച് പിൻതിരിഞ്ഞതും വലതുകാൽ ശക്തിയായി കുടഞ്ഞതും ഒന്നിച്ചു കഴിഞ്ഞു. ഒപ്പം ചങ്ങലവട്ടയും കൈയിൽനിന്ന് തെറിച്ചുപോയി. വലതു കാലിന്റെ മടമ്പിൽ കാരമുള്ളു കുത്തിയിറക്കിയതുപോലെ വേദനിച്ചു. വേദന ക്രമേണ ചുട്ടു പൊള്ളുന്നതായി. സർവാംഗം ചെറു പ്രാണികൾ ഇഴയുന്നമാതിരി ഒരസ്വാസ്ഥ്യം!

"അമ്മേ, അമ്മേ!" അമ്മാളു നീട്ടി വിളിച്ചു. ആ വിളിയിൽ എന്തെന്നില്ലാത്ത പരിഭ്രമം കലർന്നിട്ടുണ്ട്.

ഉടൻ പാർവതിയമ്മ കോലായിൽനിന്ന് തന്റെ പ്രായം വകവെക്കാതെ മുറ്റത്തേക്ക് ചാടിയിറങ്ങി. ചങ്ങലവട്ടയിലെ തിരി ഇരുട്ടിലേക്ക് തെറിച്ചുവീഴുന്നത് അവർ കണ്ടതാണ്. "അതെന്താ, അങ്ങനെ" എന്ന് ചിന്തിച്ചതുമാണ്. ചിന്ത വഴിമാറുന്നതിന് മുമ്പാണ് മകളുടെ വിളികേട്ടത്. കേട്ടപാടെ അവർ മറ്റൊന്നും ആലോചിക്കാതെ നടവഴിയിലേക്ക് ചാടി.

"അമ്മാളൂ, എന്തുപറ്റി മോളെ?" പാർവതിയമ്മ സംഭ്രാന്തയായി ചോദിച്ചു.

പറയേണ്ടതെന്തെന്നറിയാതെ തരിച്ചിരിക്കുകയാണ് അമ്മാളു.

"എന്തെങ്കിലും കണ്ട് പേടിച്ചോ മോള്?" പാർവതിയമ്മ ചോദിച്ചു.

"എന്നെ എന്തോ കടിച്ചമ്മേ" വേദന കടിച്ചമർത്തി അവൾ പറഞ്ഞു.

"കടിക്കാനോ? എന്റെ കാലിയൂരപ്പാ! എവ്ട്യാ കടിച്ചത്? എന്താ കടിച്ചത്? കാണട്ടെ" പാർവതിയമ്മ തിടുക്കം കൂട്ടി.

അമ്മാളു വലതുകാലിന്റെ മടമ്പുയർത്തി. ഒന്നും കാണാൻ പറ്റുന്നില്ല. പരിസരം ഇരുൾ മൂടിക്കഴിഞ്ഞതല്ലേ? ഇലഞ്ഞിത്തറയിലെ തിരിയല്ലാതെ മറ്റൊരു പ്രകാശമില്ല.

ഒച്ചപ്പാട് കേട്ട് തറവാട്ടിലുള്ളവരെല്ലാം ഇതിനകം ഇലഞ്ഞിത്തറയ്ക്കലെത്തിയിരുന്നു. അപ്പോഴേക്കും അമ്മാളു കുഴഞ്ഞു തുടങ്ങി. കൺപോളകൾ നിവർത്താൻ സാധിക്കാതായി.

"എന്റെ മോൾക്ക് എന്ത് പറ്റീ എന്റെ കോട്ടത്തമ്മേ" കരഞ്ഞു പറഞ്ഞുകൊണ്ട് അമ്മ മകളെ താങ്ങി.

താങ്ങിയതുകൊണ്ടൊന്നും പ്രയോജനമില്ലാതായി. താങ്ങിയ കൈ

കളിൽനിന്ന് അവൾ വഴുതുകയാണ്; ഊരിക്കുത്തുകയാണ്. വാരിവലിച്ചെടുക്കേണ്ടതെങ്ങനെയെന്ന് പാർവതിയമ്മയ്ക്കറിയില്ലതാനും.

"നോക്കി നിക്കാതെ ഇവളെയൊന്ന് താങ്ങിപ്പിടിക്ക് ശങ്കരാ" പാർവതിയമ്മ മകനോട് ശാസനാ രൂപത്തിൽ പറഞ്ഞു.

"ഞാൻ പിടിക്കാമ്മേ. അമ്മാളൂന് എന്ത് പറ്റ്യമ്മേ?" ശങ്കരൻ അമ്മയെ സഹായിച്ചുകൊണ്ട് ചോദിച്ചു.

"അവളെ എന്തോ കടിച്ചത്രേ!"

"എവ്ട്യാ കടിച്ചതമ്മാളൂ; കാണട്ടമ്മാളൂ" ശങ്കരന് ധൃതിയായി.

ഇരുട്ടിലെന്ത് കാണാൻ! എന്ത് കാണിക്കാൻ!

എല്ലാവരും ചേർന്ന് താങ്ങിയെടുത്ത് അവളെ കോലായിൽ കൊണ്ടുചെന്നു കിടത്തി. അപ്പോഴേക്കും ചുറ്റുവട്ടത്തുള്ള ആളുകളും വിവരമറിഞ്ഞു.

ശരീരത്തിൽ അവിടവിടെ കുത്തിക്കുത്തിയുള്ള വേദന. പിന്നീട് അവൾക്ക് ചെവി കേൾക്കാതായി. വിളിച്ചാൽ വിളികേൾക്കാതായി. അതോടെ സകലരുടെയും പരിഭ്രമം ഇരട്ടിച്ചു.

പാർവതിയമ്മ നിലത്തുവീണ് തലയിട്ടടിച്ച് കരയാൻ തുടങ്ങി. ആരുടെ സമാശ്വാസവും അവർക്ക് ഏശിയില്ല.

"കരയല്ലമ്മേ, തലനിലത്തിട്ടടിക്കല്ലമ്മേ" ശങ്കരൻ പാർവതിയമ്മയുടെ തലയ്ക്കു കീഴിൽ കൈവെച്ചു. അടിമുഴുവൻ ശങ്കരന്റെ കൈപ്പത്തിയിൽ.

അമ്മാളുവിന്റെ ആങ്ങളമാരും ഭർത്താവ് രാമർക്കുട്ടിയും അടുത്ത ബന്ധുക്കളും കൂടിയാലോചന തുടങ്ങി. കഴിവതും വേഗം തളിവാരത്തില്ലത്തെത്തിക്കണം. ഒട്ടും വൈകിക്കൂടാ. വൈകുന്നത് അപകടത്തിന് ആക്കം കൂട്ടും.

തളിവാരത്ത് തമ്പുരാനെ വെല്ലുന്ന വിഷഹാരി ഓലച്ചേരിയിലോ പരിസരപ്രദേശങ്ങളിലോ ഇല്ല തന്നെ. പാരമ്പര്യമായി അവർ പുകഴ്പെറ്റ വിഷഹാരികളാണ്. ദംഷ്ട്ര ചികിത്സയിൽ അവരുടെ വാക്ക് അന്തിമമാണ്. സർപ്പങ്ങളുമായി ബന്ധപ്പെട്ട് അവരെപ്പറ്റി ധാരാളം കഥകൾ പ്രചരിച്ചിട്ടുണ്ട്. അവരുടെ ശബ്ദ ശ്രവണമാത്രയിൽ പാമ്പുകൾ മാളങ്ങളിൽ ഓടിയൊളിക്കുമത്രേ! പാമ്പുകളെ പേരുചൊല്ലിവിളിച്ച് വിഷം ഛർദിപ്പിക്കാൻ കഴിയും പോലും! ദംശിച്ച സാധനത്തെ ആവാഹിച്ച് വിഷം കൊത്തി വലിച്ചെടുപ്പിക്കാറുണ്ടത്രേ! പാമ്പ് വലിഞ്ഞിഴഞ്ഞ് രക്ഷപ്പെടുകയോ പോവുകയോ അവിടത്തന്നെ പിടഞ്ഞ് ചാവുകയോ ചെയ്യാറുണ്ടെന്നും പറയപ്പെടുന്നു. ഇതൊന്നും കണ്ടവരാരുമില്ല; കേട്ടവർ മാത്രമേയുള്ളൂ. കേൾക്കാത്തവരാരുമില്ലെന്ന് വേണം പറയുവാൻ.

ചെന്നു ചികിത്സിക്കുന്ന പതിവ് അദ്ദേഹത്തിന് ഇന്നുമില്ല; എന്നുമുണ്ടായിട്ടുമില്ല. കടിയേറ്റ ആളെ ഇല്ലത്തെത്തിച്ചാൽ ചികിത്സിക്കും. മേൽജാതിക്കാണെങ്കിൽ അതിന്റെ പേരിൽ പരിഗണനയില്ല എന്നു പറഞ്ഞുകൂടാ. അസാധ്യലക്ഷണങ്ങൾ പൂർണമായി തെളിഞ്ഞുകഴിഞ്ഞാലേ

രോഗിയെ കൈയൊഴികയുള്ളൂ. തമ്പുരാൻ കൈയൊഴിഞ്ഞ രോഗി ജീവിച്ചിരുന്നതായി കേട്ടുകേൾവിയുമില്ല.

കുട്ടഞ്ചേരിയിൽനിന്ന് തളിവാരത്തേക്ക് പത്തിരുപതു നാഴിക ദൂരമുണ്ട്. അമ്മാളു ഗർഭിണിയായതുകൊണ്ട് കൈത്താങ്ങിട്ട് എടുക്കാനോ ചുമലിലേറ്റാനോ പാടില്ല. ദോഷം ഗർഭസ്ഥ ശിശുവിനാണ്.

മഞ്ചൽ കൊണ്ടുവരാൻ ആളുപോയി. അവർ ശീഘ്രംവന്നു. പർവതം പോലുമെടുത്ത് പറക്കാനുള്ള തയാറെടുപ്പുമായി അവർ ചുരമാന്തിക്കൊണ്ടു നിന്നു.

അമ്മാളുവിനെ അതേപടി മഞ്ചലിൽ എടുത്തു കിടത്തി. തിരശ്ശീല നാലുഭാഗവും താഴ്ത്തിയിട്ടു. മൃതദേഹമാണോ എന്ന് മഞ്ചൽക്കാർക്ക് പോലും തോന്നാതിരുന്നില്ല.

മഞ്ചലെടുത്ത് സഞ്ചരിക്കുമ്പോൾ ഹോം- ഹൈ, ഹോം-ഹൈ എന്നു വായ്ത്താരിമുഴക്കും. ശവം കൊണ്ടുപോകുമ്പോൾ അങ്ങനെ ചെയ്യാറില്ല. മരിച്ചു എന്നു നിജപ്പെടുത്താത്ത സ്ഥിതിക്ക് മുഴക്കാതിരിക്കാനും ഒക്കില്ല.

മഞ്ചൽ അതിദ്രുതം മുന്നോട്ടു നീങ്ങി. അകമ്പടിയായി പാന്നൂസ് വിളക്കും. പിന്നാലെ കത്തിച്ചുയർത്തിപ്പിടിച്ച ചൂട്ടുകറ്റകളും. മഞ്ചൽക്കാരോടൊപ്പമെത്താൻ കൂടെയുള്ളവർ നന്നേ പ്രയാസപ്പെടേണ്ടി വന്നു. നടത്തവുമല്ല; ഓട്ടവുമല്ല. അതാണവരുടെ സഞ്ചാരശൈലി. അതിനിടയിൽ ശങ്കരൻ വഴുതി വെള്ളച്ചാലിൽ വീഴുകയും ചെയ്തു.

വായ്ത്താരി കേട്ട്, മഞ്ചലിന്റെ വരവാണെന്നറിഞ്ഞ് ദേശക്കാർ വഴിയരികിലേക്കിറങ്ങിനിന്നു.

“വെഷം തീണ്ട്യതാ” സംഘത്തിലുള്ള ആരെങ്കിലും അവരുടെ ജിജ്ഞാസ ശമിപ്പിക്കും.

“ഏട്ന്നാ കൊണ്ടരന്ന്”? അവർക്കതറിഞ്ഞാൽ തരക്കേടില്ല.

“കൊർച്ച് ദൂരത്ത്ന്നാ. പടിയൂര്ന്ന്.”

എവിടത്തേക്കാണ് എന്ന ചോദ്യത്തിലർഥമില്ല. വിഷം തീണ്ടിയവരെ തളിവാരത്തേക്കല്ലാതെ മറ്റെവിടെ കൊണ്ടുപോവാൻ!

പാച്ചോറ്റിക്കുന്നിന്റെ ചെരിവിലൂടെ അവർ ഓലച്ചേരിവയലിലേക്കിറങ്ങി. നടവരമ്പിലൂടെ വായ്ത്താരിയും ആളും ബഹളവും ഉയർത്തിപ്പിടിച്ച ചൂടുകറ്റകളുമായി പോകുന്നത് ചിരോണ്ടൻ ശ്രദ്ധിച്ചിരുന്നു.

ചൂട്ടുകറ്റകളുടെ പ്രതിബിംബം പുഴയിൽ തെളിഞ്ഞു. മഞ്ചൽ ശരവേഗമാർജിച്ചു. പിന്നെ തളിവാരത്തില്ലത്തിന്റെ പടിക്കലേ വേഗം ഒടുങ്ങിയുള്ളൂ.

വിയർത്തുകുളിച്ച മഞ്ചൽക്കാർ പടിക്കൽ തളർന്നിരുന്നു. അവിടം വരെ മാത്രമേ താഴ്ന്നജാതിക്കാർക്ക് പ്രവേശനമുള്ളൂ.

കാര്യസ്ഥൻ നയിച്ച വഴിയിലൂടെ ശങ്കരനും രാമർകുട്ടിയും തമ്പുരാന്റെ സന്നിധിയിലേക്ക് ചെന്നു. അവർ ആചാരപൂർവം വണങ്ങി. കുട്ടഞ്ചേരിത്തറവാട്ടിലെ പാർവതിയമ്മയുടെ മകളാണെന്നും മീനങ്കടത്തറവാ

ട്ടിലെ രാമർകുട്ടിയുടെ ഭാര്യയാണെന്നും വിഷം തീണ്ടിയതായി സംശയിക്കുന്നുവെന്നും അവർ തമ്പുരാനോട് പറഞ്ഞു.

പരിപൂർണ നിശ്ശബ്ദത. തമ്പുരാൻ ഏതോ വിചാരത്തിലമർന്നു: നക്ഷത്രം ആയില്യം. കൃഷ്ണപക്ഷം നിറഞ്ഞ ഏറ്റം. ത്രിസന്ധ്യ. വിഷകലയിൽ ഇടവം രാശി.

ഇനി ദൂതലക്ഷണം. ശങ്കരനാണ് വിഷബാധയേറ്റ വിവരം തമ്പുരാനെ ധരിപ്പിച്ചത്. അയാളാണ് വിഷഹാരിയെ സംബന്ധിച്ച് ദൂതൻ: നനഞ്ഞ വസ്ത്രം, ഉലഞ്ഞ തലമുടി, അവ്യക്തമായ ഭാഷണം.

എല്ലാംകൊണ്ടും അശുഭലക്ഷണങ്ങളാണ് തമ്പുരാൻ കണ്ടെത്തിയത്.

"നെടുമ്പൊരേല് എട്ത്ത് കെടത്ത്വ" തമ്പുരാൻ നിർദേശിച്ചു.

വിഷബാധിതയെ നഖം മുതൽ ശിഖവരെ അദ്ദേഹം നിരീക്ഷിച്ചു.

"ഓ, ഗർഭിണിയാണ്!" അദ്ദേഹം സ്വയം പറഞ്ഞു.

മുഖത്ത് കരുവാളിപ്പുണ്ട്. ദേഹത്തിൽ ചെറിയമുഴകൾ പ്രത്യക്ഷപ്പെട്ടിട്ടുണ്ട്. കോൾവായക്ക് ചുറ്റും നീരും പഴുപ്പുമുണ്ട്. കവിളിൽ ഛർദിയുടെ അവശിഷ്ടം. എക്കിൾ അനുഭവപ്പെട്ടിരുന്നുവത്രേ.

ലക്ഷണപ്രകാരം ദംശിച്ചത് മൂർഖനാണ്.

പച്ചമരുന്ന് തേടി ആൾക്കാർ പാച്ചോറ്റിക്കുന്നിലേക്ക് പോയി. മരുന്നറിയുന്ന പെരുവണ്ണാനും കൂടെയുണ്ട്.

ഗർഭിണികൾക്ക് രൂക്ഷമായ ഔഷധങ്ങളൊന്നും അകത്ത് പ്രയോഗിച്ചു കൂടാ. ചികിത്സക്ക് അതൊരു പ്രധാന തടസ്സമാണ്.

വിഷബാധിത അബോധാവസ്ഥയിലാണ്. വിഷം സപ്തധാതുക്കളിലും പ്രവേശിച്ചതായി തമ്പുരാനറിഞ്ഞു. പല്ലും നഖവും വരെ കരുവാളിച്ചു കഴിഞ്ഞു. കോൾവായിൽ നിന്ന് കറുത്ത രക്തമൊഴുകാൻ തുടങ്ങി. ഇനി നസ്യാഞ്ജനാദികൾ കൊണ്ടേ എന്തെങ്കിലും ഫലം ചെയ്യൂ. അതിലും തമ്പുരാന് വിശ്വാസമില്ല.

രാത്രി മുഴുവൻ ഔഷധ പ്രയോഗങ്ങളായിരുന്നു. യാതൊന്നും ഫലം കണ്ടല്ല. സ്ഥിതി കൂടുതൽ ഗുരുതരമാവുകയേ ചെയ്തുള്ളൂ.

നേരംപുലർന്നു. തമ്പുരാൻ രോഗിയുടെ അടുത്ത ബന്ധുക്കളെ വിളിച്ചു:. "ചികിത്സകളൊന്നും ഫലിക്കില്യ; കേട്ടോ. വിഷവേഗം അതിന്റെ പരമകാഷ്ഠയിലാണ്. അസാധ്യലക്ഷണങ്ങളാ കാണുന്നത്. അതുകൊണ്ട് എട്ത്തോളൂ. ശവസംസ്കാരത്തിനുവേണ്ട ഏർപ്പാടുകൾ ചെയ്തോളൂ."

തമ്പുരാൻ കൈയൊഴിഞ്ഞു. ഇനി കുട്ടഞ്ചേരിയിലേക്ക് മടങ്ങാം. അമ്മാളു ശവമായി. ഇനിയത്തെ ചടങ്ങ് സംസ്കരിക്കലാണ്.

രാമർകുട്ടി വാവിട്ടു നിലവിളിച്ചു. അമ്മാളു മരിച്ചു എന്ന സത്യവുമായി പൊരുത്തപ്പെടാൻ അവന്റെ മനസ്സ് വിസമ്മതിച്ചു. ആശ്വസിപ്പിക്കാൻ ചെന്ന ശങ്കരനാണ് അളിയനെക്കാൾ കരഞ്ഞത്.

തളിവാരത്തില്ലത്തുനിന്നും മഞ്ചൽ മടക്കയാത്ര ആരംഭിച്ചു. സാവ

ധാനത്തിലും നിശ്ശബ്ദവുമായിട്ടാണ് മഞ്ചൽ നീങ്ങിയത്. ഇതോടെ മഞ്ച ലിലുള്ളത് ശവശരീരമാണെന്ന നിഗമനത്തിൽ ആളുകൾ എത്തിച്ചേരു കയും ചെയ്തു.

ഇന്നലെ രാത്രി പാന്നൂസും ചൂട്ടുകറ്റയും വായ്ത്താരിയുമായി മഞ്ചൽ പോകുന്നത് ഓലച്ചേരിക്കാർ കണ്ടതാണ്. അതേ മഞ്ചൽ പകൽ വെളിച്ച ത്തിൽ നിശ്ശബ്ദമായി തിരിച്ചുവരികയുമാണ്.

“ഇന്നല മോന്തിക്ക് കൊണ്ടുപോയതല്ലേപ്പാ! ഇന്നല്ലേപ്പാ മടക്കി ക്കൊണ്ട് പോന്ന്! മഞ്ചക്കാര്ടെ കൂറ്റും കേക്ക്ന്നില്ലല്ലാ.” ഒരു സ്ത്രീ വഴിവ ക്കിൽനിന്ന് മറ്റൊരു സ്ത്രീ കേൾക്കാൻ പറഞ്ഞു.

സംഘത്തിലുള്ള ഒരാൾ നടന്നുകൊണ്ട് സംഭവം ലഘുവായി വിവ രിച്ചു.

മഞ്ചൽ കടന്നുപോയ ഉടനെ സ്ത്രീ അതിശയത്തോടും സങ്കടത്തോ ടും കുടി ദേശക്കാർക്ക് വേണ്ടി പറഞ്ഞു:“കേട്ട്വാ അമ്മായീ, കെർപ്പക്കാര ത്ത്യാ പോലും! തീർന്നിന്പോലും! ന്റെ കൊട്ടിയൂരേ പെർമാളേ..”

മഞ്ചൽ ഓലച്ചേരി വയലിൽനിന്ന് കരപ്പറമ്പിലേക്ക് നിശ്ശബ്ദം കയറി.

27

പുനർന്നവ

മഞ്ചൽ സംഘം ഓലച്ചേരി വയലിലെ നടവരമ്പിൽ നിന്ന് ഇഴ പിരിയുന്ന വഴി കരപ്പറമ്പിലേക്ക് കയറി. വാഴയും കവുങ്ങും തെങ്ങും ഇടകലർന്നു വളരുന്ന ഒരു തോട്ടമാണത്. ചിരോണ്ടന്റെ ഏറ്റ് ആ തോട്ടത്തിലാണ്. മൂന്നു നേരവും അവനവിടെ കാണും. കുടിയായ്മ ഇല്ലാതായതിൽപ്പിന്നെ സ്വന്തം കൃഷിപ്പണിയില്ലല്ലോ.

തോട്ടത്തിന്റെ ഒരതിരിൽ വൃത്തിയും വെടിപ്പുമുള്ള ഒരു കുണ്ടുകുളമുണ്ട്. സൂര്യപ്രകാശമിറങ്ങി അടിത്തട്ടുവരെ ദൃശ്യമാകുന്ന കുളം. ജലം സ്ഫടിക സദൃശം!

മന്ദവേഗത്തിൽ മഞ്ചൽ സഞ്ചരിക്കുന്നത് തെങ്ങിന്റെ മണ്ടയിൽ വെച്ച് ചിരോണ്ടൻ കണ്ടു. അല്ല; ഈ മഞ്ചൽ തന്നെയല്ലേ പാനൂസും ചൂട്ടുകറ്റകളും വായ്ത്താരിയുമായി ഇന്നലെ രാത്രി ഓലച്ചേരി വയലിലൂടെ കടന്നുപോയത്! ചിരോണ്ടൻ ഓർത്തു. ആയിരിക്കാം.

കുലയെ പരിചരിച്ച് മാട്ട് കമിഴ്ത്തി. ദാ, ഇപ്പോൾ തെങ്ങിന്റെ ചുവട്ടിൽക്കൂടി മഞ്ചല് കടന്നുപോകുമെന്ന് ഉറപ്പായി ചിരോണ്ടന്. തത്സമയം തെങ്ങിന്റെ മുകളിൽ നിന്ന് ഊർന്നിറങ്ങിയത് കൃത്യം മഞ്ചലിന്റെ മുന്നിൽത്തന്നെ!

കൈകാലുകളിൽനിന്ന് തളയൂരി, ഒണ്ടയിൽ നിന്ന് കൈ നനച്ച് മുഖം തുടച്ച്, അവൻ ശബ്ദം താഴ്ത്തി സംഘത്തോട് വിവരം തിരക്കി. പ്രതികരിക്കാൻ അവർ വിമുഖരായിരുന്നു. പിന്നാലെ ചെന്ന് വീണ്ടും വീണ്ടും ചോദിച്ചു. അപ്പോൾ ശല്യമൊഴിയട്ടെ എന്നു കരുതി ഒരാൾ പറഞ്ഞു: "വെഷം തീണ്ട്യതാ. തിരിച്ചു കൊണ്ടുപോന്ന്."

"ഇപ്പോ എങ്ങോട്ടാ കൊണ്ട് പോന്ന്?" ചിരോണ്ടൻ ചോദിച്ചു.

"കൊണ്ടന്ന സ്ഥലത്തേക്കെന്നെ."

"അതെന്താ, കൊണ്ടന്ന സ്ഥലത്തേക്കെന്നെ കൊണ്ടുപോന്ന്?"

"തളിവാരത്ത് നിന്ന് ആവില്ലാന്ന് പറഞ്ഞു. എട്ത്തോളാൻ പറഞ്ഞു."

"തീർന്ന്നോ?" ജീവനുണ്ടോ എന്നാണ് ചിരോണ്ടൻ ചോദിച്ചതിന്റെ അർഥം.

"ഞ്ആ. തീർന്ന പോലേന്ന് തന്നെ കൂട്ടിക്കോ" അങ്ങേയറ്റം ശബ്ദം താഴ്ത്തിയാണ് അയാളത് പറഞ്ഞത്.

"തീർന്നൂന്ന് നിങ്ങക്ക് ഒറപ്പാന്നോ?" മറ്റുള്ളവർ കേൾക്കട്ടെ എന്ന ഉദ്ദേശ്യത്തോടെയാണ് ചിരോണ്ടൻ ചോദിച്ചത്.

"പ്റാന്തമ്മാറ് ചോയ്ക്ക്ന്ന പോലെ ചോദിക്കറ്" അയാൾ സ്വല്പം ക്ഷോഭിച്ചെന്നു തോന്നുന്നു.

"തീർന്നൂന്ന് ഒറപ്പില്ലെങ്കില് അങ്ങനെ പറയര്ത്. തീർന്നാളെ ഒന്ന് കാണാൻ പറ്റോ?" വിനീതനായാണ് ചിരോണ്ടൻ ചോദിച്ചത്.

"ചികിത്സിക്കാനാ?" മറ്റൊരാൾ പരിഹാസച്ചിരിയോടെ ചോദിച്ചു: "ആനക്ക് കഴിയാത്തത് അണ്ണാക്കൊട്ടന് കഴിയ്യോ?"

"ഏതായാലും മടക്കിക്കൊണ്ടോവ്ന്നതല്ലേ? ആ നിലക്ക് ഒന്ന് കണ്ടാലെന്താ ചേതം?" വിനീതഭാവം ചിരോണ്ടൻ കൈവിട്ടില്ല.

"ഇതൊര് പെണ്ണാ. അതും ഗർഭിണി. അതും കുട്ടഞ്ചേരീലെ പാർവതിയമ്മേരെ മോള്. മീനങ്കടത്തറവാട്ടിലെ രാമർകുട്ടീരെ ഭാര്യ. അങ്ങനെ കണ്ടോനെ തൊറന്ന് കാണിക്കാനൊന്നും പറ്റൂല്ല. മനസ്സിലായോ?" ഒരാൾ ആധികാരികമായി പറഞ്ഞു.

ചിരോണ്ടൻ അയാളെ ശാന്തനായി നോക്കിയതേയുള്ളൂ.

"ഓഹോ! നീ തളവാരത്ത് തമ്പ്രാനെക്കാളും വെല്യോനാ?" മറ്റൊരാൾ ഇടപെട്ടു.

അയാളെ നോക്കി ചിരോണ്ടൻ ഒന്ന് മൃദുവായി ചിരിച്ചു.

ചിരോണ്ടന്റെ സംസാരവും സമീപനവും കൂട്ടത്തിൽ ഭിന്നാഭിപ്രായങ്ങളുണ്ടാക്കി. തളിവാരത്തുനിന്ന് മടക്കിയത്, ജീവനില്ലെന്ന് വിധിക്കപ്പെട്ടത്, ശ്മശാനത്തിലേക്ക് കൊണ്ടുപോകേണ്ടത് – ആ നിലയ്ക്ക്, ആരോ ആകട്ടെ, അയാളുടെ എളിയ അഭ്യർഥന മാനിക്കുന്നതു കൊണ്ടെന്താണ് കുഴപ്പം? കാടും മേടും തിരിയാത്തവൻ ഇങ്ങനെ അഭ്യർഥിക്കുമോ? വഴിയിൽ വെച്ച് ആരെങ്കിലും അങ്ങനെ ചെയ്തോ? രക്ഷകൻ ഏത് വേഷത്തിലാണ് പ്രത്യക്ഷപ്പെടുക എന്നാരറിഞ്ഞു! ഈ അഭിപ്രായക്കാർക്ക് മുൻതൂക്കം ലഭിച്ചതോടെ സംഭവത്തിന്റെ ഗതിമാറി.

"ഏതായാലും ചൂട്ടാട്ടില് കൊണ്ടോവേണ്ടതല്ലേ? ഓനെ ഒന്ന് കാണിക്ക്. എന്താ പറയ്ന്നതെന്ന് നോക്കാലോ" കളിയും കാര്യവുമായി ഒരാൾ പറഞ്ഞു.

മഞ്ചലിറക്കി. തിരശ്ശീല മാറ്റി. വിഷവേഗം മൂർധന്യത്തിലെത്തി നിശ്ചേതനമായി കിടക്കുന്ന സ്ത്രീ ശരീരം പൂർണഗർഭിണി! ചിരോണ്ടൻ ആകെയൊന്ന് നിരീക്ഷിച്ചു. ശരിയാണ്. അസാധ്യലക്ഷണങ്ങൾ തികഞ്ഞത്. പക്ഷേ, ജീവനില്ല എന്നതിന് തെളിവെന്താണ്? ജീവൻ നില

നിൽക്കെ ഒരു പൂർണഗർഭിണിയെ സംസ്കരിക്കുന്നതിൽക്കവിഞ്ഞ മഹാ പാപം മറ്റൊന്നുണ്ടോ? ഒന്നല്ല; രണ്ട് ജീവനല്ലേ ഹനിക്കപ്പെടുക! ജീവൽ സ്പന്ദം ഏതെങ്കിലും കോശത്തിൽ പരമാണുരൂപത്തിൽ ഒളിഞ്ഞിരിപ്പു ണ്ടോ എന്ന് എങ്ങനെ മനസിലാകും?

"സ്ത്രീയെ ഈ കുളത്തിലിടണം" ചിരോണ്ടൻ നിസ്സങ്കോചം പറ ഞ്ഞു.

കുളത്തിലിടാനോ? എന്താണിവൻ പറയുന്നത്? കേട്ടവർ സ്തംഭിച്ചു നിന്നു.

"ഈ നട്ടപ്പിരാന്തൻ പറയ്ന്നപോലെ നിങ്ങ ചെയ്യല്ലേ. ശവത്തി നോടും ദെയവ് കാണിക്കണം." ഒരാൾ ഇടയ്ക്ക് കയറി പറഞ്ഞു.

"ഈ സ്ത്രീക്ക് ജീവനുണ്ടോന്ന് അറിയണ്ടേ? അതിനുള്ള വഴിയാ ണത്. ജീവനുണ്ടെങ്കിലല്ലേ ജീവൻ രക്ഷിക്കാൻ പറ്റൂ. ഇല്ലാത്ത ജീവനെ രക്ഷിക്കാൻ തളിവാരത്ത് തമ്പ്രാനും കഴിയില്ല; പടച്ച തമ്പ്രാനും കഴീല്ല." ചിരോണ്ടൻ സംഘത്തെ മൊത്തത്തിലൊന്ന് നോക്കി.

ചിരോണ്ടന്റെ വേദാന്തത്തിൽ അവർ കുടുങ്ങിയെന്ന് തോന്നുന്നു. ചിലർ ശങ്കരന്റെ അഭിപ്രായം ആരാഞ്ഞു. രാമർകുട്ടിയുടെ സമ്മതമാണ് പ്രധാനമെന്ന് ശങ്കരൻ. അവന് എന്ത് പറയണമെന്ന് നിശ്ചയമില്ല.

കുറച്ചുനേരം സർവസമ്മതത്തിനായി കാത്തുനിന്നു. താമസിയാതെ എല്ലാവരും ഒരു മാന്ത്രികനിദ്രയിൽ അകപ്പെട്ടതുപോലെ. സകലരും അനുകൂലികളായി.

മൂന്നു ബാല്യക്കാർ അമ്മാളുവിന്റെ തലയും നടുവും കാലും പിടിച്ച് ആദരവോടെ വെള്ളത്തിലിറക്കാനാണ് ശ്രമം.

"ഏയ്, അങ്ങനെയല്ല. വെള്ളത്തിലിടണം." ചിരോണ്ടൻ ഉച്ചത്തിൽ പറഞ്ഞു.

അതുകേട്ടപാടെ അവർ അമ്മാളുവിനെ കുളത്തിലിട്ടു. തലമുടിക്കെട്ട ഴിഞ്ഞു. ഉടുവസ്ത്രം അലങ്കോലപ്പെട്ടു. പതുക്കെ ശരീരം അടിത്തട്ടിനെ സ്പർശിച്ചു. പൂർണമായ ശയനാവസ്ഥ കൈവരിക്കാൻ പിന്നെയും സമയ മെടുത്തു.

അമ്മാളു ശയനാവസ്ഥയിലായതോടെ കുളം ശാന്തമായി. തലയിൽ സ്വർണപ്പൊട്ടുള്ള രണ്ടു ചെറു മീനുകൾ അവളുടെ ഉടലിന് കുറുകെ നീന്തിക്കളിച്ചു. ജലസസ്യങ്ങൾ കവിളിലും കഴുത്തിലും മൃദുവായി തലോടിക്കൊണ്ടിരുന്നു.

"പൊക്കിള[1] പൊട്ടിയാൽ ഉടനെ എട്ത്ത് കരയിൽ കെടത്തണം" ഉറഞ്ഞുകൂടിയ നിശ്ശബ്ദതയോട് പറഞ്ഞ് ചിരോണ്ടൻ വാണം വിട്ടതു പോലെ തൊട്ടടുത്ത തെങ്ങിൽക്കയറി.

കുളക്കരയിലെ തെങ്ങിൻചുവട്ടിൽ രാമർകുട്ടി തളർന്നിരിപ്പാണ്. അമ്മാളുവിനെ കുളത്തിലിടാൻ സമ്മതം കൊടുത്തതിൽ അവന് കുറ്റ ബോധം തോന്നി. ആങ്ങളമാർ അളിയനെ ആശ്വസിപ്പിക്കുന്നുണ്ട്.

1. കുമിള

ആരും ഒരക്ഷരം മിണ്ടുന്നില്ല. കണ്ണുകളെല്ലാം കുളത്തിൽ നിക്ഷേപിച്ചിരിക്കുകയാണ്. കുമിളകൾ ഉയരുന്നുണ്ടോ എന്നതിലാണ് സകലരുടെയും ശ്രദ്ധ. ആകാംക്ഷാഭരിതമായ നിമിഷങ്ങൾ!

പൊക്കിള പൊന്തിയില്ലെങ്കിലോ? അതിനല്ലേ സാധ്യത കൂടുതൽ. മുഴുത്ത പ്രതീക്ഷ കനത്ത നിരാശയിലേക്ക് കൂപ്പുകുത്തുമോ?

ജലോപരിതലം ശാന്തമാണ്. കാറ്റ് എവിടെയോ വീർപ്പടക്കി നിന്നു. കുളത്തിൽ നേരിയ അലമാലകൾപോലുമില്ല. നേർത്തുനീണ്ട ഇലകളുള്ള ജലസസ്യംപോലും ചലനം രേഖപ്പെടുത്തുന്നില്ല. നോക്കി നോക്കി കണ്ണ് പാറയായിരിക്കെ അമ്മാളുവിന്റെ മുഖത്തുനിന്ന് സൂക്ഷ്മ പ്രായമായ ഒരു കുമിള ഉപരിതലം തേടി പുറപ്പെട്ടു.

കെട്ടഴിഞ്ഞ് വന്ന കാറ്റ് വീശി. വീണ്ടും കുമിളകൾ ഉയർന്നു. പിന്നെ ജലോപരിതലം എത്തിപ്പിടിക്കാൻ തുടരെത്തുടരെ ഉയരുന്ന കുമിളകൾ. കുമിളകളുടെ ശൃംഖലകൾ!

"പൊക്കിള പൊന്തി, പൊക്കിള പൊന്തി" കരയിൽനിന്ന് ആരവമുയർന്നു.

തോട്ടത്തിന്റെ ഉള്ളുലയ്ക്കും വിധം കാറ്റ് വീശി. കാറ്റ് ജലോപരിതലത്തിലൂടെ കടന്നുപോയി.

കുലയരിഞ്ഞ് കുരുന്നുരച്ചുകൊണ്ടിരിക്കുന്ന ചിരോണ്ടൻ വിളിച്ചു പറഞ്ഞു: "ജീവനുണ്ട്. കരയ്ക്ക് കയറ്റിക്കെടത്തിക്കോ. ഒട്ടും താമസിക്കണ്ട.''

ജീവനുണ്ട് എന്ന പ്രഖ്യാപനം അവിടെ കൂടിനിന്നവർക്കെല്ലാം പുതു ചൈതന്യം നൽകി.

മൂന്ന് ബാല്യക്കാർ തൽക്ഷണം കുളത്തിലേക്കെടുത്തുചാടി. മുങ്ങി ശരീരം പൊക്കിയെടുത്ത് കരയിൽ കിടത്തി.

അമ്മാളു നേരിയ തോതിൽ ശ്വാസം കഴിക്കുന്നുണ്ട്.

ഈർക്കിലിയിൽ കോർത്ത കുരുന്ന് കടിച്ചുപിടിച്ച് ചിരോണ്ടൻ തെങ്ങിൽ നിന്നിറങ്ങി. നേരെ നടന്നത് തോട്ടുവക്കിലേക്കാണ്. പറിച്ചെടുത്ത പച്ചമരുന്ന് ഉള്ളം കൈയിലിട്ട് തിരുമ്മിക്കൊണ്ട് തിരിച്ചുവന്നു. ആളുകൾ വിനയ പുരസ്സരം വഴിമാറി. തിരുമ്മിയെടുത്ത നീര് അമ്മാളുവിന്റെ മൂക്കിൽ നസ്യം ചെയ്തു.

"വൈകാതെ കണ്ണ് തുറന്നോളും. പേടിക്കാനൊന്നുമില്ല." ആൾക്കൂട്ടത്തെ വകഞ്ഞുമാറ്റി ചിരോണ്ടൻ പുറത്തുകടന്നു.

ചിരോണ്ടൻ പറഞ്ഞതുപോലെ അമ്മാളു കണ്ണുതുറന്നു. പരിസരമാകെ കണ്ണോടിച്ചു. ദീർഘമായ ഒരുറക്കം കഴിഞ്ഞ് ഉണർന്നതുപോലെയാണ് അവൾക്ക് തോന്നിയത്. ഈറൻ വേഷത്തിലാണ് താൻ കിടക്കുന്നതെന്നും ഏതോ കുളത്തിന്റെ കരയിലാണെന്നും അതും ആൾക്കൂട്ടത്തിന്റെ മധ്യത്തിലാണെന്നും തിരിച്ചറിഞ്ഞപ്പോൾ അമ്മാളു ആദ്യം ഒന്നമ്പരന്നു. അമ്പരപ്പ് കരച്ചിലിലേക്ക് വഴുതിയിറങ്ങി. രാമർകുട്ടി ഓടിവന്ന്

അമ്മാളുവിന്റെ സമീപത്തിരുന്ന് അവളുടെ മുഖത്ത് നിർനിമേഷം നോക്കി. അവരുടെ അരികത്ത് ശങ്കരൻ നിന്നു.

"എനക്കെന്താ പറ്റ്യത്, ഏട്ടാ?" നിറകണ്ണുകളോടെ അമ്മാളു ശങ്കരനോട് ചോദിച്ചു.

"നിനക്കൊന്നും പറ്റീട്ടില്ലമ്മാളൂ." ശങ്കരൻ അവളെ സമാധാനിപ്പിച്ചു.

"പിന്നെ ഇതെന്താ ഞാനിങ്ങനെ?"

"എല്ലാം പറയാം. കുട്ടഞ്ചേരീലെത്തട്ടെ." രാമർകുട്ടിയാണത് പറഞ്ഞത്.

"ഓട്ത്തൂ അയാള്?" ഒരാൾ ആൾക്കൂട്ടത്തിൽ നിന്ന് ചോദിച്ചു.

"ഏതാള്?"

"വൈദ്യര്."

"വൈദ്യരോ! അയാള് ഏറ്റ്കാരനല്ലേ?"

"കൊർച്ച് നുപ്പട്ട് ഈടസ്യണ്ടായിര്ന്നല്ലാ."

"എന്നാലെവ്ടപ്പോയി? വൈദ്യരേ, ഏ വൈദ്യരേ......."

അന്വേഷണം അവിടെ അവസാനിച്ചു. താമസിയാതെ മഞ്ചൽ കുട്ടഞ്ചേരിക്ക് തിരിച്ചു.

"ഹോ – ഹൈ, ഹോ – ഹൈ".....

28

പ്രതിഫലം ആതുരസന്തോഷം

ഇന്നലെ അന്തിതൊട്ട് പത്തുനാൽപ്പതു നാഴിക നേരത്തിനുള്ളിൽ അമ്മാളു എന്തെന്ത് പീഢകൾക്കാണ് ഇരയായത്! മറ്റുള്ളവരനുഭവിച്ച മനോവിഷമങ്ങളെത്ര! എങ്കിലും അവളുടെ കണ്ണുകൾ കാഴ്ചയിലേക്ക് തുറന്നതോടെ എല്ലാവർക്കും ആശ്വാസമായി. പറന്നുപോയ ജീവൻ കൂടും തേടിവന്നല്ലോ. ദൈവകടാക്ഷമെന്നല്ലാതെ മറ്റെന്തുപറയാൻ!

ഈ സന്തോഷവാർത്ത കഴിവതും വേഗം കുട്ടഞ്ചേരിയിലെത്തേണ്ട തുണ്ട്. ഒട്ടും വൈകരുത്. ഉരുകുന്ന ഒരമ്മയുണ്ടല്ലോ അവിടെ.

ആയം കിട്ടിക്കഴിഞ്ഞതോടെ മഞ്ചലിന് വേഗതയേറി. ഇളക്കം അനുഭവപ്പെട്ടതിനാൽ അമ്മാളു പതുക്കെ വയറ്റിൽ തലോടി. മറ്റൊരു ജീവൻ കൂടി തന്നിൽ സ്പന്ദിക്കുന്നുണ്ടെന്ന സത്യം അവളെ ഉൽകണ്ഠാകുലയാക്കി. ആ കുരുന്നിന് എന്തെങ്കിലും ക്ഷതമേറ്റുകാണുമോ? കാലിയൂരപ്പനെയും കോട്ടത്തമ്മയെയും ധ്യാനിച്ച് കണ്ണടച്ച് കിടന്നു.

അമ്മാളുവിന് ആപത്തൊന്നും സംഭവിക്കാത്തതിൽ മതിമറന്ന് സന്തോഷിക്കുന്ന ഒരുവനുണ്ട് കൂട്ടത്തിൽ. അത് കുട്ടഞ്ചേരിത്തറവാട്ടിലെ സ്ഥിരം പണിക്കാരത്തി ചപ്പിലമ്മയുടെ മകൻ കൊട്ടനാണ്. അവൻ മഞ്ചലിനെ മറികടന്നു. അവന്റെ സ്വഭാവം പരിശോധിക്കുകയാണെങ്കിൽ എന്തോ ഒരുക്കത്തിലാണവൻ. മുണ്ടുമുറുക്കിയുടുത്ത്, ഇടം വലം നോക്കാതെ, പ്രേതബാധയേറ്റതുപോലെ അവൻ ഒരൊറ്റ ഓട്ടം വെച്ചു കൊടുത്തു; കുട്ടഞ്ചേരിക്ക് അവനെ ആരും ചുമതലപ്പെടുത്തിയിട്ടൊന്നുമില്ല. ചുമതലപ്പെടുത്തിയേ തീരൂ എന്ന നിർബന്ധമൊന്നും അവനില്ലതാനും. ആളുകൾ പറയുന്നത് അവന്റെ ബുദ്ധിക്ക് ഒരു പണത്തൂക്കം കുറവുണ്ടെന്നാണ്.

കൊട്ടന്റെ ഓട്ടം കുട്ടഞ്ചേരിയിൽ ഏറെക്കാലം ഒരു സംസാരവിഷയമായിരുന്നു: കൊട്ടന്റെ ഓട്ടം പോലെ!

കൊട്ടന്റെ ഓട്ടംകണ്ട് വഴിവക്കത്തുനിന്ന് ഒരു സ്ത്രീ ഉച്ചത്തിൽ വിളിച്ചുപറഞ്ഞു:"ഏ, അമ്മായീ ഒര് പ്രാന്തൻ പായ്ന്ന കണ്ടാ നിങ്ങ?"

"ഊയ്, അത് പിരാന്തനല്ലണേ. അത് ചപ്പിലമ്മേരെ മോൻ കൊട്ടനാ."

"ഏ, ചപ്പിലമ്മേരെ കൊട്ടാ; നീയെന്തിനാ പായ്ന്ന്? ആട നിക്ക് കൊട്ടാ."

"നിക്കാനെനക്ക് നേരൂല്ല. എല്ലം ഞാൻ വന്നിറ്റ് പറയാ."

"അത് പറയാൻ നീ ഇങ്ങോട്ട് വെര്വോ കൊട്ടാ?"

"ഞാനിങ്ങോട്ട് വന്നില്ലെങ്കില് നിങ്ങ അങ്ങോട്ട് വന്നോ" കൊട്ടൻ ഓടിക്കൊണ്ടു തന്നെ പറഞ്ഞു.

"ഓ, നീ ചപ്പിലമ്മേരെ കൊടലില് കെടക്കണ്ടോൻ തന്നെ. കടിഞ്ഞി പ്പൊട്ടൻ!" സ്ത്രീ അഭിപ്രായപ്പെട്ടു.

കൊട്ടൻ കുട്ടഞ്ചേരിത്തറവാടിന്റെ മുറ്റത്ത് ചെന്നു നിൽക്കുകയല്ല; വീഴുകയാണ് ചെയ്തത്.

വീഴുന്നത് പാർവതിയമ്മ കണ്ടു. അവർ കൊട്ടന്റെ അടുത്തു ഓടി ച്ചെന്നു. ഒരക്ഷരം മിണ്ടാനാവുന്നില്ല അവന്. കൊട്ടന്റെ ചേഷ്ടകൾ പാർ വതിയമ്മയുടെ പരിഭ്രമം പതിന്മടങ്ങ് വർധിപ്പിച്ചു.

"കൊട്ടാ, എന്താന്ന്ച്ചാല് പറ" പരിഭ്രമമൊതുക്കി പാർവതിയമ്മ ചോ ദിച്ചു.

നാക്കുകൊണ്ട് വരണ്ട ചുണ്ടുകൾ നനച്ചതോടെ വാക്കുകൾക്ക് പുറ ത്തുവരാമെന്നായി.

"അമ്മാളുമ്മക്ക് ചീമൻ[1] വന്നു. അമ്മാളുമ്മക്ക് ചീമൻ വന്നു. അമ്മാളു മ്മ ചത്ത്റ്റ്ല്ല" കൊട്ടൻ ഇത് മന്ത്രിച്ചുകൊണ്ടിരുന്നു.

"എന്നിട്ട് ഓട്ത്തെടാ അമ്മാളു?"

"വെര്ന്ന്ണ്ട് പാവമ്മേ, വെര്ന്ന്ണ്ട്. ഇങ്ങെത്തിപ്പോയി."

കൊട്ടൻ പറഞ്ഞതു നേരുതന്നെ. മഞ്ചൽക്കാരുടെ കൂറ്റ് കേട്ടുതുടങ്ങി. ക്ഷണം പാർവതിയമ്മ കോണിക്കലേക്ക് ഓടി.

മഞ്ചൽ കോണിക്കലെത്തി. വീണ്ടെടുത്ത ഭാവത്തിലാണ് എല്ലാ വരും.

"എനിക്കെന്റെ മോളെ കാണണം. എന്റെ മോളെയൊന്ന് കാണിച്ചു തന്നാട്ടെ ശങ്കരാ." പാർവതിയമ്മ ഉറഞ്ഞു പറഞ്ഞു.

"കാണിക്കാമ്മേ; എറേത്ത് എത്തട്ടമ്മേ" ശങ്കരൻ പാർവതിയമ്മയു ടെ കൈ രണ്ടും പിടിച്ച് ഇറയത്തേക്ക് നയിച്ചു.

മഞ്ചലിൽ നിന്നിറങ്ങി ആലസ്യത്തോടെ നിവർന്ന അമ്മാളുവിനെ പാർവതിയമ്മ പൂണ്ടടക്കം പിടിച്ചു.

"വിടമ്മേ. അമ്മാളൂനെ അലമ്പാക്കല്ലമ്മേ" പാർവതിയമ്മയുടെ പിടി യിൽനിന്ന് അമ്മാളുവിനെ സ്വതന്ത്രയാക്കാൻ നേരിയ ബലപ്രയോഗം വേണ്ടിവന്നു ശങ്കരന്.

ആളുകൾ നാനാവിധം കയറിവന്നു. ക്ഷണനേരംകൊണ്ട് മുറ്റവും കോലായും നിറഞ്ഞു. ഇന്നലത്തേതിന്റെ ഇരട്ടി ആളുകളുണ്ടിന്ന്.

---

1. ജീവൻ

ശങ്കരന്റെ സംഭവവിവരണം ആരംഭിക്കുന്നത് ഈ സന്ദർഭത്തിലാണ്. ഒരക്ഷരം ഇടപെടാൻ അയാൾ മറ്റാരേയും അനുവദിച്ചില്ല. രാമർകുട്ടിയെപ്പോലും അനുവദിച്ചില്ലെന്നു പറഞ്ഞാൽ അയാളുടെ മനോഭാവം വ്യക്തമാവും. 'മതി ശങ്കരാ, നിർത്ത് ശങ്കരാ' എന്ന് പറയാനോങ്ങിയതാണ് പാർവതിയമ്മ. കേൾക്കുന്നവർ എന്തുവിചാരിക്കും? അതുകൊണ്ട് സഹിച്ചു.

ശങ്കരന്റെ വിവരണം ഒന്നവസാനിച്ചപ്പോൾ പാർവതിയമ്മ സാവകാശം ചോദിച്ചു: "ഏതാ ശങ്കരാ ആ വൈദ്യര്?"

"വൈദ്യരൊന്നും അല്ലമ്മേ. വെറും ഏറ്റുകാരനാമ്മേ."

പാർവതിയമ്മ ദീർഘശ്വാസം കഴിച്ചുകൊണ്ട് പറഞ്ഞു: "കാലിയാരപ്പനായിരിക്കും. ഏറ്റ്കാരന്റെ വേഷത്തില് വന്നതായിരിക്കും. അല്ലാതെ ഞാനെന്താ പറയേണ്ട്!"

മകളുടെ തലമുടിയിൽ തലോടിക്കൊണ്ടിരുന്നു പാർവതിയമ്മ.

ഓലച്ചേരിയിൽ വെയിൽ മൂത്ത് കാറ്റ് വീശും നേരം രണ്ടുപേർ ചിറമ്മലൊതേനന്റെ പുരയുംതേടി വന്നു. ചോദിച്ചറിഞ്ഞ് വന്നതാണ്.

ഒച്ചയും അനക്കവുമില്ലാത്തതുകൊണ്ട് പുരയിൽ ആൾതാമസമില്ലേ എന്നുപോലും അവർ സംശയിച്ചുപോയി. പക്ഷേ, വാതിൽ തുറന്നു കിടപ്പുണ്ട്. ഒരു കോഴി സാവധാനം ഇറയത്തിറങ്ങി അതിന്റെ പാട്ടിനുപോയി. കണ്ണുചിമ്മിയിരിക്കുന്ന ഒരു പൂച്ച വാതിൽപ്പടിമേൽ.

"ചിരോണ്ടൻ വൈദ്യരില്ലേ, ഇവ്ടെ?" ആഗതർ വിളിച്ച് ചോദിച്ചു.

കിടക്കുന്ന ഒതേനനും അകത്തിറയത്ത് കുത്തിയിരിക്കുന്ന കുഞ്ഞോറുവും, അടുക്കളപ്പുറത്തിരുന്ന് അരി പാറ്റുന്ന കല്ലുവും അതുകേട്ടു. അതവിടെ നിർത്തിവെച്ച് അവൾ മുൻഭാഗത്തെ വാതിൽക്കലേക്ക് വന്നു. ഉടൽ വാതിൽപ്പാളിക്ക് മറച്ച് മുഖം കാണിച്ചു.

ആഗതർ ചോദ്യം ആവർത്തിച്ചു; കുറച്ചുകൂടി എളിമയോടെ.

അപരിചിതരുമായി ഇടപെടേണ്ടത് മുതിർന്നവരാണെന്ന് കല്ലുവിന്നറിയാം. അതുകൊണ്ട് അവൾ പിൻവാങ്ങി. അകത്തിറയത്തെ ഇരുട്ടിലേക്ക് ചെന്ന് "അമ്മേ, മിറ്റത്ത് രണ്ടാള് വന്നറ്റ്ണ്ട്" എന്നു പറഞ്ഞു.

നടുനിവർത്താൻ പരമാവധി ശ്രമിച്ച് കുഞ്ഞോറു കട്ടിള പിടിച്ച് നിന്നു ചോദിച്ചു: "നിങ്ങ ഏട്യാ?"

"ഞങ്ങള് കൊറച്ച് കെഴക്കാ. ചിരോണ്ടൻ വൈദ്യരെ ഒന്ന് കാണണ്ട്യേര്ന്ന്" അവർ പറഞ്ഞു.

"വന്ന കാലില് നിക്കാണ്ട് നിങ്ങ ഇരിക്കപ്പാ" കുഞ്ഞോറു ക്ഷണിച്ചുകൊണ്ട് ഇരുപുറം നോക്കി അപ്പോഴേക്കും കല്ലു പടുത്തിരിക്ക ഇട്ടുകൊടുത്തു.

"എണേ കല്ലൂ, ആരാ പൊറത്ത് വന്നിന്" കിടന്ന കിടപ്പിൽ നിന്ന് ഒതേനൻ ചോദിച്ചു.

"എനക്കറീല്ലച്ഛാ. ഓറെക്കാണാനാ" ശബ്ദം താഴ്ത്തിയാണ് കല്ലു പറഞ്ഞത്.

ആഗതർ കോലായുടെ തുമ്പിലിരുന്ന് പരിസരം വീക്ഷിച്ചു. അടുത്തൊന്നും കളം തല്ലിയതിന്റെ ലക്ഷണമില്ല. പുല്ലും കൂനയുമില്ല. ഒരു പഴയ വീതോല ഞാലിയുടെ ഇറയിൽ ചെരുതി വെച്ചിട്ടുണ്ട്. വിത്തൂട്ടിയും അതുപോലെ വെച്ചത് കാണാനുണ്ട്. കാലപിരിവൊന്നും കാര്യമായി ഇല്ലെന്ന് കുടിയിരിക്കുന്ന വളപ്പ് കണ്ടാലറിയാം. സ്ഥിതിയൊക്കെ മോശമാണെന്ന് തോന്നുന്നു. ആഗതർ വിചാരിച്ചു.

അങ്ങനെയിരിക്കെ എർതുകളെ തെളിച്ച്, ഞേങ്ങോലും ചുമലിൽ വെച്ച് ചിരോണ്ടൻ കളത്തിന്റെ തുമ്പിൻ പുറത്തുകൂടെയാണ് ആലക്കലേക്ക് ചെന്നത്. ഉടുത്തമുണ്ട് വയൽ മണ്ണിന്റെ നിറമാണ്. കാല് കട്ടക്കൊഴപോലെ.

ചിരോണ്ടന്റെ നിഴൽ കണ്ടപ്പോൾത്തന്നെ ആഗതർ എഴുന്നേറ്റുനിന്ന് തൊഴുതു. അയാൾ വല്ലാതായി. ആവാതിരിക്കില്ല. ഇങ്ങനെയൊരു അനുഭവം ജീവിതത്തിൽ ആദ്യമാണ്.

“നിങ്ങളെന്താ ഈ കാണിക്ക്ന്ന്! എന്നെയെന്തിനാ നിങ്ങള് തൊഴ്ന്ന്?” വല്ലായ്മ പ്രകടിപ്പിച്ചുകൊണ്ട് ചിരോണ്ടൻ ചോദിച്ചു.

“നിങ്ങളെയല്ലാണ്ട് പിന്നെ ആരെയാ ഞങ്ങള് തൊഴണ്ട്? നിങ്ങള് ഞങ്ങൾക്ക് ദൈവാ. മരിച്ച ആൾക്ക് ജീവൻ കൊട്ത്താളല്ലെ നിങ്ങള്.”

ആഗതരെപ്പറ്റി ചിരോണ്ടന്റെ ഊഹം ശരിയായി.

“പടിയൂര് കുട്ടഞ്ചേരീലല്ലേ നിങ്ങള്?” ചിരോണ്ടന്റെ ചോദ്യത്തിന് അവർ തലകുലുക്കി ശരിവെച്ചു.

“അമ്മാളമ്മക്ക് അസുഖമൊന്നുമില്ലല്ലോ?”

ചിരോണ്ടന്റെ ആ അന്വേഷണം ആഗതരെ തീർത്തും സന്തുഷ്ടരാക്കി.

“കാലിയൂരപ്പന്റെ കൃപകൊണ്ടും ഇവിടുത്തെ ശേഷികൊണ്ടും ഒര സുഖോം അമ്മാളുവിന്നില്ല” അവർ വണക്കത്തോടെ പറഞ്ഞു.

പ്രശംസയോട് അരുചി തോന്നിത്തുടങ്ങി ചിരോണ്ടന്.

“ഞാൻ അമ്മാളൂന്റെ മൂത്ത ഏട്ടൻ ശങ്കരൻ. ഇയാള് അമ്മാളൂന്റെ ഭർത്താവ് രാമർകുട്ടി” പരിചയപ്പെടുത്തലിനുശേഷം ശങ്കരൻ തുടർന്നു: “നിങ്ങളെപ്പറ്റി ഞങ്ങൾക്കൊന്നും അറിഞ്ഞൂടാ. അമ്മാളു കണ്ണ് തൊറന്നപ്പോ ഞങ്ങള് നിങ്ങളെ അന്വേഷിച്ചു. കണ്ടില്ല. വല്ല തെറ്റു കുറ്റങ്ങളുണ്ടെങ്കില് ക്ഷമിക്കണം.”

ചിരോണ്ടൻ കൂടുതൽ വിനയാന്വിതനായി.

“വൈദ്യരെയൊന്ന് നേരിൽ കാണണമെന്നുണ്ട് അമ്മക്ക്. അമ്മകൂടെ വരാനിറങ്ങിയതാ. തൽക്കാലം ഞങ്ങള് കണ്ടിട്ട് വരാന്ന് പറഞ്ഞു”ശങ്കരൻ പറഞ്ഞു. ചുണ്ടനക്കിക്കൊണ്ട് രാമർകുട്ടി നിന്നു.

ചിരോണ്ടൻ മര്യാദാഭാവത്തിലൂടെ എല്ലാം ശരിവെച്ചു. അമ്മാളു കുറച്ച് മരുന്നുകൾ തയാറാക്കി കഴിക്കേണ്ടതുണ്ടെന്ന് ഓർമിപ്പിച്ചു. അതിനുള്ള ചാർത്ത് കൊടുക്കുകയും ചെയ്തു.

ഇതിനുശേഷം ശങ്കരനും രാമർകുട്ടിയും മിണ്ടാതെ മുഖത്തോടു

മുഖം നോക്കിയിരുന്നു. അവർ കണ്ണുകൊണ്ട് സംസാരിക്കുകയും സൂചനകൾ കൈമാറുകയും ചെയ്തു. അവർക്ക് തമ്മിലെന്തോ രഹസ്യമുണ്ടെന്ന് ചിരോണ്ടന് ബോധ്യമായി.

ഈ വിധമുള്ള ചേഷ്ടകൾക്കൊടുവിൽ ശങ്കരൻ എഴുന്നേറ്റ് വണക്കത്തോടെ 'അമ്മ തന്നയച്ചതാണെ'ന്ന് പറഞ്ഞ് ഒരു കിഴി ചിരോണ്ടന്റെ കാൽക്കൽ സമർപ്പിച്ചു.

"ഇതെന്താ ശങ്കരൻ കൈക്കോറെ" ചിരോണ്ടൻ ചോദിച്ചു.

"വിശേഷിച്ചൊന്നൂല്ല. ഞങ്ങളെ തറവാടിന്റെ സന്തോഷാ" അൽപ്പം സങ്കോചത്തോടെയാണ് ശങ്കരൻ പറഞ്ഞത്.

കിഴിയുടെ കിലുക്കത്തിൽനിന്ന് അത് വെള്ളിനാണയങ്ങളാണോ അതോ സ്വർണനാണയങ്ങളാണോ എന്ന് അനുമാനിക്കാനായില്ല.

"കൈക്കോറ്മാര് വന്നതിലും കണ്ടതിലും അമ്മാളമ്മക്ക് സുഖമാണെന്നറിഞ്ഞതിലും സന്തോഷമുണ്ട്. ആ സന്തോഷംതന്നെ ധാരാളം മതി. ഉള്ള സന്തോഷം ദയവുചെയ്ത് നശിപ്പിക്കരുത്." ചിരോണ്ടൻ തന്റെ ആദർശം ഇതിനൊപ്പം ചേർത്തുവെച്ചു: "വിഷഹാരി പ്രതിഫലം ആഗ്രഹിക്കുകയോ സ്വീകരിക്കുകയോ ചെയ്യരുത്.

"വൈദ്യരങ്ങനെ പറയല്ലേ. ഞങ്ങളെ നിരാശപ്പെടുത്തരുത്" രാമർകുട്ടി അപേക്ഷിച്ചു.

"നിർവാഹമില്ല. തുളുവന്നൂർ ഗുരുക്കളാണ് എന്റെ ഗുരുനാഥൻ. ഗുരുനാഥന്റെ ഉപദേശം അക്ഷരംപ്രതി അനുസരിക്കേണ്ടത് ശിഷ്യന്റെ കടമയാണ്. വിഷഹാരി പ്രതിഫലമെന്നനിലയ്ക്ക് ഒരിറക്ക് വെള്ളം പോലും... നിങ്ങളിത് തിരിച്ചെടുക്കണം. എന്റെ പ്രതിഫലം ആതുരന്റെ സന്തോഷമാണ്." സംശയത്തിനവകാശമില്ലാത്തവിധം ചിരോണ്ടൻ തുറന്നു പറഞ്ഞു.

പ്രവൃത്തിക്ക് പ്രതിഫലം ഇച്ഛിക്കാതിരിക്കുക, ഔദാര്യം സ്വീകരിക്കാതിരിക്കുക – ഒരു സമ്പന്നന് താൻ അപമാനിതനായെന്ന് തോന്നാൻ ഇത്രമാത്രം മതി. അതിനാൽ ഇടിഞ്ഞ മനസിന്റെ പ്രതിഫലനം അവരുടെ മുഖത്ത് കണ്ടു.

"വൈദ്യരേ, പ്രതിഫലമായി കണക്കാക്കണ്ട. ദക്ഷിണയായി സ്വീകരിച്ചൂടെ?" രാമർകുട്ടി എളിമയോടെ ചോദിച്ചു.

ദക്ഷിണ! അതൊരു ചതിക്കുഴിയാണ്. ഒരിക്കൽ തുളുവന്നൂർ ഗുരുക്കൾ പറഞ്ഞ കഥ ചിരോണ്ടന് ഓർമ വന്നു:

സർപ്പദംശനമേറ്റ് ആസന്നമരണനായ ധനാഢ്യനെ മഹാസിദ്ധികളുള്ള വിഷഹാരി മൃത്യുവക്ത്രത്തിൽ നിന്ന് രക്ഷിച്ചു. പ്രതിഫലമായി എന്തും നൽകാൻ അദ്ദേഹത്തിന് കഴിയും. എന്തും നൽകാൻ അദ്ദേഹം ഒരുക്കവുമാണ്. വിഷഹാരി സ്വീകരിക്കാൻ സന്നദ്ധനാവുകയേ വേണ്ടൂ. എന്നാൽ പ്രലോഭനങ്ങൾ പലതുണ്ടായിട്ടും പ്രതിഫലം സ്വീകരിക്കില്ലെന്ന നിലപാടിൽ വിഷഹാരി ഉറച്ചുനിന്നു.

ധനവാനും ഉണ്ടാകുമല്ലോ ചില ആദർശങ്ങളൊക്കെ. തന്റെ ശിഷ്ടായുസ്സ് വിഷഹാരിയുടെ ഔദാര്യമായി കൊണ്ടു നടക്കാൻ അയാൾ ഇഷ്ടപ്പെടുന്നില്ല. പ്രതിഫലംകൊണ്ട് ഔദാര്യത്തെ ഛേദിക്കണം. അതിനുള്ള ഉപായമായി അയാൾ കണ്ടെത്തിയത് ദക്ഷിണയെയാണ്. ആയതിനാൽ വിഷഹാരി വെറ്റിലക്കെട്ട് ദക്ഷിണയായി സ്വീകരിക്കുക.

ആ ദക്ഷിണ നിർദോഷമായിത്തോന്നി വിഷഹാരിക്ക്. പ്രതിഫലങ്ങളിൽപ്പെടുന്നില്ലല്ലോ ദക്ഷിണ. പോരാതെ വെറ്റിലയും. അതുകൊണ്ട് ഋജുമനസ്കനായ അദ്ദേഹം അത് സ്വീകരിച്ചു.

വെറ്റിലക്കെട്ട് മടിക്കുത്തിൽ വെച്ച് വിഷഹാരി സ്വന്തം ഗൃഹത്തിൽ പ്രവേശിച്ചു. വെറ്റിലക്കെട്ടഴിച്ചു നോക്കിയപ്പോഴാണ് ചതി മനസിലായത്: കെട്ടിലെ രണ്ടു വെറ്റിലകൾ സ്വർണനിർമിതമാണ്! വിഷഹാരി ഖിന്നനായി. കൈപ്പറ്റിയ പ്രതിഫലം വേണമെങ്കിൽ തിരിച്ചു കൊടുക്കാം. പക്ഷേ സ്വീകരിച്ച ദക്ഷിണ തിരിച്ചുകൊടുക്കാൻ അനുശാസനമില്ല.

പിന്നീട് ഒരിക്കലും ആ മഹാസിദ്ധനായ വിഷഹാരിയുടെ ചികിത്സ ഫലിക്കുകയുണ്ടായില്ലത്രേ!

താൻ ആ വിഷഹാരിയുടെ പിന്തുടർച്ചക്കാരനായിത്തീരണോ? ചിരോണ്ടൻ ആലോചിച്ചു.

വേണ്ട. വേണ്ട.

29

വീണ്ടും ആൺപിറ

ട്ടെ–ട്ടെ–ട്ടെ

രാവേറെച്ചെന്ന നേരത്ത് കുട്ടഞ്ചേരിത്തറവാട്ടിൽനിന്ന് പച്ചമടൽ നിലത്തടിക്കുന്നതു കേട്ടു. കേട്ടവർക്ക് കാര്യം മനസിലായി: തറവാട്ടിൽ ഒരാൺപ്രജ കൂടി പിറന്നിരിക്കുന്നു!

ആൺപിറവി തറവാടിന്റെ തലയിലെഴുത്താണ്. അപൂർവമാണ് പെൺപിറവി. കൈത്തെറ്റ് സംഭവിക്കുന്നതുപോലെയാണ് തറവാട്ടിൽ പെൺപിറവി.

പിറന്നത് ആണായതുകൊണ്ട് പാർവതിയമ്മയ്ക്കും അമ്മാളുവിനും ഇച്ഛാഭംഗമുണ്ടാകേണ്ടതാണ്. എന്നാലതുണ്ടായില്ല. തള്ളയും പിള്ളയും ചത്തു ജീവിച്ചതല്ലേ? ആ നിലയ്ക്ക് ആണായാലെന്ത്? പെണ്ണായാലെന്ത്? ഏതായാലും കുഞ്ഞല്ലേ? സന്തോഷിക്കുകതന്നെ.

അമ്മാളുവിന്റെ പ്രസവം എല്ലാവർക്കും ഉൽക്കണ്ഠ ജനിപ്പിച്ചിരുന്നു എന്നത് വാസ്തവമാണ്. സർപ്പദംശനം ഗർഭസ്ഥശിശുവിന്റെ ഭാവിയെ ബാധിക്കില്ലെന്ന് ആരറിഞ്ഞു! ജന്മവൈകല്യങ്ങൾ ഉണ്ടാകില്ലെന്ന് ആരറിഞ്ഞു! അത് തറവാടിന് ശാപമായിത്തീരുംവിധം ദുരന്തവും ദുസ്സഹവുമായാലോ?

"പെറക്ക്ന്ന കുഞ്ഞിക്ക് നീലനെറായ്രിക്കും" കുട്ടഞ്ചേരിത്തറവാട്ടിലെ സ്ഥിരം പണിക്കാരത്തി ചപ്പിലമ്മ മറ്റു പണിക്കാരോട് പറഞ്ഞു.

"അതെന്താ ചപ്പിലമ്മേ നിങ്ങക്കിത്ര ഒറപ്പ്?" കേട്ടവരിലൊരുവൾ ചോദിച്ചു.

"തൊട്ടത് പുല്ലാനി[1]യല്ലേ? പുല്ലാനിവെശം കേറ്യാല് മേലാകെ നീലനെറായ്രിക്കും" ചപ്പിലമ്മ ആധികാരികമായി പറഞ്ഞു.

---

1. ഒരു തരം പാമ്പ്

മലിമാണിക്ക് വയസായതുകൊണ്ട് മകൾ നാണിയാണ് ഇപ്പോൾ പേറെടുക്കാറുള്ളത്. അമ്മയുടെ ശിക്ഷണത്തിൽ വിദഗ്ധയായ പേറ്റിച്ചിയായി പേരെടുത്തുകഴിഞ്ഞു നാണി. തൊട്ടതൊന്നും പിഴച്ചില്ല. നാണി എണ്ണപുരട്ടി കൈകടത്തിയാൽ പിഴവുകളെല്ലാം നേരെയാകും. പ്രസവം അടുക്കുന്നതിന് മുമ്പുതന്നെ നാണി കുട്ടഞ്ചേരിയിലെ നിത്യസന്ദർശകയായിരുന്നു. സുഖപ്രസവത്തിന്റെ കാര്യത്തിൽ ആശങ്കകളുണ്ടായിരുന്നല്ലോ.

പ്രസവം പ്രതീക്ഷിച്ചതിൽ കൂടുതൽ നേരം നീണ്ടുനിന്നത് ഉത്കണ്ഠയ്ക്കിടയാക്കി..

കുഞ്ഞിനെ ജനനമുഖത്ത് വെച്ച് നാണി ഏറ്റുവാങ്ങി. മറുപിള്ളയും വേർപെട്ടു. കുഞ്ഞിന്റെ അകത്തു പെട്ടുപോയ ഗർഭജലവും ഛർദിപ്പിച്ചു കളഞ്ഞു. പൊക്കിൾവള്ളിമുറിച്ച് കുഞ്ഞിനെ ദേഹശുദ്ധിവരുത്തി, ശീലയിൽ പൊതിഞ്ഞ് വേണ്ടപ്പെട്ടവരെയൊക്കെ കാണിച്ചു. ഇതിന് അരിയും എണ്ണയും മുറുക്കാനും ചെമ്പുകാശും സമ്മാനമായി അവൾക്ക് വേറെ കിട്ടി.

കുട്ടഞ്ചേരിയിലെ പണിക്കാരെല്ലാം ശ്രദ്ധിച്ചത് കുഞ്ഞിന് നീലനിറമുണ്ടോ എന്നാണ്. ചപ്പിലമ്മയുടെ വാക്കുകൾ വിശ്വസിച്ചവർക്ക് നിരാശയായി.

“നിങ്ങ്യല്ലെ ചപ്പിലമ്മേ കുഞ്ഞിക്ക് നീലനെറായ്രിക്കുംന്ന് പറഞ്ഞത്! എന്നിറ്റ്പ്പോ നല്ല തങ്ക നെറല്ലേ കാണ്ന്ന്?” കൂട്ടത്തിലൊരുവൾ ചപ്പിലമ്മയോട് കെറുവോടെ ചോദിച്ചു.

ചോദിച്ചവളോട് ചപ്പിലമ്മ കൊഞ്ഞനം കാട്ടി. ഉത്തരം മുട്ടിയാൽ കൊഞ്ഞനം കാണിക്കുന്ന സ്വഭാവം പണ്ടേ അവർക്കുള്ളതാണ്.

അമ്മാളുവിന് സർപ്പദംശനമേറ്റതുമുതൽ പ്രസവംവരെ പാർവതിയമ്മ നേർന്ന നേർച്ചകൾക്ക് കയ്യും കണക്കുമില്ല. ഏതെല്ലാം കാവുകളിലാണെന്നോ ഏതെല്ലാം അമ്പലങ്ങളിലാണെന്നോ ഏതെല്ലാം കോട്ടങ്ങളിലാണെന്നോ നേർച്ച നേർന്നതെന്ന് ഓർത്തെടുക്കാൻ അവർക്ക് നന്നേ പ്രയാസം നേരിട്ടു. അതുകൊണ്ട് സകല കാവുകളിലും അമ്പലങ്ങളിലും കോട്ടങ്ങളിലും നേർച്ചകൾ കഴിച്ചു. ആ കണക്കിൽ നേരാൻ വിട്ടുപോയ മൂർത്തികൾക്കും കിട്ടി ഒരോഹരി.

കുറെനാൾ ശങ്കരനും രാമർകുട്ടിക്കും പ്രധാനജോലി ആരാധനാലയങ്ങളിൽ കയറിയിറങ്ങലാണ്.

പിറന്നുവീണതു മുതൽ അമ്മാളുവിന്റെ കുഞ്ഞ് നിർത്താതെ കരഞ്ഞു. ആദ്യമൊക്കെ അത് സ്വാഭാവികമെന്നു കരുതി. മലിനാണി വന്ന് ജപിച്ചൂതി. പുള്ളുവൻ വൈശറ് വന്ന് മരുന്നു കൊടുത്തു. ഇതൊന്നും ഫലിച്ചില്ല.

അങ്ങനെയിരിക്കെ ഒരുദിവസം കാരണം കണ്ടെത്തി. കുഞ്ഞിന് കുടിക്കാൻ അമ്മാളുവിന്റെ മുലയിൽ ഒരു തുള്ളിപാലില്ല. വിശന്നിട്ടാണ്

കുഞ്ഞ് കരയുന്നത്. പാലില്ലാത്ത മുലകൾ ചവച്ച് അവൻ ലോകത്തോടുള്ള വിദ്വേഷം മുഴുവൻ തീർത്തു.

ഇതിന് അടിയന്തരമായി പരിഹാരം കണ്ടെത്തേണ്ടതുണ്ടെന്ന് പാർവതിയമ്മ നിശ്ചയിച്ചു. ദേശത്ത് വല്ല പെണ്ണുങ്ങളും മുലയൂട്ടുന്നുണ്ടോ എന്നന്വേഷിക്കാൻ ചപ്പിലമ്മ നിയോഗിക്കപ്പെട്ടു. ചപ്പിലമ്മ നാട് മുഴുവൻ നടന്ന് ഒടുവിൽ തീയത്തി തമ്പായിയെ കണ്ടെത്തി. പാർവതിയമ്മയെ കിട്ടുന്ന സന്ദർഭങ്ങളിലെല്ലാം ദുഷിച്ചാലും വേണ്ട സമയത്ത് ചപ്പിലമ്മ ഉപകാരത്തിനെത്തും.

“നിന്റെ മൊലേല് പാല്ണ്ടെണേ തമ്പായീ?” ചപ്പിലമ്മ ചോദിച്ചു.

“എന്തിനാ ചപ്പിലമ്മേ നിങ്ങക്ക് മൊലപ്പാല്?” തമ്പായി ചോദിച്ചു.

“എനക്കല്ലണേ. കുട്ടഞ്ചേരീലെ അമ്മാളു പെറ്റിറ്റ്ണ്ടണേ. അയിന്റെ മൊലേല് ഒര് തുള്ളിപാലില്ല.” ചപ്പിലമ്മ ഇരുപുറവും നോക്കി ആരും കേൾക്കുന്നില്ലെന്ന് ഉറപ്പുവരുത്തിയതിനുശേഷം സ്വരം താഴ്ത്തി പറഞ്ഞു: “എനക്കൊരു തമിശം[1]: ഓളെ പുരുവൻ റാമറൂട്ടി കുടിക്കാറുണ്ടോന്ന്!”

തമ്പായി തലയറഞ്ഞു ചിരിച്ചു.

“ചിരിക്കല്ലണേ; നിന്റൊരുമൊല അമ്മാളൂന്റെ കുഞ്ഞിക്ക് കൊടുത്തൂടെ തമ്പായീ.”

“അയ്യോന്റെ ചപ്പിലമ്മേ! നിങ്ങ്യെന്ത്ന്നാ ഈ പറേന്ന്! എന്റെ ചെക്കന് കുടിക്കാൻ തന്നെ എന്റെ മൊലേല് പാലില്ല.” തമ്പായി സങ്കടപ്പെട്ടു.

“അങ്ങനെ പറയല്ല തമ്പായീ. പാറോതിയമ്മ നിന്നെ വെറ്തെയാക്കൂല്ല നിനിക്ക് നല്ലോണം കോരിത്തെരുണേ. നീ വാമോളേ.” ചപ്പിലമ്മയുടെ നിർബന്ധവും പ്രലോഭനവും കലശലായപ്പോഴാണ് തമ്പായി ഇറങ്ങിയത്.

കുട്ടഞ്ചേരിത്തറവാടിന്റെ അടുക്കളഭാഗത്തുള്ള അലക്കുകല്ലിന്മേലിരിന്ന് തമ്പായി മനസില്ലാമനസോടെ അമ്മാളുവിന്റെ കുഞ്ഞിക്ക് മുല കൊടുത്തു. തമ്പായി തന്റെ കുഞ്ഞിന് മുലകൊടുക്കുന്നതു കണ്ട് അമ്മാളുവിന് അപമാനവും അപകർഷതാബോധവും തോന്നി. അമ്മയായിട്ടെന്താ കാര്യം; സ്തന്യം നൽകാൻ കഴിയുന്നില്ലല്ലോ!

മുലപ്പാല് കിട്ടാത്തതിലുള്ള ആർത്തികൊണ്ട് കുഞ്ഞ് അത്യാവേശത്തോടെ വീർപ്പുമുട്ടിക്കുടിച്ചു. മുലക്കണ്ണ് കുഞ്ഞിന്റെ വായിൽ തിരുകിയ നിമിഷം മുതൽ അത് പിൻവലിക്കാനുള്ള തിടുക്കമായി തമ്പായിക്ക്. ശരിക്കും മുല തൊടാൻതന്നെ അവൾ കുഞ്ഞിനെ അനുവദിച്ചില്ല. ഇത് തന്റെ കുഞ്ഞ് കുടിക്കേണ്ട പാലല്ലേ? ചിന്തിച്ചപ്പോൾ അവൾക്ക് ഖേദം തോന്നി. അതുകൊണ്ട് കുഞ്ഞിന് രസം പിടിക്കുന്നതിന് മുമ്പ് തന്നെ മുലക്കണ്ണ് കുഞ്ഞിന്റെ വായിൽ നിന്ന് നിഷ്കരുണം വേർപെടുത്തി. അപ്പോഴും ഒരു മുലയിലെ പാൽ അവൾ പൊന്നുപോലെ സൂക്ഷിച്ചു.

---

1. സംശയം.

"എനക്ക് വേദനയെട്ക്ക്ന്ന് ചപ്പിലമ്മേ" കാരണം പറഞ്ഞ് അവൾ ഒഴിഞ്ഞുകളഞ്ഞു.

തൃപ്തനാകാതെ കുഞ്ഞ് ആർത്തലച്ച് കരയാൻ തുടങ്ങി. അതു കണ്ട് അമ്മാളുവിന് സങ്കടം വന്നു. കൊടുക്കാമെന്നുവെച്ചാൽ തന്റെ മുലയിൽ പാലില്ലല്ലൊ!

പാൽമുതുക്ക്, ശതാവരി, അടപതിയൻ, അമുക്കുരം, ഇരട്ടിമധുരം എന്നീ ഔഷധങ്ങൾ പലതരത്തിലും പല ചേരുവയിലും സേവിച്ചിട്ടാണ് അമ്മാളുവിന്റെ സ്തന്യക്ഷയം പരിഹരിച്ചത്.

അമ്മാളുവിന്റെ കുഞ്ഞിന്റെ പേര് വിളിക്കും ചോറൂണിനും മുഹൂർത്തം നോക്കി.

പാർവതിയമ്മയ്ക്ക് ഒരേയൊരു നിർബന്ധം: പേർവിളിയും ചോറൂണും ചിരോണ്ടൻ വൈദ്യരെകൊണ്ടുതന്നെ നടത്തിക്കണം. തള്ളയെയും പിള്ളയെയും രക്ഷിച്ചത് അയാളാണ്. ഇല്ലെങ്കിൽ തറവാട് അന്യാധീനപ്പെടുമായിരുന്നു.

ഇതുവഴി വൈദ്യരെ നേരിൽ കാണാനുള്ള ആഗ്രഹം സാധിക്കുകയും ചെയ്യാം.

ചിരോണ്ടൻ വൈദ്യരെ ക്ഷണിക്കാൻ ശങ്കരനെയും രാമർകുട്ടിയെയും പാർവതിയമ്മ ഓലച്ചേരിക്ക് പറഞ്ഞുവിട്ടു.

ചിരോണ്ടന് ഏറ്റുള്ളതുകൊണ്ട് ദൂരവഴിക്കുള്ള യാത്ര പറ്റില്ല. മൂന്നുനേരം കൃത്യത്തിന് തെങ്ങിൽ കയറിയിറങ്ങണം. അത്യാവശ്യഘട്ടങ്ങളിൽ മറ്റ് ഏറ്റുകാർ സഹായിച്ചെന്നുവരും. അത് ഗുണത്തെക്കാളധികം ദോഷം ചെയ്യും. ഏറ്റുകാരനുമായി ഓരോ തെങ്ങും ആത്മബന്ധം സ്ഥാപിച്ചിട്ടുണ്ട്. ആ രഹസ്യം മറ്റൊരു ഏറ്റുകാരൻ അറിയരുത്. അറിഞ്ഞാൽ തെങ്ങ് പിണങ്ങും. പിണക്കം തീരണമെങ്കിൽ നാളുകളേറെ കഴിയണം.

ചിരോണ്ടന്റെ ഒഴിവുകഴിവുകളൊന്നും ക്ഷണിതാക്കൾ അശേഷം ചെവിക്കൊണ്ടില്ല.

"ഞങ്ങള് വൈദ്യരെ കൂട്ടാൻ വരും" അവർ വിടാനുള്ള ഭാവമില്ല.

"വേണ്ട. മുഹൂർത്തത്തിന് അങ്ങെത്തിക്കൊള്ളാം പോരേ" ചിരോണ്ടൻ വാക്കുകൊടുത്തു.

രാവിലത്തെ ഏറ്റുകഴിഞ്ഞശേഷം ചിരോണ്ടൻ കുട്ടഞ്ചേരിക്ക് പുറപ്പെട്ടു. യാത്രയിൽ എഴുത്തച്ഛനും തുളുവന്നൂർ ഗുരുക്കളും കുറെനാളുകളായി മനസിലേക്ക് വരുന്നുണ്ട്. സൗകര്യമനുസരിച്ച് അവരെയും ചെന്നു കാണണം. ചിരോണ്ടൻ വിചാരിച്ചു.

കുട്ടഞ്ചേരിത്തറവാടിന്റെ പടിക്കൽ വെച്ചുതന്നെ ചിരോണ്ടൻ വൈദ്യർ സ്വീകരിച്ച് ആനയിക്കപ്പെട്ടു. ഇത്തരം ഒരാദരവ് ആ തറവാട്ടുകാർ മറ്റൊരു താണജാതിക്കാരനോടും കാണിച്ചിരുന്നില്ല. അവരുടെ ബന്ധുമിത്രാദികളായി ഒരുപാട് പേർ അവിടെ സന്നിഹിതരായിട്ടുണ്ട്. രാമർ കുട്ടിയുടെ മീനങ്കടത്തറവാട്ടുകാരുമുണ്ട്.

കുട്ടിക്ക് ചോറ്കൊടുത്ത് പേര് വിളിക്കേണ്ട മുഹൂർത്തം നിശ്ചയിച്ചിട്ടുണ്ട്. പടിഞ്ഞാറ്റമുറിക്ക് നേരെ നടുമുറ്റത്തെ പന്തലിൽ വെച്ചാണ് ചടങ്ങ്. ചതുരാകൃതിയിൽ തൂക്കിയിട്ട തൂക്കുവിളക്കിന് കീഴെ വെള്ളയും കരിമ്പടവും വിരിച്ചിട്ടുണ്ട്. വിരിപ്പിൽ നിലവിളക്കും നിറപറയും.

കുഞ്ഞിനെയുമെടുത്ത് അമ്മാളു വിരിപ്പിൽ കടന്നിരുന്നു. വെള്ളോട്ടുരുളിയിൽ ചോറുമായി പാർവതിയമ്മ പുറത്തേക്ക് വന്നു.

"അമ്മാളൂന്റെ കുട്ടിക്ക് ചോറ്കൊട്ത്ത് പേര് വിളിക്കേണ്ട നേരായി. ചിരോണ്ടൻ വൈദ്യര് ആ കർമം ചെയ്തുതരണം; തറവാടിന്റെ പുണ്യത്തിനുവേണ്ടി" പാർവതിയമ്മ അറിയിച്ചു.

ഓർക്കാപ്പുറത്ത് അസാധാരണമായ ക്ഷണംകേട്ട് ചിരോണ്ടൻ വൈദ്യർ അന്ധാളിച്ചു. എന്നാൽ സ്തംഭിച്ചത് അവിടെ കൂടിയവരാണ്. ഒരു തീയൻ നായർത്തറവാട്ടിൽ ജനിച്ച കുഞ്ഞിന് ചോറ്കൊടുത്ത് പേര് വിളിക്കുകയോ? അങ്ങനെയൊരു ചരിത്രമില്ലല്ലൊ. തീയൻ തൊട്ടത് നായർ കഴിക്കാൻ പാടില്ല. ജാതിഭേദവും അയിത്തവും ഇല്ലാതായോ? ഇത് ആ അമ്മയുടെ ധിക്കാരമാണ്. ജീവൻ രക്ഷിച്ചെന്നു വെച്ച് എന്തുമാകാമെന്നോ? ഇതെങ്ങനെ നിശ്ശബ്ദം അനുവദിക്കും? ക്ഷണിച്ചുവരുത്തിയിട്ട് അപമാനിക്കുകയോ? ഈ ചടങ്ങിൽ പങ്കെടുത്തുകൂടാ. ചിലർ അപ്പോൾത്തന്നെ ഇറങ്ങിപ്പോയി.

താൻ നിമിത്തം ചടങ്ങ് അലങ്കോലമായല്ലോ എന്ന കുറ്റബോധം ചിരോണ്ടൻ വൈദ്യരെ പിടികൂടി. വെളുക്കാൻ തേച്ചത് പാണ്ടായി. ഇതിനൊക്കെ ഉത്തരവാദി ആ പിടിവാശിക്കാരിയായ അമ്മയാണ്. അവരുടെ അറിയിപ്പ് പിൻവലിപ്പിക്കാനുള്ള ശ്രമം കൊണ്ടുപിടിച്ച് നടക്കുന്നുണ്ട്. ആ സ്ത്രീ വഴങ്ങണ്ടെ!

"ചിരോണ്ടൻ വൈദ്യര് തന്നെ ചോറ് കൊടുത്ത് പേര് വിളിക്കണം. തീരുമാനിച്ചത് ഞാനാ." പാർവതിയമ്മ ആവർത്തിച്ചു.

മനം മാറ്റാൻ ശ്രമിച്ചവരെല്ലാം നിരാശരായി. അവർ തിരുത്താൻ ഒരുക്കമല്ലെന്ന് വ്യക്തം.

ചടങ്ങ് സ്തംഭനാവസ്ഥയിൽ നിൽക്കുമ്പോഴാണ്, മുറ്റത്ത് ഒരു കാഷായധാരി പ്രത്യക്ഷപ്പെട്ടത്. ആരുടെ ദൃഷ്ടിയിലും പതിയുന്ന ഒരാകാരം. തലയും താടിയും വെഞ്ചാമരംപോലെ ഉലയുന്നുണ്ട്.

"ഒര് ധർമക്കാരൻ വന്ന്ട്ട്ണ്ട്. ആരാന്ന്ച്ചാല് ധർമം കൊട്ക്ക. നല്ലോരുനേരല്ലെ?" ഒരാൾ അകത്തേക്ക് വിളിച്ചു പറഞ്ഞു.

"ധർമക്കാരന് വരാൻ കണ്ട നേരം! ഇപ്പേ ധർമം കൊട്ക്കാൻ പറ്റൂല്ല. സർവാണീല് ചോറ്കൊട്ക്കാ." ഒരു ദേഹണ്ഡക്കാരനാണ് പറഞ്ഞത്.

"എനക്ക് ധർമോം വേണ്ട; ചോറും വേണ്ട. എനക്ക് ഈ അമ്മേനേം കുഞ്ഞീനേം ഒന്ന് കണ്ടാമതി. പിന്നെ ഞാനങ്ങ്പോയ്ക്കോളാം" കാഷായധാരിയുടെ അപേക്ഷയാണ്.

"ഇത്രക്ക് പ്രേമം തോന്നാൻ നിങ്ങളാരാ?" ആൾക്കൂട്ടത്തിൽനിന്ന് ചോദ്യമുയർന്നു.

“ഞാനോ” കാഷായധാരി ആൾക്കൂട്ടത്തെ മുഴുവനായി ഒന്നു നോക്കി: “ഞാൻ ഇവള്ടെ അച്ഛനാ. ഈ കുഞ്ഞിന്റെ മുത്തച്ഛനാ.”

അമ്മാളുവിന്റെ അച്ഛൻ; പാർവതിയമ്മയുടെ ഭർത്താവ് എന്നല്ലേ മനസിലാക്കേണ്ടത്?

നൊടിയിടകൊണ്ട് സദസ്സ് നിശ്ശബ്ദമായി.

“ആരിത്? ചെക്ക്യാട്ടൂരെ രൈരേട്ടനോ? എന്റെ വെന്തൃക്കോലപ്പാ!” ഒരാൾ അയാളുടെ അടുത്തേക്ക് നീങ്ങി.

ഒറ്റ നോട്ടത്തിൽത്തന്നെ പാർവതിയമ്മ ആളെ തിരിച്ചറിഞ്ഞിരുന്നു. അകത്തേക്ക് കയറിപ്പോയ അവർ പിന്നെ പുറത്തിറങ്ങിയില്ല.

പത്തിരുപത് വർഷങ്ങൾക്കുമുമ്പ് പാർവതിയമ്മ ആട്ടിപ്പുറത്താക്കിയ ഭർത്താവാണിത്. മൂത്തമക്കളായ ശങ്കരനും നാരായണനും ഗോപാലനും പരമേശ്വരനും അച്ഛനെ നേരിയ ഓർമയുണ്ട്. അമ്മാളുവിന് കേട്ടറിവു മാത്രം. രൈരുനായർ ജീവിച്ചിരിപ്പുണ്ടോ ഇല്ലയോ എന്ന് ആർക്കും നിശ്ചയമുണ്ടായിരുന്നില്ല.

ആസേതുഹിമാചലം അയാൾ ഒരുവട്ടം സഞ്ചരിച്ചു കഴിഞ്ഞു. രണ്ടാം വട്ടത്തിന്റെ തുടക്കമാണ്.

ഇടപെടേണ്ട ഒന്നാന്തരം സന്ദർഭമാണിതെന്ന് ചിരോണ്ടൻ വൈദ്യർക്ക് തോന്നി. ഒരു താഴ്ന്ന ജാതിക്കാരൻ ചോറുകൊടുക്കുന്നത് കൊണ്ടാണ് എതിർപ്പ് ശക്തമായത്. അത് താൻ ചെയ്യാതിരുന്നാൽ മതിയല്ലോ.

ചിരോണ്ടൻ വൈദ്യർ ഇടപെട്ടു: “മുഹൂർത്തം തെറ്റുന്നതിനുമുമ്പ് ചടങ്ങ് നടക്കട്ടെ. ഇക്കൂട്ടത്തിൽ ആർക്കുവേണെങ്കിലും കുഞ്ഞിന് പേരുവിളിക്കാം. ചോറ് കൊട്ക്കാൻ ഒരാളെയാണ് വേണ്ടത്. ദൈവം സഹായിച്ച് എല്ലാംകൊണ്ടും യോഗ്യനായ ഒരാളിവിടെയുണ്ട്. മുത്തശ്ശൻ കുഞ്ഞിന് ചോറുകൊടുക്കട്ടെ. ആർക്കെങ്കിലും വിരോധോണ്ടോ?”

അൽപ്പനേരത്തെ നിശ്ശബ്ദതക്കുശേഷം അഭിപ്രായത്തിന് അംഗീകാരം ലഭിച്ചു.

“നീലകണ്ഠാ” ചിരോണ്ടൻ വൈദ്യർ കുഞ്ഞിനെ വിളിച്ചു.

“നീലകണ്ഠാ, മോനേ ചോറുണ്ണ്” രൈരുനായർ പേരക്കുട്ടിക്ക് ചോറ് വാരിക്കൊടുത്തു.

അമ്മാളു ആ പേര് പലതവണ ഉരുവിട്ടു. പാർവതിയമ്മയും ആ പേര് അകത്ത് നിന്ന് ഉച്ചരിച്ചു.

ഇതിനിടയിൽ കാഷായധാരി അപ്രത്യക്ഷനായി.

30

അകം അശാന്തം

മരണവും ജീവിതവും തമ്മിലുള്ള വടംവലിയിൽ അറ്റുപോകാൻ അവശേഷിച്ചത് ഒരു തലനാരിഴ മാത്രമായിരുന്നു. എന്നല്ല അതിനെക്കാൾ അതിസൂക്ഷ്മമായിരുന്നു. അതുംകൂടി അറ്റുകഴിഞ്ഞാൽ പരലോക പ്രവേശമായി. അതിന്റെ പ്രവേശന കവാടത്തിൽ വെച്ചാണ് ഒരു കരുത്ത്[1] അമ്മാളുവിനെ പിടികൂടി പിറകോട്ട് വലിച്ചത്. അതോടെ അവൾ ജീവിതത്തിലേക്ക് മറിഞ്ഞു വീണു. പിന്നെ മരണത്തിന്റെ അഴിയാക്കുരുക്കുകളിൽ നിന്ന് ചിരോണ്ടൻ അമ്മാളുവിന്റെ ജീവനെ അഴിച്ചെടുത്തു.

വിഷചികിത്സയുടെ അവസാന വാക്കായ തളിവാരത്ത് തമ്പുരാൻ കൈയൊഴിഞ്ഞ വിഷയത്തിന്മേലാണ് ചിരോണ്ടൻ കൈവെച്ചത് എന്നോർക്കണം. ഫലം അതിശയകരവും അവിശ്വസനീയവുമായിരുന്നു. അരനാഴികനേരംകൊണ്ട് അയാൾ മാന്ത്രിക പരിവേഷമുള്ള വിഷഹാരിയായി അവതരിച്ചു. സംഭവം തീ പിടിച്ച വാർത്തയായി ഓലച്ചേരിയിലും തളിവാരത്തും അന്യദേശങ്ങളിലും കാതോട്കാത് പരന്നു. സുദീർഘമായ വിഷവൈദ്യ പാരമ്പര്യമാണ് അപ്രതീക്ഷിതമായി വെല്ലുവിളിക്കപ്പെട്ടത്. ബോധപൂർവമല്ലെങ്കിലും യാദൃച്ഛികമായി അത് സംഭവിച്ചു. അതൊരു ജാതിയിൽ താണവന്റെ പക്ഷത്തുനിന്നാവുമ്പോൾ ഉണ്ടാകാവുന്ന പ്രത്യാഘാതം ഊഹിക്കാവുന്നതേയുള്ളൂ.

ഈ ജീവിതസന്ദർഭംവരെ ചിറമ്മലൊതേനന്റെ മകൻ ചിരോണ്ടൻ വെറും ചിരോണ്ടനായിരുന്നു. കാലിപൂട്ടുന്നവൻ. ഏറ്റുകാരൻ. രാമനെഴുത്തച്ഛനിൽ നിന്നും തുളുവന്നൂർ ഗുരുക്കളിൽനിന്നും എന്തോ ചിലത് പഠിച്ചവൻ. അതൊന്നും ആളുകൾ ഗൗനിച്ചില്ല. ഈ സംഭവത്തോടെ ചിരോണ്ടൻ ചിരോണ്ടൻവൈദ്യരായി. അമാനുഷ സിദ്ധിയുള്ളവനായി. ചിലർക്ക്

---

1. ശക്തി.

വൈത്രശ്ശനും മറ്റുചിലർക്ക് വൈശറുമായി. അപൂർവം ചിലർക്ക് വിഷഹാരിയായി. പേരുമാത്രം വിളിക്കാൻ ആളുകൾ മടിച്ചു. അന്യദേശക്കാർ ഓലച്ചേരി വൈദ്യരെന്നുവിളിച്ചു.

വഴിയിലെങ്ങാനുംവെച്ച് ചിരോണ്ടൻ വൈദ്യരെ കണ്ടുമുട്ടുന്ന നേരത്ത് ആളുകൾ ബഹുമാനപുരസ്സരം അൽപ്പം മാറിനിൽക്കുന്നത് ആചാരമായി. നാട്ടുവഴിയിൽ കാണുമ്പോൾ 'വൈദ്യര് എങ്ങോട്ടാ?' 'വൈത്രശ്ശൻ ഏട്ന്നാ വെര്ന്ന്? ഇരുന്നിറ്റ് പോകാ വൈശറേ?' – എന്നിങ്ങനെ ആത്മാർഥമായ അന്വേഷണങ്ങളും ക്ഷണങ്ങളുമുണ്ടായി. ആദരവും അംഗീകാരവും ലഭിക്കുമ്പോൾത്തന്നെ താൻ ഓലച്ചേരിവയലിൽ കാലിപൂട്ടുകയും കരപ്പറമ്പിൽ ഏറുകയും ചെയ്യുന്ന സാധാരണക്കാരനാണെന്ന ബോധം ചിരോണ്ടൻ കൈവെടിഞ്ഞില്ല.

സംഭവത്തിനുശേഷം മറ്റൊരു സ്ഥിതിവിശേഷം കൂടി സംജാതമായി: സർപ്പ വിഷബാധയേറ്റ് തളിവാരത്ത് ചെല്ലുന്നവരുടെ എണ്ണം ക്രമേണ കുറഞ്ഞുവന്നു. തമ്പുരാനെക്കാൾ കൈകണ്ടവൻ ഓലച്ചേരിയിലുണ്ടാവുമ്പോൾ എന്തിന് തളിവാരത്തേക്ക് ചെന്ന് പഞ്ചപുച്ഛമടക്കി നിൽക്കണം? കനിയാൻ കാത്തിരിക്കുന്നതെന്തിന്? എന്തിന് വിവേചനത്തിന്റെ കയ്പ് നീര് കുടിക്കണം? ഇങ്ങനെ ചിന്തിക്കുന്നത് സ്വാഭാവികംതന്നെ.

വിഷം തീണ്ടിയവർക്ക് തക്കസമയത്ത് വിദഗ്ധചികിത്സ ലഭ്യമാക്കേണ്ടത് അത്യാവശ്യമാണ്. പ്രാണരക്ഷയാണ് പ്രധാനം. അതുകൊണ്ട് പകലായാലും രാത്രിയായാലും, വെയിലത്തായാലും മഴയത്തായാലും എത്ര ദൂരം താണ്ടാനും ചിരോണ്ടൻ വൈദ്യർക്ക് മടിയില്ല. ദൂത് ലഭിക്കേണ്ട താമസമേ ഉള്ളൂ; ഇറങ്ങിത്തിരിക്കും; ഏതു ദൂരദേശത്തേക്കും.

ചൂട്ടില്ലാതെ ഇരുട്ടിലൂടെ ഊളിയിടുന്നത് ഓലച്ചേരിയിലെ ബാല്യക്കാരിൽ ചിലരുടെ സ്വഭാവമാണ്. അതിന് വിവിധോദ്ദേശ്യങ്ങൾ ഉണ്ടാവാം. അങ്ങനെ ചെയ്യരുതെന്ന് മുതിർന്നവർ ഉപദേശിക്കുമ്പോൾ, ചിരോണ്ടൻ വൈദ്യർ ജീവിച്ചിരിക്കുന്ന കാലത്തോളം ഇഴജീവികളെ ഭയപ്പെടേണ്ടതില്ലെന്നും; ഏത് കരിമൂർഖൻ കടിച്ചു പറിച്ചാലും അയാൾ രക്ഷപ്പെടുത്തിക്കൊള്ളുമെന്നും അക്കൂട്ടർ നിർഭയം പറയും. വിശ്വാസം രക്ഷിക്കുമെന്നാണല്ലോ ചൊല്ല്. വിഷവ്യാപനം രൂക്ഷമാക്കുന്നത് ഭയമാണ്.

ഓലച്ചേരിയിൽ രാത്രിയിൽ ഉറങ്ങാത്ത ഒരേ ഒരാൾ ചിരോണ്ടൻ വൈദ്യരാണ്. ഒന്നു മയങ്ങും; അത്രമാത്രം. സേവനതൽപ്പരതയിൽ ജാഗരൂകനായ വിഷഹാരിക്ക് സുഷുപ്തി വിധിക്കപ്പെട്ടിട്ടില്ല. രാത്രിയുടെ ഏതു യാമത്തിലാണ് സർപ്പദംശന വാർത്തയുമായി ഒരു ദൂതൻ എത്തിച്ചേരുക എന്നാരറിഞ്ഞു? എപ്പോഴും ഉണർന്നിരിക്കുകയാണ് വിഷഹാരിയുടെ ധർമം. ഉറങ്ങിയേ തീരൂ എന്നാണെങ്കിൽ അയാൾ ഒരു കണ്ണുകൊണ്ടു മാത്രം ഉറങ്ങണം!

അടുത്ത കാലത്തായി ഉറക്കം സ്വപ്നമായി അവശേഷിച്ച ഒരു ദേഹവും ഓലച്ചേരിയിലുണ്ട്. അത് തളിവാരത്ത് തമ്പുരാനാണ്. സേവ

നതൽപ്പരത കൊണ്ടുണ്ടായതല്ല ആ നിദ്രാരാഹിത്യം. അതിന് ചിരോണ്ടൻ വൈദ്യരാണ് ഉത്തരവാദിത്വം ഏറ്റെടുക്കേണ്ടത്.

തളിവാരത്ത് തമ്പുരാൻ എങ്ങനെ ഉറങ്ങാനാണ്? നേരിടാനാകാത്ത വെല്ലുവിളിയല്ലേ ഉയർന്നിരിക്കുന്നത്? ആഢ്യത്വം അപമാനിക്കപ്പെട്ടിരിക്കുകയല്ലേ? ഒരു പ്രതിയോഗി പിറന്നിരിക്കുകയല്ലേ? വിഷഹാരി എന്ന നിലയിൽ തമ്പുരാനെ ദേശക്കാർ വിസ്മരിച്ച മട്ടാണ്. തന്നെക്കാളും പ്രശസ്തനായ വിഷഹാരി ഓലച്ചേരിയിൽ ജീവിച്ചിരിക്കുക! അതും ഒരു താണ ജാതിക്കാരൻ! എങ്ങനെ ഉറക്കം വരാനാണ്?

ഉറക്കമില്ലാതാക്കുന്ന വാർത്തകളുമായാണ് കാര്യസ്ഥന്മാർ നാട്ടിടകളിൽ നിന്നും ഓരോ ദിവസവും തളിവാരത്ത് തിരിച്ചെത്തുന്നത്. മേൽജാതിക്കാർക്കിടയിൽപ്പോലും അവൻ ആരാധ്യനും സർവസമ്മതനുമായിരിക്കുന്നു! അനുഷ്ഠിക്കേണ്ട സകല ആചാരങ്ങളും വഴക്കങ്ങളും ലംഘിക്കുന്നു. പാട്ടക്കാരനല്ലാതായിട്ടും അന്നംമുട്ടാതെ ജീവിക്കുന്നു. മാന്ത്രിക വിദ്യകൾ അലങ്കാരമായി കൊണ്ടുനടക്കുന്നു! ഇങ്ങനെ പോയാൽ എന്തെല്ലാം കേൾക്കേണ്ടിവരും; എന്തെല്ലാം അനുഭവിക്കേണ്ടിവരും. ഇത് തുടരാൻ അനുവദിക്കണോ? ജന്മിത്വത്തിന്റെ മനോഗതങ്ങളാണിത്.

തളിവാരത്തില്ലത്തിന്റെ പുറം പ്രശാന്തമാണെന്ന് തോന്നുമെങ്കിലും അകം അത്യന്തം അശാന്തമാണ്. രാവും പകലും നിഗൂഢമായ ചർച്ചകൾ നടക്കുന്നു. പഴുതുകളടച്ചുകൊണ്ടുള്ള തന്ത്രങ്ങളാണ് ആസൂത്രണം ചെയ്യുന്നത്. ചില നീക്കങ്ങളൊക്കെ പാളിപ്പോകുന്നുണ്ട്. ഭ്രാന്തൻ തീരുമാനങ്ങളെടുക്കുന്നുണ്ട്. കാര്യസ്ഥന്മാർ രഹസ്യയാത്രകൾ നടത്തുന്നുണ്ട്. അക്കൂട്ടത്തിൽ നമ്പോലൻകുന്നിലെ കുറവന്മാരുടെ സങ്കേതം, കദനൂർപ്പേട്ടയിലെ കളരി എന്നിവയും പെടുന്നു. അനേകം മനുഷ്യാത്മാക്കൾ ശ്വാസം മുട്ടിപ്പിടഞ്ഞു മരിച്ച തളിവാരത്തെ നിലവറ ഒരുവട്ടംകൂടി തുറന്നടയുമോ?

ലക്ഷ്യത്തിന്റെ കാര്യത്തിൽ ഭിന്നാഭിപ്രായമില്ല. പക്ഷേ, മാർഗത്തിന്റെ കാര്യത്തിൽ അഭിപ്രായവ്യത്യാസമുണ്ട്. ഏതുമാർഗവും സ്വീകരിക്കാമെന്ന അനുവാദം ലഭിച്ചതോടെ ലക്ഷ്യപ്രാപ്തിയിലേക്കുള്ള വഴി തുറന്നു.

31

ഭസ്മരൂപം

പകൽ മാഞ്ഞുകഴിഞ്ഞാലും ഈർപ്പംപോലെ തങ്ങിനിൽക്കുന്ന നാട്ടുവെളിച്ചമാണ് ഓലച്ചേരിയുടെ പരിവേഷം. നേരം മൂവന്തിക്കപ്പുറമില്ല എന്ന തോന്നലുണ്ടാക്കും ഈ നാട്ടുവെളിച്ചം. അപ്പോഴാണ് ഗ്രാമത്തിന്റെ തനതു ശബ്ദങ്ങൾ പതുക്കെ ഉണരുക.

ഒരു പശു കാളയ്ക്കുവേണ്ടി അമറിക്കരഞ്ഞെന്നു വരാം. പഴുത്ത തെങ്ങോല വാഴക്കൈകളിലേക്ക് ഇടിഞ്ഞു വീണെന്നുവരാം. ആരോ ഉച്ചത്തിൽ നീട്ടി വിളിച്ചെന്നും വരാം. അതിന് പ്രതിശബ്ദം കേട്ടെന്നും വരാം. കുന്നിൻചെരിവിൽ നിന്നോ പുഴക്കരയിൽ നിന്നോ കുറുക്കന്മാർ സംഘടിതരായി ഓരിയിട്ടെന്നു വരാം. അതു കേട്ട് ഓലച്ചേരിയിലെ നായ്ക്കൾ ഉള്ളുണർന്ന് കുരച്ചെന്നും വരാം. ആരെങ്കിലും മുട്ടിമുട്ടി കുരച്ചെന്നും കോട്ടുവായിട്ടെന്നും കാർക്കിച്ചു തുപ്പിയെന്നും വരാം. ഏതെങ്കിലും കുഞ്ഞ് പെട്ടെന്ന് അലറിക്കരഞ്ഞെന്നും വരാം. രണ്ടു പുരക്കാർ അന്യോന്യം പുലയാട്ടുകൾ വിളിച്ചുപറഞ്ഞെന്നു വരാം. ഏതോ ഗർഭിണി വാഴച്ചുവട്ടിൽ ഛർദിക്കുന്ന ശബ്ദം കേട്ടെന്ന് വരാം. ഏതെങ്കിലും വാതിൽ അടയ്ക്കുകയോ തുറക്കുകയോ ചെയ്യുന്നത് കേട്ടെന്നും വരാം. ഏതോ ദിശയിൽ നിന്ന് തുടിയുടെയോ മദ്ദളത്തിന്റെയോ ചെണ്ടയുടെയോ മിടിപ്പുകൾ കേട്ടെന്നും വരാം.

ഇതെല്ലാമൊടുങ്ങുമ്പോൾ മണ്ണട്ടകളുടെ ഊഴമായി. പിന്നെ രാപ്പുള്ളുകളുടെയും കൂമന്റെയും യാമങ്ങളായി.

രാത്രിയിൽ ഓലച്ചേരി വയലിന്റെ നടവരമ്പിലൂടെയോ ചെറുവരമ്പിലൂടെയോ കരപ്പറമ്പിലെ പൊതു വഴികളിലൂടെയോ വല്ലവരും ചൂട്ടുമായി കടന്നുപോവുന്നത് പതിവ് കാഴ്ചയാണ്. ആവശ്യങ്ങൾ നിവർത്തിക്കാൻ എങ്ങോട്ടെങ്കിലും പോയി തിരിച്ചുവരുമ്പോൾ ഇരുട്ടിയെന്നിരിക്കും.

അല്ലെങ്കിൽ ഇരുട്ടിക്കഴിഞ്ഞതിനു ശേഷമാണ് ആവശ്യനിർവഹണത്തിന് ഇറങ്ങിത്തിരിക്കുക. വെളിച്ചമില്ലാതെ സഞ്ചരിച്ചുകൂടാ. ഇഴജീവികൾ ഉണ്ടാവും.

ചൂട്ട് പിടിക്കുന്നതിന്റെയും വീശുന്നതിന്റെയും രീതി നോക്കി വഴി പോക്കരാരെന്ന് ഓലച്ചേരിക്കാർ തിരിച്ചറിയും. ഉറുവാടന് ഒരു വീശി ത്തെളിക്കലുണ്ട്. അതിൽ പരമാവധി ഇരുട്ട് വഴിയിൽ നിന്ന് മാറിനിൽക്കും. തലയ്ക്ക് മുകളിൽ ഉയർത്തിപ്പിടിച്ചുള്ള പ്രകടനമാണ് ചെട്ട്യാരുടേത്. അച്ചൂട്ട്യാശാരി കൈക്ക് വിശ്രമം കൊടുക്കാതെ ചറപറ വീശും. അത് ലഹരിപ്പുറത്താണ്. തട്ടാൻ കിട്ടൻ മുറുക്കിക്കെട്ടി ചൂട്ടിനെ ശ്വാസം മുട്ടി ക്കും. ചൂട്ടിനെ കത്താൻ അനുവദിക്കാത്തവരുണ്ട്. വണ്ണാൻ കോരന് ചൂട്ടി നുപകരം തോറ്റം ചൊല്ലലാണ്. ഇരുട്ടിൽ ശബ്ദവും വെളിച്ചത്തിന്റെ ഗുണം ചെയ്യും.

അന്യദേശക്കാരായ വഴിപോക്കരും ഓലച്ചേരിവയലിലെ നടവര മ്പിലൂടെ കടന്നു പോവാറുണ്ട്. അവരുടെ നടത്തത്തിന് സാമാന്യത്തിൽ ക്കവിഞ്ഞ വേഗതയുണ്ടായിരിക്കും. അവർ കൈയിലും കക്ഷത്തും ചൂട്ട് കരുതിയിട്ടുണ്ടാവും. പോരാതെ വന്നാൽ വഴിവക്കിലെ പുരകളിൽനിന്നോ തോപ്പുകളിൽനിന്നോ ആവശ്യാനുസരണം ഓല ശേഖരിക്കും. പാതിരക്ക് മുമ്പ് ലക്ഷ്യത്തിലെത്താൻ സാധിക്കില്ലെന്ന നിഗമനത്തിലെത്തിയാൽ ഓലച്ചേരിയിലെ ഏതെങ്കിലും പുരയിൽ അത്താഴത്തിൽ പങ്കാളിയായി കോലായിൽ കിടന്നുറങ്ങിയെന്നും വരും. അങ്ങനെ അന്തിയുറങ്ങിയവ രിൽ ചിലർ ഓലച്ചേരിയിലെ സമ്മന്തക്കാരായിത്തീർന്നിട്ടുമുണ്ട്.

റാന്തൽ വിളക്കുമായി സഞ്ചരിക്കുന്നവർ അപൂർവമാണ്. അവർ ഓലച്ചേരിക്കാരുടെ സവിശേഷ ശ്രദ്ധക്ക് വിഷയമാവും. അക്കൂട്ടർ സംഘ മായല്ലാതെ തനിച്ച് സഞ്ചരിക്കുക പതിവില്ല.

ചിറമ്മലൊതേനന്റെ കോലായിലിരുന്നാൽ ഓലച്ചേരി വയലിലെ സർവചലനങ്ങളും കാണാം. വയലിന്റെ അതിരിൽ പുഴയും, പുഴക്കപ്പുറം മറുദേശങ്ങളും ദൂരെ മലഞ്ചെരിവും ദൃഷ്ടിയിൽപ്പെടും. വേനൽക്കാലത്ത് മലഞ്ചെരിവിൽ ഉലയിൽ പഴുത്ത ഇരുമ്പുകഷ്ണംപോലെയോ, നെരി പ്പോടിൽ കാഞ്ഞ സ്വർണശലാകപോലെയോ തീ പടർന്നു പിടിച്ചതു കാ ണാം. 'മലക്ക് തീപ്പിടിച്ചു' എന്നോ 'പൊനത്തിന് തീക്കൊടുത്തു' എന്നോ ആണ് ഓലച്ചേരിക്കാർ ഈ കാഴ്ച കാണുമ്പോൾ പറയുക.

ഓലച്ചേരിക്കാരുടെ പ്രസ്താവത്തിൽ വാസ്തവമുണ്ട്. വേനൽക്കാ ലത്ത് കിഴക്കൻ മലഞ്ചെരിവിലെ കരിമ്പാലർ പുനംകൃഷി ചെയ്യാൻ കാട് കൊത്തിക്കൂട്ടി തീയിടുന്നതാണത്. വെന്ത മണ്ണിലാണ് അവർ വിത്തിറ ക്കുക. മുഴുവൻ കത്തിത്തീരാത്ത മരക്കുട്ടകൾ വർഷകാലത്ത് മലവെള്ള പ്പാച്ചിലിൽപ്പെട്ട് മലയിറങ്ങിവരും. കാട്ടുതീയിൽ വെന്തവയും ആയിരിക്കാ മത്. പുഴ കര കവിയുമ്പോൾ അവ വയലിലേക്കൊഴുകിവരും. മരക്കുട്ട കൾ നീന്തിപ്പിടിക്കുന്നത് ഓലച്ചേരിയിലെ ബാല്യക്കാരുടെ മഴക്കാല

വിനോദങ്ങളിലൊന്നാണ്. മേത്തരങ്ങൾ ഈർന്ന് തരമാക്കി കതകും ജനലും പണിതവരും ഓലച്ചേരിയിലുണ്ട്.

പറഞ്ഞതുപോലെ കുന്നിനപ്പുറത്തുനിന്ന് തുടിശബ്ദം കേൾക്കുന്നുണ്ട്. പുലക്കോട്ടത്ത് തെയ്യം തുടങ്ങിയെന്നു തോന്നുന്നു. വെളുപ്പാൻ കാലത്ത് തീപ്പൊട്ടൻ പുറപ്പെട്ട് മേലേരിയിൽ ചാടും.

ചിരോണ്ടൻ എന്തോ ആലോചനയിലമർന്ന ഇരിപ്പാണ്.

ഇന്ന് ശിവരാത്രി ദിവസമാണെന്ന് ചിരോണ്ടന് പെട്ടെന്ന് ഓർമ വന്നു.

ദേവാസുരന്മാർ പാലാഴി കടഞ്ഞതിന്റെ അനുസ്മരണമാണത്രെ ശിവരാത്രി. മഥനത്തിന്റെ ഒടുവിൽ അമൃതിനൊപ്പം കാളകൂടവും പുറത്തുവന്നു. വിഷം മുഴുവൻ നാഗങ്ങൾ വലിച്ചെടുത്തു. തൻനിമിത്തം പാമ്പുകൾ വിഷജീവികളായിത്തീർന്നുവത്രെ!

മുമ്പൊക്കെ ശിവരാത്രിനോമ്പ് നോൽക്കാറുള്ളത് ചിരോണ്ടൻ ഓർത്തു. ഉദയം തൊട്ട് അസ്തമയം വരെ ജലപാനം പോലും പാടില്ല. സന്ധ്യക്ക് ഇളനീരും അരിപ്പൊടിയും കഴിക്കാം. രാത്രിമുഴുവൻ ഉറക്കമൊഴിയുകയും വേണം. ഓലച്ചേരി വടക്കെക്കരയിലുള്ളവർ ചിരോണ്ടന്റെ മുറ്റത്തും ഇറയത്തും ഇരുന്ന് പുരാണകഥകൾ പറഞ്ഞുകൊണ്ടാണ് ഉറക്കമൊഴിക്കാറുള്ളത്.

ദേഹത്തിന് നല്ല സുഖമില്ലാതിരുന്നിട്ടും ശിവരാത്രി ദിവസം ഭസ്മമുണ്ടാക്കുന്ന പതിവ് കുഞ്ചോറു മുടക്കിയില്ല.

ശിവരാത്രിക്ക് ഏതാനും ദിവസങ്ങൾക്ക് മുമ്പുതന്നെ ചരലും പൊടിയും പറ്റാത്ത ചാണകം കൊണ്ട് പത്തുപന്ത്രണ്ട് ഉരുളകളുണ്ടാക്കും. അവ കാഞ്ഞിരച്ചപ്പിൽ വെയിലത്തുവെച്ച് ഉണക്കിയെടുക്കും. ശിവരാത്രി ദിവസം സന്ധ്യക്ക്, മുറ്റത്ത് അൽപ്പം ഉമി വിരിച്ച് അതിൽ ചാണക ഉരുളകൾ വൃത്തസ്തൂപികയുടെ ആകൃതിയിൽ അടുക്കിവെക്കും. ഒരു അന്തിത്തിരിയെടുത്ത് സ്തൂപികയുടെ ഉള്ളിൽ നിക്ഷേപിക്കും. ഉരുളകൾ കത്തിയൊടുങ്ങി തണുത്ത വിഭൂതിഗോളങ്ങളായി അവശേഷിക്കും. ഇവ പാളയിലെടുത്ത് വെള്ളമൊഴിച്ച് കലക്കി അരിച്ചെടുത്ത് വെയിലത്ത് വെച്ച് ഉണക്കും. സുഗന്ധത്തിനുവേണ്ടി ചന്ദനമോ കർപ്പൂരമോ ചേർക്കും. ഇതാണ് ഭസ്മനിർമാണ വിദ്യ.

ഭസ്മം സൂക്ഷിക്കാറുള്ളത് ഭസ്മക്കൊട്ടയിലാണ്. കൊത്തുപണിയും ചതുർമുഖങ്ങളും കീഴ്ഭാഗത്ത് കുണ്ഡലാകൃതിയിലുള്ള ഒരു ഞേറ്റവുമുള്ള ഭസ്മക്കൊട്ടയില്ലാത്ത പുരകൾ ഓലച്ചേരിയിലുണ്ടാവില്ല. മിക്കവരും ഭസ്മം തൊടുന്നവരാണ്.

"നിങ്ങക്ക് ചോറ് വെളമ്പട്ടാ?" ആലോചനയിലമർന്നിരിക്കുന്ന ചിരോണ്ടനോട് കല്ലു ചോദിച്ചു.

മറുപടി പറയുന്നതിനുപകരം തിരിച്ചങ്ങോട്ടൊരു ചോദ്യമാണ്:

"അമ്മയ്ക്കും അച്ഛനും ചോറ് കൊട്ത്താ നീ?"

കൊടുത്തുവെന്ന് കല്ലു പറഞ്ഞു.

തനിക്ക് വിശപ്പില്ലെന്നു പറഞ്ഞ് ചിരോണ്ടൻ അവൾക്ക് കഴിച്ചു കൊള്ളാൻ അനുവാദം കൊടുത്തു. ഭർത്താവ് കഴിച്ച പാത്രത്തിൽ വേണം ഭാര്യകഴിക്കാൻ. ഭർത്താവിന്റെ ഉച്ഛിഷ്ടം.

കല്ലുവിനാണെങ്കിൽ തിന്നാനുള്ള ഒന്നിന്റെയും മുഖം കണ്ടുകൂടാതാ യിട്ടുണ്ട്. ഛർദിക്കും. മാറും ചുമലും ഒന്നിടിഞ്ഞ മാതിരിയുണ്ടവൾക്ക്. കൺതടങ്ങളിൽ നേരിയ കറുപ്പ് രാശി. വയറിന് ഒരു മിനുമിനുപ്പ്. അവളറി യാതെ ചിരോണ്ടൻ കല്ലുവിനെ നിരീക്ഷിച്ചു. അവൾക്ക് മാസക്കുളി നിലച്ചമട്ടുണ്ട്.

പെട്ടെന്നാണ് പുഴയ്ക്കക്കരെ നിന്ന് ആർപ്പും 'ഗോയ്ന്നൻ വിളിയും' കേട്ടത്.

"ഗോയ്ന്നാ, ഗോയ്ന്നാ, ഗോയ്ന്നാ, ഗേഗഗാാാ യ്യ്യ് ന്ന ന്ന ന്നാ..."

കോത്തിരിയും ചൂട്ടും ഒഴുക്കാനുള്ള പിണ്ഡവസ്തുക്കളും ആളും ആരവവും ഒക്കെയുണ്ട്. ബലികർമത്തിന്റെ പരിസമാപ്തികുറിക്കുന്ന 'പിണ്ഡവും നീരും' ഒഴുക്കുന്ന ചടങ്ങാണത്.

ഭീതിജനകമായതുകൊണ്ട് 'ഗോയ്ന്നൻവിളി' കേട്ടപ്പോൾത്തന്നെ കല്ലു അകത്തുകയറി. ഗർഭിണികൾ അതു കാണുകയും കേൾക്കുകയും അരുത്. താമസിയാതെ ചിരോണ്ടനും അകത്തുകയറി വാതിലടച്ചു.

കാലും നീട്ടിയിരുന്ന് കല്ലു തലമുടി മൂർധാവിൽ കോതിക്കെട്ടി വിള ക്കിന്റെ തിരിതാഴ്ത്തി, എന്തോ ആലോചിച്ച് കുറേനേരം അങ്ങനെ ഇരുന്നു. പിന്നെ വശം ചെരിഞ്ഞ് കിടന്നു.

പാതിര കഴിഞ്ഞ നേരത്ത് പുറത്ത് കാൽപ്പെരുമാറ്റം കേട്ടു. ചൂട്ടുപുക യുന്ന രൂക്ഷമായ ഗന്ധം പരന്നു. ഇതിനുശേഷമാണ് "വൈദ്യരേ" എന്ന സ്വരം താഴ്ത്തിയുള്ള വിളി ശ്രവിച്ചത്. പിന്നെ അത് അൽപ്പം ഉറക്കെ ഒരുതവണകൂടി ആവർത്തിച്ചു.

കല്ലു ഉണർന്നു. ചിരോണ്ടന് ഉണരേണ്ടതില്ല. കാരണം അയാൾ രാത്രിമുഴുവൻ ഉണർന്നിരിക്കുന്നവനാണ്.

തിരിതെളിക്കാൻ കല്ലുവിനോട് പറഞ്ഞതിനുശേഷം ചിരോണ്ടൻ വാതിൽ തുറന്നു. വിളക്കുമായി കല്ലു അരികിൽ നിന്നു. പുകയുന്ന ചൂട്ടു മായി മുറ്റത്ത് രണ്ടുപേർ നിൽക്കുന്നുണ്ട്.

"ആരാ?" വാതിൽപ്പടി പിടിച്ച് ചിരോണ്ടൻ ചോദിച്ചു.

"ഞാങ്ങളാ. പോത്തുഞ്ചാലിൽനിന്ന് വരാ" ആഗതർ പറഞ്ഞു.

കോട്ടൂർക്കുന്നിന്റെ മറുചെരിവിലാണ് പോത്തുഞ്ചാൽ. കൂളിപ്പാറയിൽ നിന്ന് വശത്തേക്കിറങ്ങണം. അവിടെ ഒരാളെ വിഷം തീണ്ടിയിട്ടുണ്ടത്രെ.

നേരം, തിഥി, പക്കം, ദൂതലക്ഷണം എന്നിവ വെച്ചു നോക്കുമ്പോൾ വിഷവർഗത്തിൽപ്പെട്ടതുതന്നെ.

കല്ലു ഒരു തോർത്തുമുണ്ട് നീട്ടി. അതു വാങ്ങി ചുമലിലിട്ട് ചിരോ ണ്ടൻ മുറ്റത്തിറങ്ങി.

"അപ്പോ, നമുക്ക് പുറപ്പെടാ, അല്ലേ? ചൂട്ട് മുന്നിൽ നടന്നോ."

ദൂതന്മാർക്ക് നിർദേശം നൽകി തിരിഞ്ഞുനിന്ന് ചിരോണ്ടൻ കല്ലുവിനെ നോക്കി. അതിന്റെ അർഥം 'നീ വാതിലടച്ച് കിടന്നോ' എന്നാണ്. അവൾക്കിത് പരിചിതമാണ്. അതുകൊണ്ട് അവൾ അകത്തുകടന്ന് വാതിലടച്ചു.

ദൂതന്മാരുടെ നടുവിലായി ചിരോണ്ടൻ നടന്നു. ആരും ഒന്നും സംസാരിച്ചതേയില്ല. ഓലച്ചേരിവയലും കഴിഞ്ഞ് കോട്ടൂർക്കുന്നിന്റെ ചെരിവായി. ഇതിനിടയിൽ ദൂതൻ മറ്റൊരു ചൂട്ടിന് തീകൊളുത്തി കുറ്റിച്ചൂട്ട് ഉപേക്ഷിച്ചു.

കൂളിപ്പാറയുടെ സമീപത്ത് ഒരു പൊന്തൻ ചൂട്ട് എരിയുന്നത് ദൂരെ നിന്നുതന്നെ ചിരോണ്ടന്റെ കണ്ണിൽപ്പെട്ടു. അതിന് അസാധാരണത്വമുണ്ടല്ലോ! ചൂട്ടിന്റെ വെളിച്ചത്തിൽ ആളുകളുടെ നിഴലുകൾ ഇളകുന്നതും കണ്ടു. അവിടെയാണോ വിഷം തീണ്ടിയ ആളെ കിടത്തിയിരിക്കുന്നത്? കൂളിപ്പാറയിൽ എത്തിച്ച സ്ഥിതിക്ക് എന്തുകൊണ്ട് ഓലച്ചേരിക്ക് കൊണ്ടുവന്നില്ല? സംശയങ്ങൾ ഉണർന്നു.

ആ സംശയം ഉന്നയിക്കാനൊരുങ്ങിയപ്പോഴേക്കും ദൂതന്മാർ എങ്ങോ അപ്രത്യക്ഷരായി. അവരെങ്ങോട്ടു നീങ്ങി എന്നതിനെപ്പറ്റി ഒരു രൂപവുമില്ല. ചിരോണ്ടൻ ആ വിജനതയിൽ ഏകനായി. ഇനി എന്തുചെയ്യും?

എരിയുന്ന പൊന്തൻചൂട്ടിന്റെ വെളിച്ചത്തിൽ ചലിക്കുന്ന നിഴലുകളെ ചിരോണ്ടൻ തിരിച്ചറിഞ്ഞു. അത് തളിവാരത്തില്ലത്തെ കാര്യസ്ഥന്മാരായ കേളപ്പൻ നമ്പ്യാരും ഉണ്ണമ്മൻ നായരുമാണ്. ഈ പാതിരയിൽ ഇവർക്ക് ഇവിടെ എന്തു കാര്യം? ഇതോടെ അസ്വാഭാവികമായ അന്തരീക്ഷം ഒന്നു കൂടി കനത്തിരുണ്ടു.

ചിരോണ്ടൻ ആചാരഭാവത്തോടെ അൽപ്പം പിൻവാങ്ങി നിന്നു. എരിയുന്ന പൊന്തൻചൂട്ട് പതുക്കെ ചിരോണ്ടന്റെ മുന്നിലുയർന്നു. അയാൾ വഴിയിൽനിന്ന് വശത്തേക്ക് മാറാൻ ശ്രമിച്ചു. ആ ശ്രമം വിഫലമാക്കിയത് കറുത്തിരുണ്ട മാംസപേശികളുള്ള രണ്ടു മല്ലന്മാരാണ്. നൊടിയിടകൊണ്ട് അവർ ചിരോണ്ടന്റെ കൈകൾ പിന്നിലേക്ക് മറിച്ച് പിണച്ചു കെട്ടി. നിന്ന നിൽപ്പിൽനിന്ന് ഒന്നനങ്ങാൻ പോലും സാധിക്കാത്തവിധം ബന്ധനസ്ഥനായി. താൻ അഗാധമായ ആപത്തിലാണ് അകപ്പെട്ടിരിക്കുന്നതെന്ന ഭയാശങ്കകളൊന്നും ചിരോണ്ടനെ അപ്പോൾ ബാധിച്ചില്ല.

പൊന്തൻചൂട്ട് ചിരോണ്ടന്റെ മുഖത്തിനുനേരെ ഉയർത്തിപ്പിടിച്ച് കേളപ്പൻ നമ്പ്യാർ നീട്ടി വലിച്ചു ചോദിച്ചു:

"ചിരോണ്ടൻ വൈദ്യര് എങ്ങോട്ടാ. ഈ നട്ടപ്പാതിരക്ക്?"

"പോത്ത്ഞ്ചാല്വരെ കൈക്കോറെ."

"അവിടെയെന്താ വിശേഷം"?

"ഒരാളെ വിഷം തീണ്ടീറ്റ്ണ്ട്."

"ഓ! ചത്തവരെ പറപ്പിക്കുന്ന മന്ത്രവാദിയല്ലേ" തികഞ്ഞ പരിഹാസത്തോടെയാണ് പറഞ്ഞത്.

ഇതിനിടെ മറ്റൊരു പൊന്തൻചൂട്ട് ഉണ്ണമ്മൻ നായരുടെ കൈയിൽ നിന്ന് എരിയാൻ തുടങ്ങി.

കേളപ്പൻ നമ്പ്യാർ ചൂട്ട് ചിരോണ്ടന്റെ മുഖത്തോടടുപ്പിച്ചു.

"എഴ്ത്ത് പഠിക്കല്! വൈദ്യം പഠിക്കല്! ചികിത്സിക്കല്! ആചാരങ്ങളെയെല്ലാം ധിക്കരിച്ചവനല്ലേ നീ. എടാ, ഓളെ എന്താ തമ്പുരാന് കാഴ്ചവെക്കാതിരുന്നത്?" കേളപ്പൻ നമ്പ്യാർ രോഷാകുലനായി.

ചൂട്ട് അൽപ്പം കൂടി മുഖത്തോടടുത്തു.

"പാമ്പിനെ മുട്ടയിൽത്തന്നെ ഉടക്കണമായിരുന്നു. ഞങ്ങളത് ചെയ്തില്ല. അതിന്റെ ഫലമാണ് തമ്പ്രാൻ അനുഭവിക്കുന്നത്."

ചൂട്ടുകൊണ്ട് മുഖം നീറി. രോമങ്ങൾ കത്തിക്കരിഞ്ഞു. മാംസത്തിന്റെ മേൽപ്പാളി തീ നക്കിയെടുത്തു.

"എടാ, ഓലച്ചേരീല് രണ്ട് വിഷഹാരികൾ വേണ്ട. ഒരാൾ മതി. ഒരാൾ മാത്രം. മനസിലായോ!"

ഇതും പറഞ്ഞ് നീറിക്കത്തുന്ന പൊന്തൻചൂട്ട് ചിരോണ്ടന്റെ മുഖത്തേക്ക് ആഞ്ഞുകുത്തി. വെന്തുകരിഞ്ഞ മുഖത്തിൽ നിന്ന് നിലവിളി ഉയർന്നു. ആ നിലവിളിയിലേക്ക് പൊന്തൻചൂട്ട് കുത്തിക്കയറ്റി. പുറത്തേക്ക് വഴികാണാത്ത നിലവിളി ശ്വാസകോശങ്ങളിലേക്ക് മടങ്ങിപ്പോയി.

ഈ നിമിഷങ്ങളിലെല്ലാം മല്ലന്മാരുടെ കൈകളിൽ പിടയുകയായിരുന്നു ചിരോണ്ടൻ. ഇതിനിടയിൽ അവർ ഉടുമുണ്ടിന് തീക്കൊടുക്കുകയും ചെയ്തു.

തീപിടിച്ച മനുഷ്യനെ മല്ലന്മാർ സ്വതന്ത്രനാക്കി. സ്വതന്ത്ര മനുഷ്യൻ തീയും കൊണ്ടോടുന്നത് കണ്ടു രസിക്കാമെന്ന് കൊതിച്ചവർ മറ്റൊരു അസാധാരണ ദൃശ്യത്തിന് സാക്ഷ്യം വഹിക്കേണ്ടി വന്നു.

മല്ലന്മാരിൽനിന്ന് സ്വതന്ത്രനായതിനുശേഷം തീപിടിച്ച മനുഷ്യൻ ജീവനുംകൊണ്ട് ഓടേണ്ടതായിരുന്നു. പക്ഷേ, ഓടിയില്ല. ഒന്ന് ഉലയേണ്ടതെങ്കിലുമായിരുന്നു. അതും സംഭവിച്ചില്ല. പകരം ശരീരത്തിന്റെ ഓരോ അണുവിൽനിന്നും തീജ്വാലകൾ ഉയർന്നുകൊണ്ടിരുന്നു.

രാത്രിയുടെ അവസാനയാമംവരെ കർപ്പൂരഗോപുരംപോലെ ആ മനുഷ്യൻനിന്നു കത്തി. വെള്ള കീറിയതോടെ തീയണഞ്ഞു. അതോടെ ഒരു ഭസ്മരൂപം ദൃശ്യമായി. ഉടയാത്ത, ഉലയാത്ത, മനുഷ്യാകൃതിയിലുള്ള ഭസ്മരൂപം! കിഴക്കുനിന്ന് ശക്തമായ കാറ്റടിക്കുന്നതുവരെ ഭസ്മരൂപം അതേപടി നിലകൊണ്ടു.

കിഴക്കുനിന്ന് കാറ്റ് വീശി. ഭസ്മരൂപത്തെ അൽപ്പാൽപ്പമായി കൈകളിൽ കോരിയെടുത്ത് കാറ്റ് ഓലച്ചേരിവയലിന് മുകളിലൂടെ വീശി.

അന്നുതൊട്ട് തളിവാരത്തില്ലത്തിന്റെ അന്തർഭാഗത്തുനിന്ന് ഒരിക്കലും നിലയ്ക്കാത്ത ആർത്തനാദം കേട്ടുതുടങ്ങി. പാതിരകളിൽ നടുമുറ്റത്തിന് മുകളിൽ ആലംബമില്ലാതെ പൊന്തൻചൂട്ടുകൾ എരിഞ്ഞുതുടങ്ങി.

ഇതോടെ തളിവാരത്തെ സന്താനപരമ്പരകൾ ജന്മാന്തരപാപം പേറാൻ വിധിക്കപ്പെട്ടു.

www.ingramcontent.com/pod-product-compliance
Lightning Source LLC
LaVergne TN
LVHW100836051026
849519LV00006B/2320
* 9 7 8 9 3 8 2 1 6 7 0 3 7 *